മൊഴി

Mozhi
Novel

B M Zuhara

CHINTHA PUBLISHERS
Thiruvananthapuram

First Edition
May 2007

Second Edition
August 2010

Third Edition
December 2023

Second Impression
April 2024

Published & Typesetting
Chintha Publishers, Thiruvananthapuram

Printed at
Repro India Ltd, Mumbai

Cover Design
Vinod Mangoes

ISBN : 978-81-26205-08-0

CR - 3415 / 6888

Email: chinthapublishers@gmail. com
Website: www. chinthapublishers. com

A version is available at National Libraries
Kolkata, Mumbai, Chennai and Delhi

Distribution
DESHABHIMANI BOOKHOUSE
H O Thiruvananthapuram 695035

Branch
Head Office Kunnukuzhi • Statue Thiruvananthapuram
KSRTC Bus Terminal Thampanoor • Saphalyam Complex Thiruvananthapuram
KSRTC Bus Station Ernakulam • Machingal Lane Thrissur • IG Road Kozhikode
Mavoor Road Kozhikode • NGO Union Building Kannur
Central Bus Terminal Complex Thavakkara Kannur

മൊഴി

ബി എം സുഹറ

ചിന്ത പബ്ലിഷേഴ്സ്
തിരുവനന്തപുരം-695 035

ബി എം സുഹറ

കോഴിക്കോട് ജില്ലയിൽ തിക്കോടിയിൽ ജനിച്ചു. പിതാവ്: വൈദ്യേരകത്ത് മമ്മദുകുട്ടി ഹാജി. മാതാവ്: ബടയക്കണ്ടി മാളിയേക്കൽ മറിയുമ്മ.

തിക്കോടി പ്രൈമറി സ്കൂൾ, കോഴിക്കോട് പ്രോവിഡൻസ് ഹൈസ്കൂൾ, പ്രോവിഡൻസ് കോളേജ് - എന്നിവിടങ്ങളിൽ വിദ്യാഭ്യാസം.

കൃതികൾ: *കിനാവ്, മൊഴി, ഇരുട്ട്, നിലാവ്, നിഴൽ, ആകാശഭൂമികളുടെ താക്കോൽ, വർത്തമാനം, പെണ്ണുങ്ങൾ* (നോവൽ), *ചോയിച്ചി, ഭ്രാന്ത്, കൂഹു കൂഹു..., സുഹറയുടെ കഥകൾ* (കഥകൾ), *മലമുകളിലെ അപ്പൂപ്പൻ, കുട്ടികളുടെ അറബിക്കഥകൾ, ഏഴാങ്ങളമാരും ഒരു കുഞ്ഞിപ്പെങ്ങളും, നീലക്കുറുക്കനും മറ്റുകഥകളും, പവിഴപ്പുറ്റ്, പഞ്ചതന്ത്ര കഥകൾ, മന്ത്രമോതിരം, റഷ്യൻ നാടോടിക്കഥകൾ* (ബാലസാഹിത്യം), *അമൃതപുത്രി, കൊട്ടാരത്തെരുവ്, സൈനിന്റെ കല്യാണം, റഷ്യൻ നാടോടിക്കഥകൾ* (പരിഭാഷ).

പുരസ്കാരങ്ങൾ: ലളിതാംബിക അന്തർജ്ജനം സ്മാരക വിശേഷാൽ പുരസ്കാരം (1992), കെ ബാലകൃഷ്ണൻ സ്മാരക അവാർഡ് (2004), കേരളസാഹിത്യ അക്കാദമി സമഗ്രസംഭാവന അവാർഡ്.

ഇരുട്ട്, നിലാവ്, മൊഴി എന്നീ നോവലുകൾ ഇംഗ്ലീഷിലേക്കും അറബിയിലേക്കും പരിഭാഷപ്പെടുത്തിയിട്ടുണ്ട്. *മൊഴി* കന്നടയിലേക്ക് പരിഭാഷപ്പെടുത്തിയിട്ടുണ്ട്.

ഭർത്താവ് : ഡോ. എം എം ബഷീർ
മക്കൾ : അജ്മൽ ബഷീർ, അനീസ് ബഷീർ
വിലാസം : മാളിയേക്കൽ, ചേവായൂർ പി ഒ
കോഴിക്കോട് -673017.
E-mail : bmzuhara10@hotmail.com

മൊഴിയുടെ പൊരുൾ

മൊഴി എന്റെ രണ്ടാമത്തെ നോവലാണ്. *കിനാവ്* എന്ന എന്റെ ആദ്യനോവൽ വായനക്കാർ കൈയുംനീട്ടി സ്വീകരിച്ചെങ്കിലും സാഹിത്യരംഗത്തു തുടരണമെന്ന ചിന്ത എനിക്കുണ്ടായിരുന്നില്ല. എനിക്ക് അതിനുള്ള കഴിവില്ല എന്നു ഞാൻ കരുതി. കാരണം എഴുത്തുകാരോട് എനിക്ക് ആരാധനയായിരുന്നു. അദൃശ്യമായ കഴിവുകളുള്ളതുകൊണ്ടാണ് അവർക്ക് എഴുതാൻ സാധിക്കുന്നത്. ഒരു കഴിവുമില്ലാത്ത വെറുമൊരു വീട്ടമ്മയായ എനിക്കെങ്ങനെ എഴുത്തുകാരിയാവാൻ കഴിയും?

*കിനാവു*കൊണ്ട് സുഹറ എഴുത്തു നിർത്തില്ല, ഇതിനേക്കാൾ മികച്ച കൃതികൾ എഴുതാൻ സാധിക്കുമെന്ന് എൻ പി മുഹമ്മദ് *കിനാവി*ന്റെ അവതാരികയിൽ എഴുതിയത് ഇടയ്ക്കൊക്കെ എന്നെ അലോസരപ്പെടുത്തിയെങ്കിലും ഉടനെ വീണ്ടും ഒരു നോവലെഴുതാൻ കഴിയുമെന്ന് ഞാൻ വിചാരിച്ചതല്ല. അപ്പോഴാണ് *വനിത*യിൽനിന്നും നോവലാവശ്യപ്പെട്ടുകൊണ്ട് മണർകാട് മാത്യുസാറിന്റെ കത്ത് വന്നത്.

“ഏതു വിഡ്ഢിക്കും ഒരു നോവലൊക്കെ എഴുതാം.”

*വനിത*യ്ക്ക് എന്തു മറുപടി കൊടുക്കുമെന്നറിയാതെ കുഴങ്ങുന്ന എന്നെ പ്രകോപിപ്പിക്കാനെന്നോണം എന്റെ ഭർത്താവു പറഞ്ഞു. പ്രകോപനം എന്നെ ചൊടിപ്പിക്കുമെന്ന് അറിഞ്ഞുകൊണ്ടു തന്നെയാണ് അദ്ദേഹം അങ്ങനെ പറഞ്ഞത്. ഞാനിനി എഴുതുന്നില്ല എന്ന് അദ്ദേഹം കേൾക്കെയാണല്ലോ ഞാൻ പറഞ്ഞത്. എഴുതണമെന്ന് അദ്ദേഹം നിർബന്ധിച്ചാൽ ഞാൻ എഴുതാതിരിക്കാനാണ് സാധ്യതയെന്നും അദ്ദേഹത്തിനറിയാം.

“ശരിയാ നിനക്കിനി ഒരു നോവലെഴുതാനൊന്നും സാധിക്കില്ല. നിനക്കറിയാവുന്നതിനെക്കുറിച്ചൊക്കെ പറഞ്ഞു കഴിഞ്ഞില്ലേ?”

എന്നെ എരികേറ്റാനെന്നോണം അദ്ദേഹം പറഞ്ഞപ്പോൾ എനിക്കും വാശിയായി. ഒരു നോവൽകൂടി എഴുതിയിട്ടേ എഴുത്തു നിർത്തുന്നുള്ളൂ എന്ന് ഉറക്കെ പറയുമ്പോഴും ഉള്ള് ശൂന്യമായിരുന്നു. തലപുകഞ്ഞു നടക്കുമ്പോഴാണ് എന്റെ വളരെ അടുത്ത ഒരു ബന്ധുവിനുണ്ടായ ദുരനുഭവം എന്നെ വല്ലാതെ അലട്ടിയത്. ആദ്യ ഭർത്താവ്

അവരെ ഉപേക്ഷിച്ചപ്പോൾ അവർ രണ്ടാമതും വിവാഹം കഴിച്ചു. ഇരുപത്തി അഞ്ചുകൊല്ലം ഒന്നിച്ചു ജീവിച്ചിട്ട് പെട്ടെന്നൊരു ദിവസം അയാളും അവരെ മൊഴി ചൊല്ലിയപ്പോൾ അവർ ആകെ തളർന്നു. ആദ്യത്തെ വിവാഹത്തിലെ രണ്ടുമക്കളെ ആദ്യഭർത്താവ് അവർക്കു വിട്ടുകൊടുത്തില്ല. രണ്ടാംവിവാഹത്തിലും രണ്ടു മക്കൾ. അവരും കൈവിട്ടുപോകുമോ എന്ന ഭയം അവരെ കോടതിയിൽവരെ എത്തിച്ചു. അക്കാലത്ത് ഈ കേസിനെക്കുറിച്ച് ധാരാളം പത്രവാർത്തകളും വന്നിരുന്നു. അവർ എന്റെ അടുത്ത ബന്ധുവായിരുന്നെങ്കിലും അവരുടെ സ്വകാര്യജീവിതത്തെക്കുറിച്ച് എനിക്ക് ഒന്നും അറിയില്ലായിരുന്നു. പത്രറിപ്പോർട്ടുകളും ബന്ധുക്കൾ പറഞ്ഞുകേട്ട വിവരങ്ങളും എന്റെ ഉള്ളിലുണ്ടായിരുന്നെങ്കിലും എഴുതാൻ തുടങ്ങിയപ്പോൾ വളരെ വ്യത്യസ്തമായ ഒരു കഥയാണ് രൂപപ്പെട്ടുവന്നത്. എന്റെ ഭാവനയിൽ ഉരുത്തിരിഞ്ഞവിധം ഞാൻ ആ ജീവിതം വികസിപ്പിച്ചെടുത്തു. 'മൊഴി' എന്നു പേരുമിട്ടു. തലാഖ് ചൊല്ലി വിവാഹബന്ധം വേർപെടുത്തുന്നതിനു മൊഴിചൊല്ലുക എന്ന് വാമൊഴിയിൽ പറയാറുണ്ട്. മുസ്ലിം സ്ത്രീകളുടെ തലയ്ക്കുമുകളിൽ ഡമോക്ലസിന്റെ വാളെന്നപോലെ തൂങ്ങിക്കിടക്കുന്ന മൊഴി എന്ന ദുരാചാരം എന്നെ വല്ലാതെ നോവിക്കാറുണ്ടായിരുന്നു. പെണ്ണിന്റെ സമ്മതമില്ലാതെ, നിന്നെ മൊഴി മൂന്നുംചൊല്ലി ഒഴിവാക്കുന്നു എന്നുപറയുന്ന വിവാഹമോചനരീതി വടക്കേ മലബാറിൽ പതിവായിരുന്നു. ഗൾഫിൽനിന്നു തപാൽവഴിപോലും പലരും വിവാഹമോചനം നടത്താറുണ്ടെന്ന് കേട്ടിരുന്നു. *ഖുർആനിൽ* മൊഴിചൊല്ലൽ അത്ര എളുപ്പമുള്ള കാര്യമല്ല. മാസങ്ങളോളം കാത്തിരുന്നാലേ ഭാര്യയെ തലാഖുചൊല്ലാൻ സാധിക്കുകയുള്ളൂ. അതും മൂന്നു തവണയായി. അതിനും കാലപരിമിതികളുണ്ട്. ഈ നിയമങ്ങളെല്ലാം കാറ്റിൽ പറത്തിക്കൊണ്ടാണ് കേരളത്തിൽ വിവാഹമോചനം നടക്കുന്നത്. ഈ അനാചാരത്തിന് എതിരായിട്ടുകൂടിയാണ് ഞാൻ *മൊഴി* എന്ന നോവലെഴുതിയത്.

ഇതു ഞങ്ങളുടെ കഥയാണെന്നുപറഞ്ഞ് അക്കാലത്ത് എനിക്ക് ഒരുപാടു സഹോദരിമാരുടെ കത്തുകൾ കിട്ടിയിരുന്നു. ഒരു കാരണവുമില്ലാതെ ഭർത്താക്കന്മാർ ഉപേക്ഷിക്കുന്നവർ ആയിരക്കണക്കിനുണ്ടെന്ന് *മൊഴി* എഴുതിയതിനുശേഷമാണ് ഞാൻ അറിഞ്ഞത്. ആ സഹോദരിമാർക്കുള്ള എന്റെ പിന്തുണയും തലാഖിനെതിരെയുള്ള എന്റെ ഒരിടപെടലുമാണ് ഈ നോവൽ.

*മൊഴി*യുടെ പുതിയ പതിപ്പ് പ്രസിദ്ധപ്പെടുത്താൻ സന്മനസ്സ് കാണിച്ച ചിന്ത പബ്ലിഷേഴ്സിനോട് എനിക്കു നന്ദിയുണ്ട്.

കോഴിക്കോട്
5.5.2007

ബി എം സുഹറ

ഒന്ന്

പറമ്പ് കിളയ്ക്കുകയും തെങ്ങിനു വളമിടുകയും ചെയ്യുന്നവർക്ക് നിർദേശം കൊടുത്തുകൊണ്ട് വരമ്പത്തു നില്ക്കുകയാണ് ആയിശുമ്മ. മഴ ചെറുതായി ചാറുന്നുണ്ട്. വയസ്സ് അമ്പത് കഴിഞ്ഞെങ്കിലും ആയിശുമ്മയ്ക്ക് ആരോഗ്യത്തിനു കുറവില്ല. എപ്പോഴും ഓടിനടന്ന് എന്തെങ്കിലും ചെയ്തുകൊണ്ടിരിക്കും. ഒരിടത്ത് അടങ്ങിയിരിക്കുന്ന പ്രകൃതക്കാരിയല്ല ആയിശുമ്മ. അയൽപക്കങ്ങളിൽ കയറി ഇറങ്ങാനും വീട്ടിൽ വരുന്നവരോട് പരദൂഷണം പറയാനും അവർക്ക് നേരം കിട്ടാറില്ല. അതുകൊണ്ടുതന്നെ അന്നാട്ടിലെ മറ്റു പെണ്ണുങ്ങൾക്ക് ആയിശുമ്മ കണ്ണിലെ കരടാണ്.

"നാരാണാ, തെങ്ങിന് എല്ലുവളം മാത്തരം ഇട്ടാപ്പോരാ. തൂപ്പ് നല്ലോണം ഇട്ടേക്കണം. കാടും പടലുമെല്ലാം കൊത്തിയിട്ടുകൊടുക്കണം. കൊളവായ വാരിയിടാൻ മറക്കണ്ട."

പറമ്പിന്റെ നടുവിലായി ഒരു കുളമുണ്ട്. വെള്ളം കാണാത്തവിധം കുളവാഴ പടർന്നു കിടക്കുകയാണ്. വെള്ളത്തിൽ വളരുന്ന പാഴ്ച്ചെടിയാണ് കുളവാഴ. കുളവാഴ തെങ്ങിൻ ചുവട്ടിലിട്ടാൽ കൊല്ലംമുഴുവൻ ഈർപ്പം നിലനിന്നോളും.

"ഉമ്മേറ്റ്യാർ എന്തിനാ മയ നനേന്നത്. ഞാളിപ്പണി തൊടങ്ങിയത് ഇന്നും ഇന്നലെയും അല്ലാലോ. എല്ലാം മട്ടംപോലെ ചെയ്തോളാം. മൂപ്പര് പൊരേലില്ലേ?"

"ഇല്ല. പീട്യേപ്പോയിക്ക്. ബ്ലോക്കാപ്പീസില് പുതിയ വിത്തുനെല്ല് ബന്നിനെന്ന് കേക്കുന്നല്ലോ. ഞമ്മക്ക് ഇക്കൊല്ലം അതൊന്ന് നട്ടുനോ

ക്കിയാലോ?"

"ഊയെന്റെ ഉമ്മേറ്റ്യേറേ, ഞമ്മക്കത് മേണ്ടാട്ടോ. അതുമുയുവൻ പതിരാന്നാ കേട്ടത്. പടിഞ്ഞാറ് കാറ് കെട്ടിയാ മയ പെയ്യാണ്ടിരിക്കൂലാ. ഉമ്മേറ്റ്യാറ് പൊരേല്ക്ക് നടന്നോളീ."

"ഞാൻ പോവ്വാ. ബളം തെകയാതെ വരോ? തെകഞ്ഞില്ലെങ്കില് ചാത്തൂന്റാടന്ന് കൊറച്ച് ചാണം മാങ്ങിക്കോ."

"അച്ചാണം ഇടാത്തതാ നല്ലത്. അത് മുക്കാലും മണ്ണാ. ഓന്റെ തീയ്യത്തി എന്നും ചാണോക്കുണ്ടില് ഓരോ കൊട്ട മണ്ണും ഇടുമ്പോലെ. ഇവിടെ വെണ്ണീരില്ലേ? കൊളവായേം ആവശ്യത്തിനുണ്ട്. അയിലും മുന്തിയ വളം എന്തുണ്ട്?"

"ഇഞ്ഞി അയിന്റെ മട്ടംപോലെ ആയിക്കോ. നീയും ചാത്തും ചോറിനങ്ങ് വന്നോ."

അവർ പതിവുപോലെ തിരക്കിട്ട് വീട്ടിലേക്കു നടന്നു. പതുക്കെ നടക്കാൻ ആയിശുമ്മയ്ക്കറിയില്ല.

അഷറഫിനും ബാപ്പയ്ക്കും ഉച്ചയ്ക്ക് പീടികയിലേക്ക് ചോറുകൊടുത്തയക്കണം. രാവിലെ ചായകഴിഞ്ഞ് ബാപ്പയും മോനും പോയ ഉടൻ കണ്ടത്തിലിറങ്ങിയതാണ്. അടുക്കളയിലെ സ്ഥിതി എന്തായെന്ന് അറിയില്ല. മീൻകാരൻ മമ്മതിനോട് രാവിലെതന്നെ അയില വാങ്ങിച്ചിരുന്നു. പണിക്കാരി പാത്തു മീൻ പൊരിച്ചാലും കൂട്ടാൻവെച്ചാലും ബാപ്പയ്ക്കും മോനും പിടിക്കില്ല. പാത്തു മീൻ പൊരിച്ചാൽ ഒന്നുകിൽ കരിയും അല്ലെങ്കിൽ പൊരിയില്ല. മസാലയും വേണ്ടപോലെ തേക്കില്ല. പറഞ്ഞും പഠിപ്പിച്ചും മതിയായി.

അഷറഫ് ആയിശുമ്മയുടെ ഇളയ മകനാണ്. പഠിച്ചാൽ ഒരു വക തലയിൽ കയറാത്ത മണ്ടൻ എന്നാണ് ബാപ്പ പറയുന്നത്. ഉന്തിയും തള്ളിയും പത്താംക്ലാസ് കടന്നുപോയി. അത്രയും എത്തിക്കാൻ ബാപ്പ ചില്ലറ പാടല്ല പെട്ടത്. കോളേജിൽ ചേരണ്ടെന്നും പറഞ്ഞ് അവൻ ഏറെ കരഞ്ഞതാണ്. ബാപ്പ കേട്ടില്ല. പ്രീഡിഗ്രിക്ക് തോറ്റപ്പോൾ ബാപ്പയുടെ ആശയും പൊലിഞ്ഞു. അങ്ങനെയാണ് കച്ചവടം തുടങ്ങിക്കൊടുത്തത്. ഇലക്ട്രിക്കൽസാധനങ്ങളുടെ കച്ചവടമാണ്. ഇലക്ട്രിക്ക് പണിയിൽ അവനു പണ്ടേ താല്പര്യമാണ്. അത്യാവശ്യം വിളക്കു നന്നാക്കാനും വയറിംഗ് നടത്താനുമൊക്കെ അവന് വശമുണ്ട്. ആ പണി പഠിച്ച അവന്റെ ഒരു ചങ്ങാതികൂടി കൂട്ടിനുണ്ട്.അവരൊന്നിച്ച് പല പണികളും ഏറ്റെടുത്ത് നടത്തുന്നുമുണ്ട്. ഓരോരുത്തർക്ക് ഓരോ പണി പടച്ചവൻ പറഞ്ഞിട്ടുണ്ട്. അതിലിറങ്ങുമ്പോൾ അവർ പച്ചപിടിക്കും. മോൻ പഠിച്ചില്ല എന്നുള്ള ബാപ്പയുടെ ആധി ഇപ്പോഴാണ് കുറഞ്ഞത്.

ബാപ്പ സ്കൂൾ മാഷായിരുന്നു. ഈയടുത്താണ് പെൻഷനായത്.

പെൻഷൻപണം കൊണ്ടാണ് അഷറഫിന് കച്ചവടം തുടങ്ങിയത്. കോഴിക്കോട്ട് വലിയ തോതിൽ തുടങ്ങണമെന്നായിരുന്നു അവന് മോഹം, തല്ക്കാലം ചെറുതായിട്ടു മതി. വേരുറച്ചിട്ട് ബാക്കി കാര്യം എന്ന് ബാപ്പ. പതിനഞ്ചുമൈൽ പോയാൽ ഏറ്റവും അടുത്ത ചന്തയായി. അവിടെ ഒരുവിധം സാധനങ്ങളെല്ലാം കിട്ടും. തുണിപ്പീടികകൾ നാല ഞ്ചെണ്ണമുണ്ട്. ഇല്ലാത്തത് നോക്കി തുടങ്ങിയതാണ്. സ്വന്തം നാടാകു മ്പോൾ എന്തായാലും അതിന്റെ മെച്ചം ഉണ്ടുതാനും. മുമ്പ് എന്തിനും കോഴിക്കോട്ട് പോയിരുന്ന നാട്ടുകാർ ഇപ്പോൾ അഷറഫിന്റെ പീടികയി ലാണ് ചെല്ലുന്നത്. ചില കിട്ടാക്കടങ്ങളൊക്കെ ഉണ്ടാകുമെന്നുമാത്രം. ഇപ്പോൾ ദുബായിപ്പണം ഇറങ്ങിയതോടെ നാട്ടിൽ മണിമാളികകളുടെ നിരതന്നെ ഉണ്ടായിരിക്കുന്നു. അതുകൊണ്ട് കച്ചവടം നന്നായി നടക്കു ന്നുണ്ട്.

അത്യാവശ്യം ചെലവിനുള്ളത് തേങ്ങവലിച്ചാൽ കിട്ടും. വർഷാ വർഷം നല്ലൊരു തുക വളത്തിനും മറ്റുപണികൾക്കും ആകുമെന്നു മാത്രം. ഇന്നാട്ടിൽ ഇവിടുത്തെ പറമ്പുകളിൽ നിന്നു കിട്ടുന്നത്രയും മറ്റെ വിടെ നിന്നും കിട്ടാറില്ല. പീടികയിൽ ചെന്ന് ഇരിക്കാൻ തുട ങ്ങിയതോടെ മൂപ്പർക്ക് പണ്ടത്തെപ്പോലെ കൃഷിക്കാര്യങ്ങൾ ശ്രദ്ധി ക്കാൻ നേരം കിട്ടാറില്ലെന്നു മാത്രം. പ്രായവും കൂടിവരികയാണല്ലോ. മുമ്പത്തെപ്പോലെ കൊത്താനും കിളയ്ക്കാനുമൊന്നും ഇപ്പോൾ ആവു ന്നില്ല. മക്കൾ കണ്ടാൽ സമ്മതിക്കുകയില്ല. എന്നാലും അവരുടെ കണ്ണു വെട്ടിച്ച് എന്തെങ്കിലുമൊക്കെ ചെയ്യും. നല്ലകാലത്ത് എന്നും അതിരാ വിലെ ഉണർന്ന് സുബഹി നിസ്കാരവും ഖുറ്ആൻ പാരായണവും കഴി ഞ്ഞാൽ കണ്ടത്തിലിറങ്ങും. കണ്ടത്തിൽ അപ്പോഴും ഇരുട്ടായിരിക്കും. എട്ടരയുടെ വണ്ടി പോകുന്നത് കേട്ടാലാണ് പണി മതിയാക്കി കുളി ക്കാൻ കയറുന്നത്. കാച്ചിലും കിഴങ്ങും പയറും ഒന്നും കാശുകൊടുത്ത് വാങ്ങാറില്ല. അത്യധ്വാനം ചെയ്തിട്ടാണ് ഇന്ന് ഇക്കാണുന്നതെല്ലാം ഉണ്ടാക്കിയത്.

വീട്ടിലെത്തിയ ആയിശുമ്മ മുറ്റത്തു നിർത്തിയിട്ടിരിക്കുന്ന ടാക്സി കണ്ട് അന്തം വിട്ടുപോയി. അഷറഫ് ബാപ്പയെ താങ്ങിപ്പിടിച്ച് കാറിൽനിന്ന് ഇറക്കുന്നത് കണ്ട് അവർ വലിയവായാലെ നിലവിളിച്ചു:

"എന്റെ റബ്ബേ ഇതെന്താ പറ്റിയത്?"

"കുലുമാലൊന്നും കൂട്ടണ്ട. ബാപ്പാക്ക് ചെറിയൊരു തലചുറ്റല്. ഡോക്ടറെ കാണിച്ചു. പേടിക്കാനൊന്നുമില്ല. പ്രഷറ് കൂടിയതാ."

ബാപ്പയെ താങ്ങിപ്പിടിച്ച് അകത്തേക്കു നടക്കുന്നതിനിടയിൽ അഷ റഫ് പറഞ്ഞു. ആയിശുമ്മ ഓടിച്ചെന്ന് താങ്ങിയപ്പോൾ മാഷ് കൈയ് തട്ടി കട്ടിലിൽ ചെന്നു കിടന്നു.

അഷറഫ് ടാക്സിക്കാരന് പണംകൊടുക്കാൻ പോയപ്പോൾ ആയി

ശുമ്മ ഭർത്താവിന്റെ അടുത്തുചെന്നിരുന്നു. അപ്പോഴാണ് കണ്ടത്. കണ്ണ് നിറഞ്ഞു തുളുമ്പുന്നു. ഇങ്ങനെയൊന്നും ഇതിനുമുമ്പുണ്ടായിട്ടില്ല.

"എന്തൊക്കെയാ ഞാനീ കാണുന്നത്? എന്താ ഉണ്ടായതെന്നെങ്കിലും എന്നോട് പറഞ്ഞൂടേ?"

അവർ തേങ്ങി. ഉമ്മയുടെ തേങ്ങൽ കേട്ടുകൊണ്ടാണ് അഷറഫെത്തിയത്.

അവന്റെ മുഖവും ആകെ കരുവാളിച്ചിരുന്നു. തേങ്ങിക്കരയുന്ന ഉമ്മയെ ആശ്വസിപ്പിക്കാൻ വാക്കുകൾ പരതുകയായിരുന്നു അവൻ.

"എന്താ ഉണ്ടായതെന്ന് നീയെങ്കിലും ഒന്നു പറ. നിന്റെ ബാപ്പാനെ ഇക്കോലത്തിൽ ഞാനിതിനുമുമ്പ് കണ്ടിട്ടില്ല."

"ഫാത്തിമാത്ത നാളെ എത്തുമെന്ന് അളിയൻ വിളിച്ചു പറഞ്ഞു. അളിയനുമായിട്ട് പിണങ്ങി മോനെക്കൂടെ കൊണ്ടുവരാതെയാ പുറപ്പാട്. വിശദവിവരത്തിന് രണ്ടാഴ്ച മുമ്പയച്ച കത്തും ഇന്നാ കിട്ടിയത്."

പോക്കറ്റിൽ കിടന്ന കത്തെടുത്ത് അവൻ ഉമ്മയ്ക്കു നീട്ടി.

അവരത് കണ്ടില്ല.

"പിയ്യാപ്ലനോട് തെറ്റി ഒറ്റയ്ക്ക് പോരേ? എന്തൊക്കെയാ ഇക്കേക്കുന്നത്? ഓക്കെന്താ പെരാന്താ?"

അവർ കയർത്തു.

"ഇത്താത്ത നാളെ രാവിലെ കൊച്ചീലെത്തുമെന്നാ പറഞ്ഞത്. ഞാനൂടെ പോവുകയാ. ചോറു തരീൻ. ബാപ്പാക്കും കുടിക്കാനെന്തെങ്കിലും കൊടുക്ക്."

"കഞ്ഞി തരട്ടെ?"

ആയിശുമ്മ വിനയത്തോടെ ചോദിച്ചു.

"നഞ്ചുണ്ടെങ്കിൽ താ. അല്ലെങ്കില് ഇപ്പ വേണ്ട. നിന്റെ പുന്നാര മോളെ ചെപ്പക്കുറ്റിക്ക് രണ്ടു പൊട്ടിച്ചുകൊടുത്തിട്ട് എല്ലാരിക്കുംകൂടി ഒന്നിച്ചങ്ങ് ചാകാം."

കോയക്കുട്ടിമാഷ് പൊട്ടിത്തെറിച്ചു.

"ഇങ്ങനെ വായിൽത്തോന്നിയതെല്ലാം പറയാൻമാത്രം ഇവിടെ എന്തുണ്ടായെന്നാ? ഇപ്പളത്തെ കുട്ട്യേക്ക് ഇണങ്ങാനും പിണങ്ങാനും ഏറെ നേരമൊന്നും മേണ്ട. ഓളിങ്ങ് എത്തട്ടെ. പറഞ്ഞാൽ തീരാത്ത കാര്യങ്ങളുണ്ടോ? നിങ്ങള് പറഞ്ഞാൽ മറുത്തൊന്നും പറയുന്നോളല്ല ഫാത്തിമ."

"അതൊക്കെ പണ്ട്. നീ വിചാരിക്കുന്നതുപോലെ അത്തര എളുപ്പം തീരുന്ന സംഗതിയൊന്നുമല്ല. ഓന്റെ കത്തൊന്ന് വായിച്ചുനോക്ക്. മേത്ത്ന്ന് തോല് ഉരിഞ്ഞുപോകും. നിന്റെ മോക്ക് കെട്ടിയ മാപ്പളനെക്കൂടാതെ വേറൊരു ഇഷ്ടക്കാരനുണ്ട്പോലും, ഓന്റെകൂടെ സർക്കീട്ടിനിറ

ങ്ങിയത് പിയ്യാപ്ല അറിഞ്ഞു. അതു ചോദിച്ചതിനാ ഓള് പെട്ടിയുംതൂക്കി ഒറ്റക്ക് ഇറങ്ങിപ്പോരുന്നത്."

"എന്റെ മൊയ്തീൻഷേക്കേ എന്തൊക്കെയാ ഞാനിക്കേക്കുന്നത്. പെങ്കുട്ട്യേളെ കോളേജിൽ പഠിപ്പിച്ചാൽ ഇതാ മുസീബത്ത്. കോളേജിലൊന്നും അയക്കേണ്ടെന്ന് അന്നേരേ ഞാൻ പറഞ്ഞതല്ലേ. ആര് കേക്കാൻ? ഇനിയിപ്പോ നാട്ടാരുടെ മോത്തെങ്ങനെ നോക്കും?"

"എടീ, നിന്റെ മോള് ബയി തെറ്റ്യതിന് കോളേജിനെ കുറ്റം പറയണ്ട. എത്രായിരം പെങ്കുട്ട്യേള് പഠിക്കുന്നു, പണിയെടുക്കുന്നു. അവരാരും നിന്റെ മോളപ്പോലെ അനുസരണക്കേട് കാണിക്കുന്നോ? ഇത് ചോരത്തെളപ്പ് കൂടീട്ടാ. ചെപ്പക്കടിക്കാൻ ആളില്ലാഞ്ഞിട്ടാ. പറഞ്ഞതു കേട്ടില്ലെങ്കിൽ കെട്ടിത്തൂക്കും ഞാനോളെ. കോയക്കുട്ടിമാഷ് ആയിരക്കണക്കിന് കുട്ട്യേളെ അറിവ് പഠിപ്പിച്ച്. സ്വന്തം മോളെ നേർവഴിക്ക് നടത്താനായില്ല. എനിക്കിനി ജീവിക്കണ്ട."

സകലനിയന്ത്രണവും വിട്ട് പൊട്ടിക്കരയുന്ന ബാപ്പയെക്കണ്ട് ഉമ്മയും മോനും അമ്പരന്നു.

"ബാപ്പ ഇങ്ങനെ തുടങ്ങിയാലോ? ഇത്താത്ത ഇങ്ങെത്തട്ടെ എന്നിട്ട് ബാക്കി കാര്യം ആലോചിക്കാം. അളിയൻ ചെലപ്പോ അരിശത്തിന് എന്തെങ്കിലുമൊക്കെ എഴുതിപ്പോയതാകും."

ബാപ്പയെ സമാധാനിപ്പിക്കാൻ അങ്ങനെയൊക്കെ പറഞ്ഞന്നേ ഉള്ളൂ. അഷറഫിന് ഇത്താത്തയുടെ വാശി നന്നായി അറിയാം.

"അങ്ങനെ വെറുതേ എന്തെങ്കിലും പുതിയാപ്ല എഴുതില്ല."

"ഞാനിറങ്ങട്ടെ. ഇപ്പമിറങ്ങിയാൽ ഇരുട്ടുന്നതിനുമുമ്പ് ഇക്കാക്കയുടെ വീടെത്താം. എയർപോട്ടിൽ ആരേം കണ്ടില്ലെങ്കില് ഒറ്റക്ക് ടാക്സി പിടിച്ചു പോരാനും ഇത്താത്ത മടിക്കില്ല. നാട്ടുകാർക്കു പിന്നെ അതു മതി."

"നീ സലാമിനോട് വിവരം പറഞ്ഞോ?"

"ഏതായാലും അങ്ങോട്ടാ പോണത്. പിന്നെ വെറുതെ ഫോണിൽ വിവരം പറഞ്ഞ് ഇക്കാക്കാനെ ബേജാറാക്കുന്നതെന്തിനാ ഉമ്മാ."

"അതും നേരാ. ഓനിതൊന്നും താങ്ങാനുള്ള കരുത്തുണ്ടാവില്ല."

ആയിശുമ്മ കരഞ്ഞുകൊണ്ടാണ് പറഞ്ഞത്.

"ഉമ്മ കരഞ്ഞും വിളിച്ചും നാട്ടാരെ മുഴുവൻ സംഗതി അറിയിക്കേണ്ട. ഇപ്പോ ആരോടും ഒന്നും പറയണ്ട."

അഷറഫ് താക്കീത് നല്കി.

"എത്ര നാളെന്നുവെച്ച് നീയിതെല്ലാം മൂടി വെയ്ക്കും? അറിയേണ്ടവർ ഇപ്പഴേ ചിക്കിയും പരത്തിയും എല്ലാം അറിഞ്ഞിരിക്കും. വയസ്സുകാലത്ത് നാട്ടാരുടെ മുമ്പിൽ തലകുനിക്കാനാ യോഗം."

കോയക്കുട്ടിമാഷ് നെടുവീർപ്പിട്ടു.

"ഉമ്മാ നിങ്ങളെങ്കിലും ഒന്ന് സമാധാനപ്പെട്. നാളെ രാത്രി ഞങ്ങളി ങ്ങെത്തും. തല്ക്കാലം ആരേയും ഒന്നും അറിയിക്കാതെ നോക്ക്. ബാപ്പാക്ക് സമയത്തിന് ഗുളിക കൊടുക്കാൻ മറക്കരുത്. ബാപ്പ തിന്നാ തേയും കുടിക്കാതേയും സൂക്കേട് ഏറ്റരുത്. ഞാനിറങ്ങുന്നു."

"ചോറ് തിന്നിട്ട് ഇറങ്ങിയാ മതി. പാത്തൂ ചോറെടുത്ത് വെക്ക്. അഷറഫിന് അത്യാവശ്യായിട്ട് കൊച്ചിക്കു പോണം. ഫാത്തിമ വരുന്നു ണ്ട്."

"പെട്ടന്നിപ്പം എന്താ ഓളിങ്ങ് പോരുന്നത്? ഒറ്റക്കാ?"

"ഇഞ്ഞി കിന്നാരം ചോയിക്കാണ്ട് ചോറെടുത്ത് വെക്കുന്നുണ്ടോ?"

അതുവരെ അടക്കി നിർത്തിയ അരിശം തീർക്കാനെന്നപോലെ ആയിശുമ്മ പാത്തുവിനോട് തട്ടിക്കയറി.

പാത്തു ഒന്നും മിണ്ടിയില്ല. പക്ഷേ, എന്തോ പന്തികേടുണ്ടെന്നു തോന്നി. ചികഞ്ഞൊന്നും ചോദിക്കുന്ന പതിവ് പാത്തുവിനില്ല. അരിശം തണുക്കുമ്പോൾ ചോദിക്കാതെതന്നെ ആയിശുമ്മ പറയുമെന്നും അവൾക്ക് ഉറപ്പുണ്ട്.

അഷറഫ് ഇറങ്ങിയപ്പോൾ ആയിശുമ്മ ഉച്ച നമസ്കാരം കഴിച്ചു. മനസ്സു പതറിയതിനാൽ ഓതിയത് പലതും തെറ്റി. ഒരു കടമ തീർക്കു ന്നതുപോലെ നിസ്കരിച്ചിട്ട് അവർ പായ തെറുത്തുവെച്ച് അടുക്കളി യിൽ ചെന്നു. പാത്തു പിഞ്ഞാണത്തിൽ തേങ്ങാപ്പാലൊഴിച്ച കഞ്ഞി എടുത്തുവെച്ച് കാത്തിരിക്കുന്നുണ്ടായിരുന്നു. അവർ ഒന്നും മിണ്ടാതെ കഞ്ഞിയുമായി ഭർത്താവിന്റെ മുറിയിൽ ചെന്നു. വളരെ നിർബന്ധിച്ചതി നുശേഷമാണ് മാഷ് കഞ്ഞി കുടിക്കാൻ കൂട്ടാക്കിയത്.

"നീ ചോറു തിന്നോ?"

മാഷ് ചോദിച്ചു.

അവർ ഉവ്വെന്ന് തലയാട്ടി.

"ഗുളിക തിന്ന് ലേശം കെടന്നോളീ."

ഗുളികയുടെ പൊതി മാഷെ ഏല്പിച്ചിട്ട് അവർ പറഞ്ഞു.

"കിടന്നാൽ സൂക്കേട് ഏറും. ഞാനൊന്ന് നടന്നിട്ട് വരാം."

"ഇപ്പം ഏടേം പോണ്ട. കൊറച്ചുനേരം ഒന്നു മയങ്ങിക്കോളീ."

"എന്റെ ഉറക്കമെല്ലാം തീർന്നു."

പുറത്തേക്കിറങ്ങുമ്പോൾ കോയക്കുട്ടി മാഷ് ആരോടെന്നില്ലാതെ പിറുപിറുത്തു.

"പാത്തുമ്മേറ്റ്യാറേ ചോറൊന്നും ആയിക്കില്ലേ?"

കിണറ്റിൻകരയിൽ നിന്ന് കൈയും കാലും കഴുകുന്നതിനിടയിൽ

നാരായണൻ വിളിച്ചുചോദിക്കുന്നത് കേട്ട് ആയിശുമ്മ അടുക്കളയിലേക്കു നടന്നു.

ചോറുംതിന്ന് മടങ്ങിപ്പോവുമ്പോഴാണ് നാരായണൻ മുറ്റത്ത് ഉലാത്തുന്ന കോയക്കുട്ടി മാഷെ കണ്ടത്.

"ഇന്നെന്താ ഓളീ പീടേന്ന് നേരത്തേ പോന്നത്? സുഖമില്ലേ? മൊകം വല്ലാതിരിക്കുന്നല്ലോ?"

"ആ, നല്ല സുഖമില്ല. ഒരു തലമിന്നല്."

"ഞമ്മളെ ബാലൻ ഡോട്ടരെ വിളിക്കണോ?"

"ഡോക്ടരെ കണ്ടിട്ടാ പോന്നത്. സാരമില്ല. ആട്ടേ നിങ്ങളെ പണി എവിടെയെത്തി? ഈ ഉച്ചപ്പണീന്റെ എടപാട് ഇന്നാട്ടില് മാത്രേ ഉള്ളൂട്ടോ. അതാ പണി തീരാത്തത്."

"അത് പണ്ടുമുതലേയുള്ള നാട്ടുനടപ്പല്ലേ. ഞാളയിനുള്ള കൂലിയല്ലേ മാങ്ങുന്നുള്ളു."

"നിങ്ങള് വൈകുന്നേരാവുന്നതുവരെ പണിയെടുക്ക്. എന്നിട്ട് അതിനുള്ള കൂലിയും ചോദിച്ചുവാങ്ങെടോ."

"എന്നാ ഞാള് പോട്ടേ?"

അവർ ഗേറ്റുകടന്നതും മാഷ് പറമ്പിലേക്കിറങ്ങി. ചാരി വെച്ചിരുന്ന കൈക്കോട്ടെടുത്ത് തെങ്ങിനു തടമെടുക്കാൻ തുടങ്ങി. ആരോടോ പക തീർക്കാനെന്നപോലെ ആഞ്ഞാഞ്ഞു വെട്ടി.

കിളയ്ക്കുന്ന ഒച്ച കേട്ട് ആയിശുമ്മ ഓടിയെത്തി. കുനിഞ്ഞും നീർന്നും ആഞ്ഞുവെട്ടുന്ന മാഷെക്കണ്ട് അവർ പകച്ചു. ഓടിച്ചെന്ന് ഭർത്താവിന്റെ കൈയിൽ കയറിപ്പിടിച്ചു. വെട്ടാനോങ്ങിയ കൈക്കോട്ടുമായി മാഷ് അവരെ തുറിച്ചു നോക്കി.

"എന്തായീ കാണിക്കുന്നത്? തെങ്ങിന്റെ വേര് പൊട്ടിപ്പോകൂലെ? ഒന്നു മതിയാക്കീ."

"പൊട്ടട്ടെ. എല്ലാം നശിക്കട്ടെ."

കൈക്കോട്ട് വലിച്ചെറിഞ്ഞിട്ട് മാഷ് വീട്ടിലേക്കു നടന്നു.

ഭർത്താവിനെ പിൻതുടർന്നപ്പോൾ പെട്ടെന്ന് ശരീരം തളരുന്നതുപോലെ തോന്നി ആയിശുമ്മയ്ക്ക്. ആഞ്ഞടിക്കാൻപോകുന്ന കൊടുങ്കാറ്റിന്റെ മുന്നറിയിപ്പായിട്ടാണ് അവർക്കു തോന്നിയത്. എല്ലാം വേരോടെ പിഴുതെറിയാൻ ഇനി ഏറെ നേരമൊന്നും വേണ്ടെന്നും തോന്നി.

പാത്തു അടുക്കളക്കോലായിൽ നിന്ന് എല്ലാം കാണുന്നുണ്ടായരുന്നു. പാത്തുവിന്റെ അടുത്തെത്തിയപ്പോൾ ആയിശുമ്മയുടെ മുഖം കുനിഞ്ഞു. ഇന്നില്ലെങ്കിൽ നാളെ വിവരമെല്ലാം നാട്ടിൽ പാട്ടാകും.

കോയക്കുട്ടി മാഷെ മോള് ദുബായീന്ന് ഒളിച്ചുപോന്നു...അല്ല മാപ്പള അടിച്ചിറക്കി...

അകലേയും അടുത്തുമുള്ളവരൊക്കെ ചുറ്റുംകൂടി നിന്ന് വിളിച്ചു കൂവുന്നു. ബാപ്പ എങ്ങനെ നാട്ടിലിറങ്ങി നടക്കും? ആരോടൊക്കെ ഉത്തരം പറയും? ആരുടെയൊക്കെ വായ മൂടിക്കെട്ടും?

"ഒരുമ്പട്ടോളേ നീയെന്തിനുള്ള പുറപ്പാടാ?"

അവർ ഉറക്കെ പറഞ്ഞുപോയി.

അവർ തല ഉയർത്തിയപ്പോൾ പാത്തു പകച്ചു നോക്കുന്നു. ഒന്നും മിണ്ടാതെ ഉമ്മറത്തേക്കു ചെന്നു. ചാരുകസേരയിൽ കണ്ണുമടച്ചു കിടക്കുകയാണ് മാഷ്. മുഖം വിളറി വെളുത്തിരിക്കുന്നു. ആരോ ചോര ഊറ്റിക്കുടിച്ചതുപോലെ. അനക്കം കേട്ടു കണ്ണുതുറന്ന മാഷ് അവരെ ദയനീയമായി നോക്കി. നോട്ടമിടഞ്ഞപ്പോൾ അവർ വിങ്ങിപ്പൊട്ടി അകത്തേക്കോടി.

രണ്ട്

തിരിഞ്ഞും മറിഞ്ഞും കിടന്നു നേരം വെളുപ്പിച്ചു. ആയിശുമ്മയും ഉറങ്ങിയിട്ടില്ലെന്ന് മാഷ് അറിഞ്ഞിരുന്നു. എന്തേ ഉറക്കം വരുന്നില്ലേ എന്നു പക്ഷേ ചോദിച്ചില്ല. രണ്ടുപേരുടെയും കരളിൽ തീയാണെന്ന് ഇരുവർക്കും അറിയാം. രാത്രികൾക്ക് ഇനിമുതൽ പതിവിൽകൂടുതൽ നീളമായിരിക്കും. ക്ലോക്കിൽ മണിമുട്ടുന്നത് എണ്ണിക്കൊണ്ട് അങ്ങനെ കിടന്നു. അഞ്ചടിക്കുന്നത് കേട്ടപ്പോൾ ഒച്ചയുണ്ടാക്കാതെ എഴുന്നേറ്റു. അവൾ മയങ്ങുകയാണെന്നു തോന്നുന്നു. അയാൾ എണീറ്റത് അറിഞ്ഞിട്ടില്ല. മയങ്ങിക്കോട്ടെ. ഇന്നു രാവിൽ അവൾക്ക് തീരെ ഉറങ്ങാൻ കഴിഞ്ഞെന്നു വരില്ല.

പല്ലുതേച്ച് ഒളു എടുത്ത് കുളിമുറിയിൽനിന്ന് പുറത്തിറങ്ങിയപ്പോൾ പള്ളിയിൽ സുബഹി ബാങ്കുവിളി കേട്ടു. സുബഹിബാങ്കു കൊടുക്കുന്നതിനുമുമ്പുതന്നെയാണ് എന്നും എഴുന്നേൽക്കുക. പതിവുള്ള ഉന്മേഷത്തിനു പകരം കഠിനമായ ക്ഷീണം തോന്നി. നിസ്കരിക്കാൻ പോലും മടി. ഒരു കടമ നിർവ്വഹിക്കുംപോലെ നിസ്കാരം കഴിച്ചു.

എത്ര താമസിച്ചു കിടന്നാലും വൈകി ഉണരുന്ന പതിവില്ല. അയാളുണരുന്നതോടെ വീട് മുഴുവൻ ഉണരും. ഉമ്മയും ബാപ്പയും മക്കളും ഒന്നിച്ചാണ് സുബഹി നിസ്കാരം. അതു കഴിഞ്ഞ് അയാൾ മുസഅബുമായി ഇറയത്തിരിക്കുന്നു. കുട്ടികൾ പഠിക്കാനും അവരുടെ ഉമ്മ അടുക്കളയിലേക്കും ചെല്ലുന്നു. ഓർമ്മവെച്ചതിനു ശേഷം ആദ്യമായാണ് ഉറക്കമില്ലാത്ത ഒരു രാത്രി കണ്ടത്. രാവിന് നീളം കുറവാണെന്ന ധാരണയും മാറിയിരിക്കുന്നു. എന്നും നിസ്കാരം

കഴിഞ്ഞെത്തുമ്പോൾ ചൂടുള്ള ചായ മേശപ്പുറത്ത് അടച്ചു വെച്ചിരിക്കും. ചായ കാണാഞ്ഞപ്പോൾ മുറിയിൽ ചെന്നു നോക്കി. ആയിശുമ്മ നല്ല ഉറക്കം. പതിവുകളെല്ലാം തെറ്റുകയാണോ? വിളിച്ചുണർത്താൻ മനസ്സു വന്നില്ല. ഒച്ചയുണ്ടാക്കാതെ ഉമ്മറവാതിൽ തുറന്നു. ആകാശത്തിനു അപ്പോഴും ചാരനിറം. ഇരുട്ടും വെളിച്ചവും ഇടകലർന്ന ചാരനിറം. ഈറൻകാറ്റ് മുഖത്തേക്കടിച്ചപ്പോൾ ഉമ്മയെ ഓർത്തു. അതിരാവിലെ വീശുന്ന കാറ്റ് തട്ടിയാൽ എല്ലാ അസുഖവും മാറും. മനസ്സിനും ശരീരത്തിനും ബലം കിട്ടും.

“അവ്വല് സൊബയിക്ക് എണീറ്റാലുടൻ പൊരവാതില് തൊറന്നു വെക്കണം. അപ്പമൊരുപോരിശാക്കപ്പെട്ട കാറ്റടിക്കാനുണ്ട്. സുവർക്കത്തിൽനിന്നും വീശുന്ന കാറ്റാണത്. അത് പൊരന്റവുത്തുമുയുമൻ എത്തണം.”

ഉമ്മ എന്നും ഓർമ്മിപ്പിക്കുമായിരുന്നു. നേരാണെന്ന് പലപ്പോഴും തോന്നിയിരുന്നു. അതിരാവിലെയുള്ള ഇളംകാറ്റേൽക്കുമ്പോൾ പറഞ്ഞറിയിക്കാൻ കഴിയാത്തൊരു സുഖം തോന്നാറുണ്ട്. കുറ്റിയും കൊളുത്തും എത്താനായതുമുറ എന്നും പുലർച്ചയ്ക്ക് ഉമ്മറവാതിൽ തുറക്കാറുള്ളത് അയാളാണ്. ഉമ്മയെ ഓർക്കുമ്പോൾ മനസ്സ് എപ്പോഴും കലങ്ങും. കേളികേട്ട തറവാട്ടിലാണ് ഉമ്മ ജനിച്ചത്. ഉമ്മ വിവാഹപ്രായമായപ്പോഴേക്കും തറവാടിന്റെ ആണിക്കല്ല് ഇളകിയിരുന്നു. അതുകൊണ്ടാണ് സുഖക്കേടുകാരനാണെന്ന് അറിഞ്ഞിട്ടും ബാപ്പയ്ക്ക് ഉമ്മയെ നിക്കാഹ് കഴിച്ചു കൊടുത്തത്. വിവാഹം കഴിഞ്ഞതുമുതൽ കണ്ണീരൊഴുക്കാനേ ഉമ്മയ്ക്ക് നേരമുണ്ടായിരുന്നുള്ളു. ബാപ്പയുടെ വകയായി ഉമ്മയ്ക്ക് കിട്ടിയ ഏകസമ്പാദ്യമാണ് മകൻ. അയാൾ ചെറുതായിരുന്നപ്പോൾതന്നെ ബാപ്പ മരിച്ചു. വളരെ കഷ്ടപ്പെട്ടാണ് ഉമ്മ മകനെ വളർത്തിയത്. വലിയ തറവാട്ടിൽ പിറന്നതുകാരണം പുറത്തിറങ്ങി ജോലിചെയ്യാനും വയ്യ. ബാപ്പയുടെ വകയായി കിട്ടിയ പുരയും പറമ്പും മാത്രമായിരുന്നു ആകെ ഉണ്ടായിരുന്നത്. കൈക്കും കാലിനും കരുത്തായപ്പോൾമുതൽ അയാളും ജോലി ചെയ്യാൻ തുടങ്ങി. പാലുവിറ്റും കോഴി വളർത്തിയും ഉമ്മയും മോനും കുടിച്ചും കുടിക്കാതേയും ജീവിതം മുന്നോട്ടു തള്ളി. അന്നും ആരുടെയും ഓശാരത്തിനു പോയിട്ടില്ല.

മകന് ജോലികിട്ടി കല്യാണവും ആയതിനുശേഷമാണ് ഉമ്മ മരിച്ചത്. അവരെ അല്ലലേതും അറിയിക്കാതെ സുഖമായി വാഴിക്കണമെന്ന മോഹം മാത്രം പടച്ചവൻ സാധിപ്പിച്ചു തന്നില്ല. സുഖവും സൗകര്യവുമൊക്കെ ഉണ്ടാകുന്നതിനുമുമ്പേ അവർ പോയി. ഇന്നീ കാണുന്ന സമ്പത്തും സൗകര്യവുമൊക്കെ കഠിനമായി അധ്വാനിച്ച് ഉണ്ടാക്കിയതാണ്. മക്കൾ കഷ്ടപ്പെടരുതെന്ന ചിന്ത മാത്രമേ ഉണ്ടായിരുന്നുള്ളു. എന്നിട്ടും...

വെള്ളകീറിത്തുടങ്ങി. മുറ്റത്തെ മാവിൻകൊമ്പത്ത് കലപിലകൂട്ടുന്ന കാക്കയും കിളികളും.

ചിൽ ചിൽ എന്ന് അണ്ണാൻ. അടുക്കളയിൽ തട്ടുംമുട്ടും കേൾക്കാനുണ്ട്. നോക്കിക്കൊണ്ടിരിക്കെ വെയിൽനാളം മുറ്റത്തെത്തി. എന്നിട്ടും ആയിശുമ്മ ചായയുമായി എത്തിയില്ല. മനസ്സൊന്നു പിടഞ്ഞോ? ചെന്നു നോക്കാൻ പേടി തോന്നി. ചാരുകസേരയിൽ ചാരിക്കിടന്ന് കണ്ണടച്ചു.

"ചായ"

ഏതോ പാതാളത്തിൽനിന്ന് വിളിച്ചുപറയുന്നതുപോലെയാണ് തോന്നിയത്. ഞെട്ടി കണ്ണുതുറന്നു. ആയിശുവിന്റെ മുഖം കടലാസുപോലെ വിളറിയിരിക്കുന്നു. ഒന്നും ചോദിക്കാതെ ചായവാങ്ങി ചുണ്ടോടടുപ്പിച്ചു. കുറച്ചുനേരം കാത്തുനിന്നിട്ട് അവൾ ഒന്നും മിണ്ടാതെ അകത്തേക്കു നടന്നു. അല്പസമയം കഴിഞ്ഞപ്പോൾ ഉറക്കെയുള്ള ഖുറ്ആൻ പാരായണം കേട്ടു. മനസ്സിന് അടക്കം കിട്ടുന്നുണ്ടാവില്ല. ഓതിക്കഴിയുമ്പോൾ ചിലപ്പോൾ അവളുടെ മനസ്സ് ശാന്തമായേക്കാം. അയാൾക്ക് അതിനും ആവുന്നില്ല. മനസ്സ് തെളിഞ്ഞ ആകാശംപോലിരിക്കുമ്പോൾ വേണം മൂസഅബ് കൈയിലെടുക്കാൻ. എങ്കിലേ മനസ്സറിഞ്ഞ് ഓതാനാവൂ. മനസ്സിപ്പോൾ ഇരുണ്ട ഒരു കാടാണ്. വെളിച്ചത്തിന്റെ നേരിയ രേഖപോലും എങ്ങും കാണാനില്ല. കണ്ണെത്തും ദൂരമെല്ലാം ഇരുണ്ടുകിടക്കുന്നു. പെട്ടെന്ന് ഒരു സിംഹം അലറിക്കൊണ്ട് അയാളുടെ നേരെ ചീറി വരുന്നു. സിംഹത്തിനു ഫാത്തിമയുടെ മുഖം.

എന്റെ റബ്ബേ....

അറിയാതെ വിളിച്ചുപോയി.

"വിളിച്ചോ?"

ആയിശു വാതിൽക്കൽ വന്നു ചോദിച്ചു. വെറുതേ തലയാട്ടി. അവൾ വന്നതുപോലെ തിരിച്ചുപോയി.

എഴുന്നേറ്റ് മുറ്റത്തിറങ്ങി ഉലാത്തി. മനസ്സിനെ കൈപ്പിടിയിൽ ഒതുക്കാനുള്ള ശ്രമമായിരുന്നു നടത്തം. മനസ്സ് പിടിയിൽ ഒതുങ്ങാതെ പലവഴിക്കും പാഞ്ഞു. അടുക്കും ചിട്ടയുമില്ലാതെ എന്തെല്ലാമോ മനസ്സിൽ മിന്നി മറിഞ്ഞു. ഒച്ചയും അനക്കവും വെളിച്ചവുമില്ലാത്ത നാട്. മണ്ണെണ്ണ വിളക്കിൻ ചുവട്ടിലിരുന്നാണ് പഠിച്ചത്. അന്നന്നത്തേക്കുള്ള മണ്ണെണ്ണ വാങ്ങാൻ ഉമ്മയും പെട്ട പാട് കുറച്ചൊന്നുമല്ല. രാവിലെ കൊള്ളിക്കിഴങ്ങു പുഴുങ്ങിയതും കട്ടൻ ചായയും കുടിച്ച് മദ്രസയിലെത്തുന്നു. അതു കഴിഞ്ഞാൽ സ്കൂളിൽ സമയത്തിനെത്തണമെങ്കിൽ ശ്വാസംവിടാതെ ഓടണം. ഓടിയെത്തുമ്പോഴേക്കും കൊള്ളിക്കിഴങ്ങു ദഹിച്ചിരിക്കും. വയറ്റിൽ വിശപ്പിന്റെ മൂളൽ. ഉച്ചയ്ക്ക് കിണറ്റുവെള്ളംതന്നെ ശരണം. വേനൽക്കാലത്ത് പറങ്കിമാവിൻതോട്ടത്തിലും മാഞ്ചുവട്ടിലും അരിച്ചു പെറുക്കി നടന്ന് വിശപ്പടക്കും. എന്നിട്ടും നന്നായി പഠിച്ചു. പത്താംക്ലാസ് ജയിച്ചപ്പോൾ കേളപ്പൻമാഷാണ് ട്രയിനിങ്ങിനു ചേരാൻവേണ്ട ഒത്താശകൾ ചെയ്തുതന്നത്. അതു കഴിഞ്ഞയുടൻ ഇവിടത്തന്നെ ജോലിയും കിട്ടി.

മക്കളുടെ കാലമായപ്പോൾ നാട്ടിൽ വൈദ്യുതി എത്തി. അയാളും മറ്റു മാഷന്മാരും കിണഞ്ഞു ശ്രമിച്ചിട്ടാണ് കറന്റ് കിട്ടിയത്. മാളിയക്കൽ മൊയ്തുഹാജിയുടെ ഒത്താശയും സഹകരണവും ഉണ്ടായിരുന്നു. അന്നും ഇന്നും അങ്ങാടിയാണ് നാട്ടിന്റെ ജീവൻ. അങ്ങാടിക്ക് ഇന്നും കാതലായ മാറ്റമൊന്നും വന്നിട്ടില്ല. ഓലമേഞ്ഞ മൂന്നു മുറി പീടികകളാണ് അന്ന് അങ്ങാടിയിൽ ഉണ്ടായിരുന്നത്. ഒന്നിൽ കണാരന്റെ ചായപ്പീടിക. മറ്റത് കുട്ടിഹസ്സന്റെ പലചരക്കു പീടിക. മൂന്നാമത്തേത് എന്നും അടഞ്ഞുതന്നെ കിടന്നു. കുന്നത്ത് മമ്മത്ക്കയുടേതായിരുന്നു പീടിക മുറികൾ. മക്കൾ ഗൾഫിൽപോയി പണമയച്ചപ്പോൾ മമ്മത്ക്ക പീടിക കോൺക്രീറ്റിട്ടു. ഒന്നിൽ മൂപ്പർതന്നെ പലചരക്കുപീടികയും തുടങ്ങി. കുട്ടിഹസ്സൻ ക്ഷയംപിടിച്ചു മരിച്ചുപോയിരുന്നു. രണ്ടാമത്തേതിൽ കുനിയിൽ ചാത്തപ്പൻ മംഗളവിലാസം ഹോട്ടൽ തുടങ്ങി. ഉടമസ്ഥർ മാറുന്നതനുസരിച്ച് ഹോട്ടലിന്റെ പേരു മാറിക്കൊണ്ടിരിക്കുമെങ്കിലും ഹോട്ടലിലെ വിഭവങ്ങൾ ഒന്നുതന്നെ. മൂന്നാമത്തേതിൽ ഇപ്പോൾ കുട്ട്യേമി തേങ്ങാക്കച്ചവടം തുടങ്ങിയിരിക്കുകയാണ്. കുട്ട്യേമി നാട്ടിലെ പ്രമാണിയാണ്. നാട്ടുകാരുടെ തേങ്ങമുഴുവൻ വാങ്ങി ഉണക്കി കൊപ്പരയാക്കി കോഴിക്കോട്ടുകൊണ്ടു വിൽക്കുകയാണ് കുട്ട്യേമിയുടെ പ്രധാനപണി. നാട്ടിലെ പ്രധാനകൃഷി തെങ്ങാണ്. വയലുകളെല്ലാം നികത്തി തൈയ് നട്ടിരിക്കയാണ്. ഗൾഫുപണം വരാൻ തുടങ്ങിയതോടെ കുറേ കോൺക്രീറ്റുവീടുകൾ അങ്ങാടിക്കുചുറ്റും ഉയർന്നിട്ടുണ്ട്. മൂന്നുമുറി പീടികകൂടി പുതുതായി അങ്ങാടിയിൽ ഉണ്ടായിരിക്കുന്നു എന്ന് ഈയിടെ ആരോ പറയുന്നതുകേട്ടു. അങ്ങോട്ട് അധികമായി ചെല്ലാത്തതുകൊണ്ട് അങ്ങാടി വിശേഷങ്ങൾ വളരെ വൈകിയേ അയാൾ അറിയാറുള്ളു.

അങ്ങാടിയിൽനിന്നു അരമണിക്കൂർ നടന്നാൽ തീവണ്ടിയാപ്പീസായി. പണ്ട് ഈ നാട്ടുകാർക്ക് തെക്കോട്ടും വടക്കോട്ടുമുള്ള യാത്രയ്ക്ക് ഏകാശ്രയം ലോക്കൽ വണ്ടികളായിരുന്നു. രാവിലെ ആറരയ്ക്ക് തെക്കോട്ടേക്ക് ആദ്യവണ്ടിയെത്തും. എട്ടരയ്ക്കും പത്തരയ്ക്കും തെക്കോട്ടേക്കും തീവണ്ടിയുണ്ട്. അതുകഴിഞ്ഞാൽ മൂന്നരയ്ക്കേ ഉള്ളൂ. വടക്കോട്ടേക്കുമുണ്ട് ഇതുപോലെ നാല് വണ്ടികൾ. എല്ലാം കൃത്യസമയത്ത് കൂവിപ്പാഞ്ഞ് എത്തുമായിരുന്നു. നാട്ടുകാർ സമയം കണക്കാക്കിയിരുന്നത് തീവണ്ടിയുടെ ചൂളം കേട്ടാണ്. ഇന്ന് എല്ലാവരുടേയും കൈകളിൽ ഫോറിൻ വാച്ചുകൾ. ലോക്കൽ ട്രയിനുകൾ കുറഞ്ഞു. ഉള്ളത് സമയത്തിനു വന്നുചേരാറുമില്ല.

റെയിൽവേസ്റ്റേഷനുമുന്നിൽ നാഷണൽ ഹൈവേയിലാണ് "ആഫീസിന്റോട" എന്നു വിളിക്കുന്ന പ്രധാന ചന്ത. തീവണ്ടി ആഫീസിനടുത്തായതുകൊണ്ടാണ് ചന്തയ്ക്ക് ആപ്പീസിന്റോട എന്നു പേരു വന്നത്. അങ്ങാടിയിൽ കിട്ടാത്ത സാധനങ്ങളൊക്കെ അവിടെ കിട്ടും. ആഴ്ചതോറും കാലിച്ചന്തയും ഉണ്ടാകും. നാട്ടിലെ തൊഴിലില്ലാത്ത ചെറുപ്പക്കാരുടെ പ്രധാനവിനോദകേന്ദ്രമാണ് ചന്ത. ചന്തയ്ക്കു പിന്നിലെ

മൈതാനത്തിൽ വൈകുന്നേരം ചീട്ടുകളിയുടെ മേളം. കുട്ടികൾ ഫുട്ബോൾ കളിക്കുന്നതും അവിടത്തന്നെ. അയാൾ അന്നും ഇന്നും അങ്ങോട്ടു തിരിഞ്ഞു നോക്കാറില്ല.

വീട്ടിൽ നിന്ന് ഒരു മൈൽപടിഞ്ഞാറ് ചെന്നാൽ കടപ്പുറമായി. കടപ്പുറത്തുനിന്നാരംഭിക്കുന്ന ചെമ്മണ്ണുറോഡ് അന്നേയുണ്ട്. കുറച്ചു ചെന്നാൽ റോഡ് കുറുകെ മുറിച്ചുകൊണ്ട് നാട്ടുകാർ ആവി എന്നു വിളക്കുന്ന കൈത്തോട്. മഴക്കാലമായാൽ തോട് കര കവിയും. അപ്പോൾ നാട്ടുകാർ കൂട്ടമായി ആരവാരത്തോടെ കടപ്പുറത്തെത്തുന്നു. കടപ്പുറത്താണ് തോട് ചെന്നവസാനിക്കുന്നത്. അവിടെനിന്ന് ചാലുകീറി തോട്ടുവെള്ളം കടലിലേക്കൊഴുക്കുന്നു. ആവിമുറിക്കുക എന്നാണ് ഇതിനു നാട്ടുകാർ നല്കിയിരിക്കുന്ന പേര്. ആവി മുറിക്കുന്നവർക്ക് നാട്ടുകാരണവരായ മൊയ്തുഹാജിയുടെ വക വയറുനിറയെ ചായയും കനവുമുണ്ട്. കനമെന്നാൽ പലഹാരം.

തോടിനു കുറുകെ മൊയ്തുഹാജി സ്വന്തം വകയായി മരപ്പാലമിട്ടിരുന്നു. തോടിനിപ്പുറത്താണ് മൊയ്തുഹാജിയുടെ ഇരുനില മാളിക. തോടു കടക്കാതെ എങ്ങും പോകാൻ വയ്യ. മൊയ്തുഹാജിയുടെ മകൻ ഗവർമ്മെണ്ട് കോൺട്രാക്ടരായപ്പോൾ പുതിയ പാലം പണിതു. ഇരിക്കാൻ കൈവരികളുള്ള ഭംഗിയും ഉറപ്പുമുള്ള പാലം. കൈവരിയിലിരിക്കാൻ പക്ഷേ അന്നാട്ടുകാർ ധൈര്യപ്പെട്ടില്ല. പാലത്തിനു നേരെ മുന്നിലാണ് ഹാജിയുടെ വീട്. കടപ്പുറം മുതൽ തീവണ്ടിയാപ്പീസുവരെയുള്ള പറമ്പും പാടവും മുഴുവൻ ഹാജിയുടേതാണ്. ഹാജി വിധിക്കുന്നതാണ് നാട്ടുകാർക്ക് നിയമം. മാളികയ്ക്കുമുന്നിൽക്കൂടി ചെരിപ്പിട്ടു നടക്കാനുള്ള അവകാശം വളരെ കുറച്ചുപേർക്കേ ഉണ്ടായിരുന്നുള്ളു. മണൽവിരിച്ച വിശാലമായ മുറ്റത്ത് എന്നും കുടിയാന്മാരുടെയും കേസുവിചാരണയ്ക്കു വരുന്നവരുടേയും തിരക്ക്. മീൻകാർ ഉള്ളതിൽ മുന്തിയ മീൻ മാളികയിൽ എത്തിക്കണം. അല്ലെങ്കിൽ മീൻ കൊട്ടയോടെ തോട്ടിലെറിയും. ഒരിക്കൽ അങ്ങനെയൊരു കാഴ്ച നേരിട്ടു കാണാനിടയായി. വടകരയിൽ നിന്നെത്തിയ മീൻകാരൻ പോക്കർ, ഹാജിയാർ വിളിച്ചതു കേൾക്കാതെ മീൻകുട്ടയുമായി തീവണ്ടിയാപ്പീസിലേക്കു കുതിക്കുകയായിരുന്നു. എട്ടരവണ്ടി കിട്ടിയില്ലെങ്കിൽ മീൻ ചീഞ്ഞുപോകും. ഉടനെ ഹാജിയാരുടെ ഒന്നാം കാര്യസ്ഥൻ ബാവക്കാക്ക ഓടിച്ചെന്ന് പോക്കരുടെ കഴുത്തിനു പിടിച്ചു. മീൻകൊട്ട താഴെ വീണു. മത്തി നിലത്തു കിടന്നു പിടച്ചു. പോക്കരെ ഹാജിയുടെ മുന്നിൽ ഹാജരാക്കി.

"കൊടുക്കെടാ അവന്റെ നാഭിക്കു നോക്കി നാലു ചവിട്ട്."

ബാവക്കാക്ക കാലുയർത്തിയതും പുസ്തകസഞ്ചിയുമായി ഒരോട്ടമായിരുന്നു. എന്നും മദ്രസവിട്ടാൽ സ്കൂളിൽ പോകുന്നത് അതു വഴിയാണ്. മൊയ്തുഹാജി മൺമറഞ്ഞെങ്കിലും ഹാജിയുടെ ഇരുനിലമാളിക തന്റേടിയായ തറവാടിയെപ്പോലെ ഇന്നും തലയുയർത്തിപ്പിടിച്ചുതന്നെ

നില്ക്കുന്നു. അതിനകത്തെ മഹിമകൾ ചെറുപ്പം മുതൽ കേൾക്കാറുണ്ട്. നിലത്ത് പാകിയിരിക്കുന്നത് പൂപ്പണിയുള്ള ഇഷ്ടിക. ഈട്ടിയിൽ തീർത്ത വാതിലുകളിൽ ചിത്രപ്പണി. ഓരോ അറയ്ക്കും ഓരോ വീടിന്റെ വലിപ്പം. മരസാമാനങ്ങളുടെ അതിശയം പറയാനുമില്ല. പറയുമ്പോൾ ഉമ്മയ്ക്ക് അഭിമാനം. മൊയ്തുഹാജി ഉമ്മയുടെ വകയിലൊരു കാരണവരായി വരുമത്രേ. ബാപ്പ മരിച്ചതിനുശേഷം എല്ലാ പെരുന്നാളുകൾക്കും ഹാജിയുടെ വകയായി ഉമ്മയ്ക്കും അവനും കോടി എത്തിക്കുന്നത് ഓർമ്മയുണ്ട്. കൂടെ സക്കാത്തിന്റെ പണവുമുണ്ടാകും. ഹാജി മരിക്കുന്നതുവരെ അത് തുടർന്നിരുന്നു. അവിടത്തെ കുട്ടികൾ പളപളെത്തിളങ്ങുന്ന പട്ടുകുപ്പായവും കാലുറയും ബൂട്ട്സുമൊക്കെയിട്ട് വെള്ളക്കുതിരവലിക്കുന്ന കുതിരവണ്ടിയിലാണ് സ്കൂളിലെത്തുക. മറ്റുകുട്ടികളെപ്പോലെ അയാളും അവരിൽനിന്ന് അകന്നുതന്നെ നിന്നു.

ചെമ്മണ്ണുറോഡിനിരുവശത്തും ഹാജിയുടെ തെങ്ങിൻതോപ്പുകൾ. തോട്ടിൻകരയിലെ പാടം ഹാജിയുടെ മക്കൾ മണ്ണിട്ടുനികത്തിതെങ്ങിൻതൈ നട്ടു. മുമ്പ് മകരത്തിലും കന്നിയിലും പാടം വിളഞ്ഞു പഴുത്തു നില്ക്കുമായിരുന്നു. കുറച്ചുകൂടി മുന്നോട്ടു പോയാൽ റെയിൽവേ ഗേറ്റായി. ഗേറ്റു കടന്ന് തെക്കോട്ടു അല്പദൂരം ചെന്നാൽ തീവണ്ടിയാപ്പീസായി. വടക്കുവശം മുഴുവൻ തെങ്ങിൻതോപ്പാണ്. പറമ്പിനിടയിൽ ഇടയ്ക്കിടെ ചെളിക്കുളങ്ങൾ. റെയിൽവേ ഗേറ്റു കടന്നാൽ ചാത്തപ്പന്റെ ചായപ്പീടിക. ചെമ്മണ്ണ് റോഡ് തെങ്ങിൻതോപ്പുകൾക്കിടയിൽക്കൂടി വീണ്ടും മുന്നോട്ട് ചെന്ന് നാഷണൽഹൈവേയിൽ അവസാനിക്കുന്നു. അവിടെയുമുണ്ട് ചെറിയൊരങ്ങാടി. പഞ്ചായത്ത് ആപ്പീസും അവിടത്തന്നെ. അതുകൊണ്ടുതന്നെ അത് അങ്ങാടിയല്ല, ‘‘പഞ്ചായത്തിന്റാട”യാണ്. നാഷണൽഹൈവേയിൽക്കൂടി തെക്കോട്ടു പോയാൽ കോഴിക്കോട്. വടക്കോട്ടുപോയാൽ തലശ്ശേരി. അന്ന് അത്രയുമേ അറിയുമായിരുന്നുള്ളു.

തോട്ടിൻകരയുള്ള ഹാജിയാരുടെ തെങ്ങിൻതോപ്പ് അവസാനിക്കുന്നിടത്താണ് വീട്. ഹാജിയുടെ പറമ്പിൽക്കൂടി അല്ലാതെ വീട്ടിലെത്താൻ മറ്റുവഴിയൊന്നുമില്ല. അതിലേ ഒരു റോഡുവെട്ടിക്കാനുള്ള ശ്രമം ഹാജി മരിക്കുന്നതുവരെ വിജയിച്ചില്ല. ഹാജിയുടെ ആൺമക്കൾ പഠിപ്പും വിവരവുമുള്ളവരും പുരോഗമനചിന്താഗതിക്കാരുമായിരുന്നു. നാട്ടുകാർ ചെന്നുകണ്ട് അപേക്ഷകൊടുത്തപ്പോൾ അവർ റോഡിനു സ്ഥലം വിട്ടുതരാൻ തയ്യാറായി. ഇന്ന് കാർ വീട്ടുമുറ്റം വരെ എത്തും. അതുകൊണ്ട് അവർക്കും ഗുണമുണ്ടായി. അവരുടെ സ്ഥലത്തിനും വില ഇരട്ടിച്ചു.

ആ നാട്ടിൽ ആദ്യമായി പറമ്പ് അതിരിട്ട് ചുറ്റുവേലി കെട്ടിയത് അയാളാണ്. ഇവിടെ അങ്ങനെ ഒരിടപാടേ ഉണ്ടായിരുന്നില്ല. ഒരാളുടെ വീട്ടുമുറ്റത്തുകൂടിവേണം മറ്റൊരാളുടെ വീട്ടിൽ ചെന്നു കയറാൻ. കാലികളുടെ ശല്യം സഹിക്കാതെയാണ് വേലി കെട്ടിയത്. നാലു

തെങ്ങിൻതൈ വെച്ചാൽ വളരാൻ ആടും പശുവും സമ്മതിക്കില്ല. അന്യന്റെ മുതൽ നശിപ്പിക്കുന്നതിൽ നാട്ടുകാർക്ക് ഒരു കുറ്റബോധവുമില്ലതാനും. ഓലയും തേങ്ങയും പെറുക്കി കൊണ്ടുപോകുന്നതു കണ്ടാലും ഒന്നും ചോദിക്കരുത്. ചോദിച്ചാൽ തെറ്റായി, പിണക്കമായി എല്ലാവരും തമ്മിലറിയുന്നവർ. മിക്കവരും ബന്ധുക്കൾ. ഒന്നും മിണ്ടാനും പറയാനും വയ്യ. തോട്ടിൻകരയിൽ ഹാജിയുടെ കൊയ്ത്തുക്കാരും കുടിയാന്മാരുമായ തീയരാണ്. നാട്ടിലെ കൃഷിപ്പണി ചെയ്യുന്നതും അവർതന്നെ. കൃഷിപ്പണിക്കായി ഹാജിയുടെ പൂർവ്വികർ ആവിക്ക് അക്കരെ നിന്ന് കൊണ്ടുവന്നു താമസിപ്പിച്ചവരാണ് തീയർ. എങ്കിലും എല്ലാവരും വളരെ സൗഹൃദത്തിലാണ് അന്നും ഇന്നും കഴിയുന്നത്. വഴക്കും വക്കാണവും ഇടയ്ക്കു പതിവാണെങ്കിലും പെട്ടെന്നു രമ്യതയിലാകും.

കടപ്പുറത്ത് റോഡിൽനിന്ന് കുറച്ച് അകത്തോട്ടുമാറി പള്ളി. രണ്ടു നിലയും മച്ചുമുള്ള പള്ളി പണിയിച്ചത് മൊയ്തുഹാജിയുടെ ഉപ്പാപ്പയാണത്രേ. മാളികവീട്ടുകാർ ഓരോരുത്തരായി പട്ടണത്തിലേക്കു ചേക്കേറിയപ്പോൾ പള്ളിയുടെ ഭരണം നാട്ടുകാരുടെ കൈയിലായി. ഇപ്പോൾ കുറേക്കാലമായിട്ട് അയാളാണ് പള്ളിക്കമ്മറ്റി പ്രസിഡണ്ട്. മാളികവീടു വാങ്ങി പ്രമാണിയാകാൻ പലരും ശ്രമിച്ചതാണ്.പക്ഷേ വീടുവില്ക്കാൻ മൊയ്തുഹാജിയുടെ മക്കൾ ഇന്നും തയ്യാറല്ല. വർഷാവർഷം അറ്റകുറ്റപ്പണികളൊക്കെ നടത്തി ചായംപൂശി മാളികവീട് ഇന്നും അവർ ഭംഗിയായിത്തന്നെ സൂക്ഷിക്കുന്നു. കുറച്ചു പാടവും തോപ്പുമൊക്കെ വിറ്റെങ്കിലും അവർക്ക് നാട്ടിൽ ഇപ്പോഴും സ്വത്തുക്കളുണ്ട്. അതു നോക്കിനടത്താൻ കാര്യസ്ഥന്മാരേയും നിയമിച്ചിട്ടുണ്ട്. മാസത്തിലൊരിക്കൽ തേങ്ങയിടാൻ ഹാജിയുടെ ഇളയ മകൻ എത്താറുണ്ട്.

വിശാലമാണ് പള്ളിപ്പറമ്പ്. കുറ്റിച്ചെടികൾ നിറഞ്ഞ പള്ളിപ്പറമ്പിലെത്തുമ്പോൾ ചെറുപ്പത്തിൽ മുട്ടു വിറയ്ക്കുമായിരുന്നു. പള്ളിപ്പറമ്പിൽ മരിച്ചുപോയവരുടെ റൂഹുകൾ അലഞ്ഞുനടക്കുമെന്ന് പണ്ടെപ്പോഴോ ഉമ്മ പറഞ്ഞിരുന്നു. അതോടെയാണ് പള്ളിപ്പറമ്പ് പേടിസ്വപ്നമായത്. ഏതു വേനലിലും വറ്റാത്ത ഒരു കുളവുമുണ്ട്. വെള്ളത്തിനു പച്ച നിറം. മീതെ നെയ്യ് ഊറിക്കിടക്കുന്നതുപോലെ തോന്നും. നാട്ടിലെ ചെറുപ്പക്കാർ കുളത്തിലേക്കു കൂപ്പുകുത്തി നീന്തിത്തുടിക്കുന്നത് കാണുമ്പോൾ അറപ്പാണ് തോന്നാറ്. പള്ളിപ്പറമ്പിലെ കുറ്റിച്ചെടികൾക്കിടയിലാണ് കുറുക്കന്മാരുടെ വാസം. സന്ധ്യമയങ്ങി ഇരുട്ടുപരക്കുമ്പോൾ അവ പുറത്തിറങ്ങി ഓലിയിടാൻ തുടങ്ങും. ഇക്യേ പിക്യേ കൂകൂ..... കേൾക്കുമ്പോൾ നിസ്കാരപ്പായിലിരിക്കുന്ന ഉമ്മയുടെ മടിയിൽ തലപൂഴ്ത്തും.

“ഇഞ്ചി ഒരാങ്കുട്ടി അല്ലേടാ? എത്രകാലം ഉമ്മാന്റെ പള്ളന്റെ

കീയില് ഒളിക്കും. കുറുക്കന്മാർ അയിന്റെ കുട്ട്യേളെ കഞ്ഞികുടിക്കാൻ വിളിക്കുന്നതാ. പോക്കരേ, മമ്മതേ ബാ..ബാന്ന്... അത് ഞമ്മളെയൊന്നും ചെയ്യൂലാ. ചെന്നു പഠിച്ചോ."

നാട്ടുകാരുടെ കോഴികളാണ് കുറുക്കന്റെ അത്താഴം. ആട്ടിൻകുട്ടികളെയും ചിലപ്പോൾ കടിച്ചെന്നു വരും. നാട്ടുകാർ വിളക്കും വടിയുമായി എത്തുമ്പോഴേക്കും കുറുക്കന്മാർ ഇരയുമായി കുറ്റിക്കാട്ടിൽ ഒളിച്ചിരിക്കും. ഒരേക്കർവരും പള്ളിപ്പറമ്പ്. അതിനുചുറ്റും മുമ്പ് വീടുകളൊന്നുമില്ലായിരുന്നു. ഈയിടെ ആയിട്ടാണ് ലക്ഷം വീട് കോളനി ഉയർന്നു വന്നത്. അതോടെ അവിടെയും വെട്ടവും വെളിച്ചവും ഒച്ചയും അനക്കവുമായി. നാനാദേശത്തുനിന്നു വന്നവരാണ് അവിടെ താമസം. നാട്ടുകാർ കുറച്ചേയുള്ളു. സ്ത്രീകളുടെ തമ്മിൽത്തല്ലും പുലയാട്ടുപറച്ചിലും കാരണം ഇപ്പോൾ ആ വഴി നടക്കാൻ കഴിയാതായിരിക്കുന്നു. അതിനടുത്തായി കുറച്ചു സ്ഥലമുണ്ടായിരുന്നത് നേരത്തെ വിറ്റതു നന്നായി എന്ന് ഇപ്പോൾ തോന്നുന്നു. ഫാത്തിമയുടെ കല്യാണാവശ്യത്തിനായി അതു വിറ്റപ്പോൾ വല്ലാത്ത വേദനയായിരുന്നു.

കടപ്പുറത്തെ പാണ്ടികശാല വീടാണ് മൊയ്തുഹാജിയുടെ തറവാട്. മാവോട് പാകിയ നടുമുറ്റവും ഇരുട്ടറയുമുള്ള വലിയ കെട്ടിടം. പകിട്ടു കുറവാണെങ്കിലും പരന്നങ്ങനെ കിടക്കുന്നു. സ്ത്രീകൾക്ക് പ്രത്യേകം നാലുകെട്ടും പടിപ്പുരയും. ആണുങ്ങൾക്കു വേറെ ഭാഗം. മുൻവശത്ത് കച്ചവടാവശ്യത്തിനായി നിരക്കനെ ആപ്പീസുമുറികൾ. മുറ്റത്തിരുന്നാൽ കടലിരമ്പുന്നത് കാണാം. മൊയ്തുഹാജിയുടെ പൂർവ്വികർക്ക് അറബിനാടുകളുമായി കച്ചവടബന്ധമുണ്ടായിരുന്നത്രേ. പുറത്തെ മുറികളിൽ എന്നും വിദേശികൾ തങ്ങിയിരുന്നു. കച്ചവടം നടത്തുന്നതും അവിടെവെച്ചുതന്നെ. അങ്ങനെയാണ് പാണ്ടികശാല ആയത്. അവിടത്തെ നാലുകെട്ടുകളിലെ ഇരുട്ടറകളിൽ ചെമ്പുകലങ്ങളിൽ സ്വർണ്ണ നാണയം കുഴിച്ചിട്ടിട്ടുണ്ടത്രേ. അവയ്ക്കു കാവലിനായി നാഗത്താന്മാരുമുണ്ടെന്നാണ് നാട്ടുകാർ പറയുന്നത്. തറവാട്ടിലെ പലരും നിധി കുഴിച്ചെടുക്കാനുള്ള ശ്രമത്തിനിടയിൽ പാമ്പുകടിയേറ്റു മരിച്ചതായും പറഞ്ഞു കേട്ടിട്ടുണ്ട്. എത്രത്തോളം സത്യമുണ്ടെന്നു തിട്ടമില്ല. ആ വീട് കാണുമ്പോൾ അറബിക്കഥകളിലെ ഭൂതത്താന്മാരെ ഓർമ്മവരും. ഇപ്പോൾ പഴയവീടിന്റെ പലഭാഗങ്ങളും പൊളിച്ച് ചെറിയ ചെറിയ വീടുകളാക്കിയിരിക്കയാണ് അവകാശികൾ. അതിലെ താമസക്കാർ പലരും അത്താഴപ്പട്ടിണിക്കാരാണ്. എന്നാലും അതൊന്നും അവർ പുറത്തറിയിക്കാറില്ല. ആ ഭാഗത്തുള്ള കടപ്പുറം അവരുടെ തറവാട്ടു സ്വത്താണത്രേ. അവിടെ അവർ തെങ്ങുവെച്ചിട്ടുണ്ട്. അവിടെ മീൻപിടുത്തവുമില്ല.

അവിടന്നു തെക്കോട്ടുപോയാൽ തെക്കേക്കടപ്പുറം. തീരംനിറയെ തോണികൾ. പൊട്ടിപ്പോയ വലകൾ. തുന്നിക്കെട്ടുന്ന വലക്കാരുടെ

ചീഞ്ഞളിഞ്ഞ തമാശകൾ. തണ്ടും തടിയുമുള്ള ആണുങ്ങളും നാക്കി നെല്ലില്ലാത്ത പെണ്ണുങ്ങളും. അവരാണ് കടപ്പുറക്കാർ എന്നറിയപ്പെടുന്ന മത്സ്യത്തൊഴിലാളികൾ. അവരും ഇസ്ലാമീങ്ങളാണെങ്കിലും അങ്ങാടി യിലെ സ്ഥാനികളായ മുസ്ലീംകൾ അവരുമായി കെട്ടുബന്ധം നടത്താറി ല്ല. മുമ്പും അവിടെ തീപുകയുന്ന പകലുകൾ കുറവായിരുന്നു. ഗൾഫു പണത്തിന്റെ ഒഴുക്കു തുടങ്ങിയതോടെ കടപ്പുറക്കാർക്കു ഭാഗ്യമുദിച്ചു. ചെറുപ്പക്കാർ കൂട്ടത്തോടെ ഗൾഫിലേക്കു പോയിത്തുടങ്ങി. കിട്ടുന്ന പണം മുഴുവൻ ധൂർത്തടിച്ചു ചെലവാക്കുന്നവരാണ് കടപ്പുറക്കാർ. അറ ബിയുടെ അടുക്കളപ്പണിചെയ്യുന്നവനും നാട്ടിലെത്തിയാൽ കോട്ടും സൂട്ടുമണിഞ്ഞാണ് നടപ്പ്. കാണാൻ വരുന്നവർക്കെല്ലാം കൈനിറയെ സമ്മാനം. തിടുക്കക്കാർക്ക് പണം കടംകൊടുക്കാനും മടിയില്ല. നാട്ടു കാർക്ക് കൊട്ടിപ്പാടാൻ കുറേ ദിവസത്തേക്ക് വിഷയം അതുമാത്രമായി രിക്കും.

"ഞമ്മളെ തോണിക്കാരൻ അവറാന്റെ മോൻ ലീവിനു ബന്നിക്ക്. എത്തരയാ പെട്ടികള്! ഇപ്പം കണ്ടാ സായിബിനെപ്പോലെയുണ്ട്. എന്താ നെറം? എന്താ തടി? എനക്കും തന്നു ഒരു കുപ്പായത്തുണി."

നാട്ടിലെ ന്യൂസ് ഏജന്റായ ശിപായിക്കുഞ്ഞാമിന ന്യൂസെത്തിക്കു ന്നതോടെ അവറാന്റെ മോനുചുറ്റും ലോഹ്യക്കാരുടെ പട. അടുക്കള യിൽ വറക്കലും പൊരിക്കലും തിരക്കോട് തിരക്ക്. വരുന്നവർക്കെല്ലാം വിരുന്ന്. തിരിച്ചുപോകാൻനേരം അവന്റെ കീശ കാലി. വഴിച്ചെലവിനു ചിലപ്പോൾ ഭാര്യയുടെ പണ്ടം പണയം വയ്ക്കേണ്ട ഗതികേടിലാവു കയും ചെയ്യും. അവൻ പോയിക്കഴിഞ്ഞാലും നാട്ടുകാർ അവന്റെ പോരിമ പറഞ്ഞുകൊണ്ടേയിരിക്കും. അടുത്ത ദുബായിക്കാരൻ നാട്ടിലെ ത്തുന്നതോടെ അവറാന്റെ മകനെ നാട്ടുകാർ മറക്കുന്നു.

കൈയിലുണ്ടെങ്കിൽ പെരുന്നാള്. അല്ലെങ്കിൽ പട്ടിണി. അതാണ് നാട്ടാരുടെ രീതി. കോയക്കുട്ടിമാഷ് അതിൽനിന്നെല്ലാം വിഭിന്നമായാണ് കഴിഞ്ഞുപോന്നത്. എന്നും ഒരേരീതിയിൽ ജീവിച്ചുപോന്നു. ധാരാ ളിത്തം കാണിച്ച് ശുജായി ചമയാൻ മിനക്കെടാറില്ല.

"കോയക്കുട്ടി മാഷിനെപ്പോലത്തെ ഒരറുക്കീസ് ഇദ്ദുനിയാവിലില്ല കൂട്ടരേ. ഇല്ലാത്ത കാലത്ത് അരിഷ്ടിച്ച് കയിഞ്ഞത് മനസ്സിലാക്കാം. ഇപ്പം മക്കളെല്ലാം നല്ല നിലയിലായി. എന്നാലെങ്കിലും നീണ്ടുനീർന്ന് കയിഞ്ഞൂടെ? ഊഹും. ഇപ്പളും മാങ്ങും രണ്ടുറുപ്യന്റെ മത്തി."

പലരും പരിഹസിച്ചു പറയാറുണ്ട്. നാട്ടുകാരുടെ ഇടയിൽ മഹിമ കാണിച്ചു മുടിഞ്ഞവരാണ് ഇവിടത്തെ സ്ഥാനികളിൽ അധികം പേരും. പറമ്പും പാടവും തീറെഴുതി കല്യാണവും മരണാടിയന്തിരങ്ങളും പൊടി പൊടിച്ചു നടത്തും. നാടടക്കി കല്യാണം വിളിക്കും. അതുകഴി ഞ്ഞാൽ രണ്ടും മൂന്നും ദിവസത്തെ സത്കാരങ്ങൾ. എല്ലാറ്റിലും ആർഭാടം. താങ്ങാൻ കഴിയാത്ത സ്ത്രീധനം കൊടുക്കാമെന്ന് വാക്കു

കൊടുത്താണ് കല്യാണമുറപ്പിക്കുന്നത്. ആർഭാടങ്ങൾക്കിടയിൽ അതു മറക്കുന്നു. പക്ഷേ പുതിയാപ്ലവീട്ടുകാർ അക്കാര്യം മറക്കില്ല. പിന്നെ അതിനെച്ചൊല്ലി വാക്കുതർക്കം. വരൻ പിണങ്ങി പോവുന്നു. പാവം പെൺകുട്ടിക്ക് എന്നും കണ്ണുനീർ ബാക്കി. ഇതൊന്നും കോയക്കുട്ടി മാഷ് അനുകരിക്കാറില്ല.

അതുകൊണ്ടുതന്നെ നാട്ടുകാർ അധികം അടുപ്പം കാണിക്കാറില്ല. പെൺകുട്ടികളെ കോളേജിൽ അയക്കുന്നു എന്നു പറഞ്ഞ് കുറേപ്പേർ വാളെടുത്തതാണ്. കുലുങ്ങിയില്ല. പഠിപ്പുകഴിഞ്ഞപ്പോൾ അവർക്കിണങ്ങിയ ഭർത്താക്കന്മാരെ കണ്ടുപിടിക്കാനും കഴിഞ്ഞു. കോയക്കുട്ടി മാഷുടെ പെൺമക്കൾ ഇതുവരെ പേരുദോഷമൊന്നും കേൾപ്പിച്ചിട്ടില്ല. ആലോചന അവിടെ എത്തിയപ്പോൾ പെട്ടെന്നൊരു വിറയൽ. കുളിരുന്നുണ്ടോ? അല്ല, ഉള്ളം പുകയുന്നു. ദേഹം വിയർക്കുന്നു. തൊണ്ട വരളുന്നു. മുറ്റത്ത് വെയിൽ പരന്നിരിക്കുന്നു. നടത്തം മതിയാക്കി ചാരുകസേരയിൽ ചെന്നിരുന്നു. അല്പം ആശ്വാസം തോന്നി.

"ഇങ്ങനെ ഇരുന്നാലോ? പീട്യ തുറക്കണ്ടെ?"

"ആ ചെക്കനോട് ചെന്നു തൊറക്കാൻ പറ."

"എന്നാ ചെന്നു കുളിക്ക്. വെള്ളം ചൂടാക്കീട്ടുണ്ട്."

ഭർത്താവിന് അനക്കമില്ലെന്നു കണ്ടപ്പോൾ ആയിശുമ്മ അകത്തേക്കു വലിഞ്ഞു.

മനസ്സ് വീണ്ടും പുറകോട്ടുപോയി. പഞ്ചായത്താപ്പീസിന്റെ മുന്നിലുള്ള എൽ പി സ്കൂളിലാണ് നാലാം ക്ലാസ്സുവരെ പഠിച്ചത്. ആദ്യമായി മാഷായി ചേർന്നതും അവിടത്തന്നെ. പെൻഷനാകുന്നതുവരെ അവിടത്തന്നെയായിരുന്നു. മക്കൾ പഠിച്ചതും അവിടത്തന്നെ. ഈ ചുറ്റുവട്ടത്തെ കുട്ടികൾ ഇന്നും പഠിക്കുന്നത് ആ സ്കൂളിൽ തന്നെയാണ്. ഓലമേഞ്ഞ ഷെഡ്ഡുകൾ മാറ്റി ഓടിട്ടത് ഈയിടെയാണ്. അന്നിവിടെ ഹൈസ്കൂളുണ്ടായിരുന്നില്ല. തീവണ്ടിയൽ കയറിവേണം സ്കൂളിലെത്താൻ. എട്ടരവണ്ടിക്കു പോയാൽ നാലരവണ്ടിക്ക് തിരിച്ചെത്തും. ശനിയും ഞായറും തെങ്ങിനു വളമിടാനും ചുമട്ടുപണിക്കുമൊക്കെ പോകും.

"ഒരു തറവാട്ടുകാരനായിട്ട് ഓനിക്ക് ഉളുപ്പുണ്ടോ ഇപ്പണിക്ക് പോകാൻ"

തറവാട്ടുകാരായ ബന്ധുക്കളുടെ പരിഹാസം ചെവിക്കൊണ്ടതേയില്ല. പണിക്കുപോകാതെ വീട്ടിലിരുന്നാൽ വണ്ടിക്കൂലിക്ക് കാശ് ആരു തരും? ഒന്നും ആരോടും ഉറക്കെ ചോദിച്ചില്ല. പാഴ്ഭൂമിയായി കിടന്നിരുന്ന വീട്ടുപറമ്പ് വെട്ടിയും കിളച്ചും തൈനട്ടും തോട്ടമാക്കി. കൈയിൽകിട്ടുന്ന കാശ് സൂക്ഷിച്ചു ചെലവാക്കി. മിച്ചം വന്നത് കൂട്ടിവെച്ച് തേങ്ങാക്കച്ചവടം തുടങ്ങി. തേങ്ങ വാങ്ങി കൊപ്പരയാക്കി പട്ടണത്തിൽ കൊണ്ടുചെന്നു വില്ക്കും. എല്ലാം ഒറ്റയ്ക്കുതന്നെ ചെയ്തു.

അയിശു എന്തിനും സഹായമായി കൂടെനിന്നു. തറവാട്ടുകാർക്ക് ഇങ്ങനെയൊക്കെ ആകാമോ എന്നായിരുന്നു നാട്ടുകാരുടെ ചോദ്യം. തറവാട്ടുകാരായ ആണുങ്ങൾ തേങ്ങ പറിച്ചു വിറ്റുകഴിയും. തിടുങ്ങുമ്പോൾ പറമ്പു വില്ക്കുകയോ പണയം വെയ്ക്കുകയോ ചെയ്യും അല്ലാതെ വെട്ടാനും കിളയ്ക്കാനുമൊന്നുമിറങ്ങില്ല.

മക്കളെയും ആ ചിട്ടയിൽ തന്നെയാണ് വളർത്തിയത്. എല്ലാ പണികൾക്കും അവരേയും കൂടെ കൂട്ടും. സ്കൂളിൽ പോകുന്നതുവരെ എല്ലാവരും ഒന്നിച്ച് പറമ്പിൽ പണിയെടുക്കും. സ്കൂൾ വിട്ടാൽ ഉടനെ വീട്ടിലെത്തണം. മറ്റുകുട്ടികളുടെ കൂടെ കൂത്താടി നടക്കാൻ അനുവദിക്കാറില്ല.

“ബാപ്പ ചെറുപ്പത്തിലേ വീട്ടിനുള്ളിൽ അടച്ചു വളർത്തി. ഇപ്പോൾ അതുതന്നെ ശീലമായി. ജോലി കഴിയുന്നതും വീട്ടിലെത്താൻ തിടുക്കമായി. അതുകൊണ്ടുതന്നെ കൂട്ടുകാരും അധികമില്ല.” മൂത്തമകൻ സലാം ഇപ്പോഴും പറയാറുണ്ട്.

മക്കൾ മുതിർന്നപ്പോൾ ഇവിടെ ഹൈസ്കൂളായി. സലാം ബാപ്പ പറയുന്നത് തെറ്റി നടക്കില്ല. നന്നായി പഠിക്കുകയും ചെയ്യും. അഷറഫ് ചെറുപ്പത്തിലേ പഠിക്കാൻ മോശമായിരുന്നു. എങ്കിലും എന്തു പണി ചെയ്യുന്നതിനും ഒരു മടിയുമില്ല. തേങ്ങ വെട്ടാനും കൊപ്പര ഉണക്കാനുമൊക്കെ രണ്ടുപേരും കൂടെ ഉണ്ടാകും

ഫാത്തിമ മിടുക്കിയായിരുന്നു. നല്ല മാർക്കോടെ പത്താംക്ലാസ്സ് പാസായപ്പോൾ കോളേജിലയക്കാതിരിക്കാൻ കഴിഞ്ഞില്ല. ഹോസ്റ്റലിൽ നിർത്തിയാണ് പഠിപ്പിച്ചത്. എന്നുമുള്ള പോക്കുവരവ് ഉചിതമായി തോന്നിയില്ല. രണ്ടാഴ്ചകൂടുമ്പോൾ സലാമോ അഷറഫോ ചെന്ന് വിളിച്ചുകൊണ്ടുവരും. തല മറച്ച് വളരെ അടക്കത്തിൽ നടക്കണമെന്ന് എപ്പോഴും ഓർമ്മിപ്പിക്കാനും മറന്നില്ല. കല്യാണം കഴിയുന്നതുവരെ അവൾ അനുസരണക്കേടൊന്നും കാണിച്ചിട്ടുമില്ല.

ഫാത്തിമയുടെ ഭർത്താവ് അബ്ദുള്ള പഠിപ്പുള്ളവൻ. പരിഷ്കാരി. പരിഷ്കാരം കുറച്ചുകൂടിപ്പോയില്ലേ, ഇതു വേണമോന്ന് സംശയം തോന്നാതിരുന്നില്ല. സലാം നിർബന്ധിച്ചാണ് ആ കല്യാണം നടത്തിയത്. ഇത്ര നല്ലൊരു ബന്ധം നമുക്കു വേറെ കിട്ടിയെന്നു വരില്ല. ഇപ്പോൾ പുരുഷന്മാരൊക്കെ ഇങ്ങനെയൊക്കെത്തന്നെയാണ് എന്നൊക്കെ അവൻ പറഞ്ഞപ്പോൾ എതിർത്തതുമില്ല. ഇതുവരെ കുഴപ്പമൊന്നുമുണ്ടായിട്ടില്ല. നാട്ടിൽ അധികകാലം താമസിക്കാത്തതുകൊണ്ട് അവരുടെ ജീവിതത്തെക്കുറിച്ച് വലുതായൊന്നും അറിയാറില്ല. വിവാഹം കഴിഞ്ഞതും അവൻ അവളെ ഗൾഫിലേക്കു കൊണ്ടുപോയി. ഇവിടെ നിന്നും പോകുംമുമ്പേ അവൻ അവളെ ആകെയൊന്നു പരിഷ്കരിച്ചിരുന്നു. സാരികൊണ്ടു തലമൂടുന്ന പതിവു മാറ്റി. അവളാണെങ്കിൽ അതുമായൊക്കെ പെട്ടെന്ന് ഇണങ്ങിച്ചേരുകയും ചെയ്തു. കല്യാണം കഴി

ഞ്ഞാൽപിന്നെ കെട്ടിയവന്റെ അധികാരം. അതുകൊണ്ട് അവരുടെ കാര്യത്തിൽ തലയിടാൻ പോകാറില്ല. മോനെ പ്രസവിച്ചു പോയതിൽപിന്നെ നാട്ടിൽ വന്നിട്ടുമില്ല. ഇപ്പോൾ ഏതുരൂപത്തിലാണാവോ തിരിച്ചെത്തുക! ആലോചിക്കുമ്പോൾ ഭയം തോന്നുന്നു.

നാട്ടുകാരുടെ മുമ്പിൽ തലകുനിക്കാൻ ഇടയാകാതിരുന്നാൽ മതി. ചുറ്റും അസൂയക്കാരാണ്. എന്തു പറഞ്ഞുണ്ടാക്കാനും മടിയില്ലാത്തവർ. ചിക്കിയും പരത്തിയും നടന്നിട്ടും ഇതുവരേ അവർക്ക് കാര്യമായി ഒന്നും കിട്ടിയിരുന്നില്ല. ഏതായാലും അവളെ ഇവിടെ നിർത്തുന്നത് ശരിയാണെന്നു തോന്നുന്നില്ല. നാളെ രാവിലെതന്നെ സലാമിന്റെ കൂടെ തൃശൂരേക്കയക്കുകയായിരിക്കും ഉചിതം. പട്ടണമാകുമ്പോൾ ഇതൊന്നും നോക്കാൻ ആർക്കും നേരം കണ്ടെന്നു വരില്ല.

ഫാത്തിമ അരുതാത്തതെന്തോ ചെയ്തിരിക്കും. അല്ലാതെ പുതിയാപ്ല ആ വിധമൊരു കത്തെഴുതില്ല. ആലോചിക്കുന്തോറും നെഞ്ചിലെ കനം ഏറുന്നു. എല്ലാം വേണ്ടരീതിയിൽ നേരിടാൻ പടച്ചവൻ ശക്തി തന്നാൽ മതിയായിരുന്നു.

“സൂക്കേട് കൊറവുണ്ടോ? പീട്യേൽ പോണില്ലേക്കും?”

നാരായണൻ ചോദിച്ചത് കേട്ട് മാഷ് എഴുന്നേറ്റ് ഒന്നും മിണ്ടാതെ അകത്തേക്കു നടന്നു.

“മൂപ്പരിക്ക് ഇന്നലെമൊതല് നല്ല സുകമില്ല നാരാണാ. അതാ പീട്യേപ്പോവാത്തത്.”

അപ്പോൾ അവിടെ എത്തിയ ആയിശുമ്മ രംഗം മയപ്പെടുത്തി.

നാരായണൻ തലയാട്ടി കണ്ടത്തിലേക്കു നടന്നു.

മൂന്ന്

സലാമും അഷറഫും ഫാത്തിമയെയുംകൊണ്ട് വീട്ടിലെത്തിയപ്പോൾ നേരം ഇരുട്ടിയിരുന്നു. അതവർ മുൻകൂട്ടി തീരുമാനിച്ച് ചെയ്തതായിരിക്കും എന്നും മാഷിന് തോന്നി. നാട്ടുകാരുടെ കണ്ണിൽ തൽക്കാലം മണ്ണിടാമല്ലോ. സലാമിന്റെ ചങ്ങാതിയുടെ കാറിലാണ് വന്നത്.

തോളത്ത് ഹാൻഡ്ബാഗും തൂക്കി കാറിൽ നിന്നിറങ്ങിയ ഫാത്തിമയെ ബാപ്പ ഇമ വെട്ടാതെ നോക്കി. മുടി തോളറ്റം മുറിച്ചിരിക്കുന്നു. നെറ്റിയിൽ വെട്ടിയിട്ട മുടിയിഴകൾ മുഖം പകുതിയും മറച്ചിരുന്നു. സാരിത്തലപ്പുകൊണ്ട് തല മറച്ചിരുന്നില്ല. അരക്കൈബ്ലൗസ് പൊക്കിൾ കാണുംവിധം താഴ്ത്തി ഉടുത്ത സാരി. അപരിചിതയായ ഏതോ പരിഷ്കാരിപ്പെണ്ണ് എന്നാണ് മാഷിന് തോന്നിയത്. മുഖത്ത് ക്ഷീണമുണ്ടെങ്കിലും എന്തിനും തയ്യാറായ ഒരു മട്ടുണ്ടായിരുന്നു. ബാപ്പ തറപ്പിച്ചുനോക്കുന്നത് കണ്ട് ഫാത്തിമ സാരിത്തലപ്പുകൊണ്ട് ശരീരം മുടാനൊരു ശ്രമം നടത്തി. വലിയൊരു തുകൽപ്പെട്ടി ഡ്രൈവർ താങ്ങിപ്പിടിച്ച് വരാന്തയിൽ വെച്ചു. സലാം ഡ്രൈവറേയുംകൂട്ടി കിണറ്റിൻകരയിലേക്കു നടന്നു. ഫാത്തിമ ആരോടും ഒന്നും മിണ്ടാതെ അകത്തേക്കു നടന്നു. അഷറഫ് അന്തം വിട്ടുനില്ക്കുന്ന ഉമ്മയുടെ കൈയിൽ പിടിച്ചു. അവർ മകന്റെ തോളിൽ തല ചായ്ച്ചു തേങ്ങി. കോയക്കുട്ടി മാഷ് അപ്പോഴും അതേ നിൽപ്പുതന്നെ.

സലാം വന്നു കൈപിടിച്ചപ്പോൾ അയാളെ തുറിച്ചു നോക്കി.

"അകത്തിരിക്കാം."

സലാം വിളിച്ചപ്പോൾ മാഷ് അനുസരിച്ചു. ബാപ്പയുടെ മുഖം

കണ്ടപ്പോൾ സലാമിന് ഒന്നും മിണ്ടാൻ കഴിഞ്ഞില്ല. എവിടെ തുടങ്ങണം? എന്തെല്ലാം ഒളിക്കണം? എല്ലാം കേട്ടുകഴിയുമ്പോൾ ബാപ്പയുടെ പ്രതികരണം എന്തായിരിക്കും? ആലോചിച്ചിട്ട് അയാൾക്ക് എത്തും പിടിയും കിട്ടുന്നില്ല. ബാപ്പയെപ്പോലെ അയാളും മുനിയായി.

"എന്താടാ ഒന്നും മിണ്ടാത്തത്? ഒരുമ്പട്ടോളെ കോലം കണ്ടില്ലേ? എന്തിനുള്ള പുറപ്പാടാ?"

ബാപ്പതന്നെ അവസാനം സംഭാഷണത്തിനു തുടക്കമിട്ടു.

"അത് ബാപ്പാ.. അവളിപ്പോൾ പഴയ ഫാത്തിമയല്ല. അവൾ പറയുന്നത് എനിക്ക് മനസ്സിലാകുന്നില്ല. അവൾക്ക് അളിയന്റെകൂടെ കഴിയാൻ വയ്യെന്ന്. അയാളുടെ ഒരു സ്നേഹിതനുമായിട്ട് അടുപ്പത്തിലാണുപോലും."

"അത്രക്കായോ ഓള്? അവളുടെ കെട്ടിയോന്റെ കൈ പണയത്തിലായിപ്പോയോ? വയസ്സായെങ്കിലും കോയക്കുട്ടി മാഷിന്റെ കൈക്ക് ഊക്ക് കുറഞ്ഞിട്ടില്ല. ഓളെ ഞാൻ...."

"ബാപ്പ അടങ്ങ്. ഒച്ചയും വിളിയുമുണ്ടാക്കി നാട്ടുകാരെ അറിയിച്ചിട്ട് എന്തുണ്ട് നേട്ടം? നാലാളറിയാതെ സംഗതി ഒത്തു തീർപ്പുണ്ടാക്കണം."

സലാം ബാപ്പയെ സമാധാനിപ്പിച്ചു.

"നീ എന്നെ സമാധാനം പഠിപ്പിക്കണ്ട. ഇതിനുള്ള മരുന്ന് എന്റേലുണ്ട്. ബിളി ഓളെ. ഓളെ മാപ്പളയെപ്പോലെ ഉശിരില്ലാത്തോനല്ല ഞാൻ. ചെപ്പക്കു രണ്ടുപൊട്ടിച്ചു കൊടുത്തിട്ട് മൂലക്കിരുത്തും."

"പതുക്കെ പറ ബാപ്പ. അളിയനും തെറ്റുകാരൻ തന്നെ. അളിയൻ കയറൂരി വിട്ടിട്ടല്ലേ ഇവളിങ്ങനെ ആയത്? പരിഷ്കരിച്ച് പരിഷ്കരിച്ച് ഇക്കോലത്തിലാക്കിയില്ലേ? കണ്ടില്ലേ ബാപ്പ ഓളെ കോലം? ചട്ടക്കാരികളെപ്പോലെ ചുണ്ടും ചുവപ്പിച്ച് മുടിയും മുറിച്ച്..."

"ഓൻ കയറൂരിവിട്ടാലും ഓളങ്ങനെ നടക്കാമോ? അങ്ങനെയാണോ ഓളെ ഞാൻ വളർത്തിയത്?"

"അല്ല ഞാൻ പറയുന്നതെന്താന്നുവെച്ചാൽ....

"നീ ഒന്നും പറയണ്ട. ആ ശൈത്താനെ ഇങ്ങോട്ടു വിളി. ആ ഹംക്കിനോട് രണ്ട് ന്യായം ചോയിച്ചിട്ട് ബാക്കി."

"ബാപ്പ തൽക്കാലം ഓളോടൊന്നും ചോദിക്കാത്തതാ നല്ലത്. അവളിപ്പോൾ ആകെ തലതിരിഞ്ഞാ നില്പ്. വായിൽത്തോന്നിയതാ പറയുന്നത്. നാളെ രാവിലെത്തന്നെ ഞാൻ ഓളേയും കൂട്ടി തൃശൂർക്ക് പോവാം. സാവകാശം ഓരോന്നായി ചോദിച്ചറിയാം."

"കെട്ടിയ മാപ്പളയെ ഒരേതുവുമില്ലാതെ വേണ്ടാന്ന് പറയേ? ഇതെന്താ വെള്ളരിക്കാപ്പട്ടണമാ? ആ ഒരുമ്പട്ടോൾക്ക് രണ്ട് കൊടുക്കാതെ ഇന്നെനിക്ക് ഉറക്കമില്ല."

"ഓക്ക് ശൈത്താൻ കൂടിയതാന്ന് തോന്നണത്. ഇങ്ങള് ഓളെ കോലം കണ്ടോ? മുട്ടോളമെത്തുന്ന മുടി മുറിച്ച് കുരുവിക്കൂട് പോലെ ആക്കീട്ടുണ്ട്. ഓളെ ഉടുപ്പും നടപ്പുമൊക്കെ കണ്ടിട്ട് എനക്ക് പേടിയാവുന്നു. ബർത്താനോം തലതിരിഞ്ഞമട്ടിൽ തന്നെ. നാളെത്തന്നെ അവുള്ള മൊയില്യാരെ വിളിച്ച് ഒരു മാറ്റല് കയിപ്പിക്കണം."

"നീ മിണ്ടണ്ട ശൈത്താനേ. നിന്റെ മോളെ തലയിലെ ശൈത്താനെ എറക്കാൻ ഒരു മൊയില്യാരും വേണ്ട. ഞാൻ മതി. ഒരത്ത പെണ്ണിന് പരത്ത വടി എന്നു കേട്ടിട്ടില്ലേ? നീ ആ ഹിമാറിനെ ഇങ്ങോട്ടൊന്ന് വിളി."

"കഞ്ഞികുടിച്ചിട്ട് മതി ബാക്കി വിസ്താരം."

"ഓക്ക് കൊടുക്കെടീ, നിന്റെ കഞ്ഞീം പത്തിരീം. രാവിലെ മുതൽ ഒരുക്കാൻ തുടങ്ങിയതല്ലേ? പള്ളനെറച്ചും കൊടുക്ക്."

കോയക്കുട്ടി മാഷ് ഭാര്യയുടെ നേരെ ഉറഞ്ഞുതുള്ളി.

"ബാപ്പ കുറേ നേരമായല്ലോ തുടങ്ങിയിട്ട്. പറയാനുള്ളത് എന്നോട് പറഞ്ഞാപ്പോരെ? വെറുതെ തൊള്ളയും വിളിയുമിട്ട്...."

"എടീ, ഒരുമ്പട്ടോളെ നിന്റെ സാഹിത്യം പറച്ചിൽ എന്നോടുവേണ്ട. നീ എന്തുഭാവിച്ചിട്ടാടീ പെട്ടിയും തൂക്കി ഇറങ്ങിപ്പോന്നത്?"

"ഇഷ്ടമില്ലാത്ത ഒരാളുടെകൂടെ പൊറുക്കാൻ തോന്നിയില്ല."

പറഞ്ഞുമുഴുമിപ്പിക്കുന്നതിനുമുമ്പേ കോയക്കുട്ടി മാഷ് മകളുടെ കവിളത്ത് ആഞ്ഞടിച്ചു. ഒരിക്കലല്ല. പലതവണ. അത് ഫാത്തിമ പ്രതീക്ഷിച്ചിരുന്നില്ല. പെട്ടന്നവൾ ബാപ്പയുടെ കൈ തട്ടിമാറ്റി അകത്തേക്കു നടന്നു. പോകുന്ന വഴിക്ക് മുന്നിൽകണ്ട കസേര കാലുകൊണ്ടൊരു തട്ടുകൊടുത്തു. കോയക്കുട്ടി മാഷിന്റെ കാലിലാണ് കസേര ചെന്നു വീണത്. വേദനകാരണം മാഷ് നിലത്ത് ഇരുന്നുപോയി.

"എന്റെ റബ്ബേ ഞാനെന്താ ഈ കാണുന്നതും കേക്കുന്നതും? ഒരുമ്പട്ടോളെ ബാപ്പാനെ കൊല്ലാനാ നീ ഒരുങ്ങുന്നത്?"

ആയിശുമ്മ കുനിഞ്ഞിരുന്ന് ഭർത്താവിന്റെ കാല് തിരുമ്മി. അയാൾ പതുക്കെ എഴുന്നേറ്റ് ഞൊണ്ടിക്കൊണ്ട് അകത്തേക്കു നടന്നു.

"നാളെ പുലരുമ്പം ഈ കുരുത്തംകെട്ടോളെ ഇതിനകത്ത് കണ്ടു പോകരുത്."

ഭർത്താവിന്റെ പിറകേ അകത്തേക്കു നടക്കുമ്പോൾ അവർ സലാമിനോട് പറഞ്ഞു.

എല്ലാം കണ്ടും കേട്ടും വാതിൽക്കൽ നില്ക്കുന്ന പണിക്കാരി പാത്തുവിനെ കണ്ടപ്പോൾ ആയിശുമ്മയുടെ തല കുനിഞ്ഞു. പാത്തുവിന്റെ കണ്ണും നിറഞ്ഞിരുന്നു. അവർ ആഹാരം വിളമ്പിവെച്ച് വിളിച്ചപ്പോൾ അഷറഫും സലാമും വന്നിരുന്ന് കഴിച്ചതായി വരുത്തി. പാത്തു പലതവണ വിളിച്ചിട്ടും ഫാത്തിമ അനങ്ങിയില്ല.

''മതി ഓളെ വിളിച്ചത്. ഇതെല്ലാം എടുത്ത്വെച്ച് നീയും കെടന്നോ."

ആയിശുമ്മ അരിശം പാത്തുവിനോട് തീർത്തു. വീടുനിറയെ ആളുകളുണ്ടായിട്ടും ഒച്ചയും അനക്കവുമുണ്ടായിരുന്നില്ല.

"ഉമ്മ ചെന്നു കെടന്നോ. ഞങ്ങള് അതിരാവിലെ തൃശൂർക്ക് പുറപ്പെടും."

അഷറഫിന്റെ ശബ്ദം ആയിശുമ്മയ്ക്ക് കാതിൽ അമൃതായി.

"അതാ മോനേ നല്ലത്. ഇക്കോലത്തില് ഓളെ നാട്ടാരു കാണണ്ട. ബാപ്പാന്റെ കാലില് കസാല വീണിട്ട് ഓളൊന്നു തിരിഞ്ഞുനോക്കിയോ? ഇവക്കിതെന്തു പറ്റി?"

പറഞ്ഞുതീർന്നതും ആയിശുമ്മ നിയന്ത്രണം വിട്ട് ഉറക്കെ കരഞ്ഞു. മകൻ ഒന്നും മിണ്ടാതെ ഉമ്മയെ ആശ്വസിപ്പിക്കാൻപോലും ആവാതെ അകത്തെ മുറിയിൽ ചെന്നു കിടന്നു. കുറേനേരം കരഞ്ഞപ്പോൾ ആയിശുമ്മയുടെ മനസ്സ് തണുത്തു. അവർ കട്ടിലിൽ കിടക്കുന്ന ഫാത്തിമയുടെ അടുത്തിരുന്ന് അറിയാതെ എന്നോണം അവളെ തലോടി. ഫാത്തിമ ഉറങ്ങുകയാണെന്നായിരുന്നു അവരുടെ ധാരണ. എല്ലാം ഉള്ളിലൊതുക്കി തന്റേടം ഭാവിച്ച് നടക്കുകയായിരുന്നു ഫാത്തിമ. ഉമ്മയുടെ തലോടൽ അവളുടെ എല്ലാ ധൈര്യവും ചോർത്തിക്കളഞ്ഞു. അവൾ നാട്ടിൻപുറത്തുകാരി ഫാത്തിമയായി. ഉമ്മയെ കെട്ടിപ്പിടിച്ച് അവൾ എണ്ണിപ്പെറുക്കി കരഞ്ഞു.

''ഉമ്മ എന്നോട് പൊറുക്ക്, ഞാൻ ഒന്നും അറിഞ്ഞുകൊണ്ട് ചെയ്തതല്ല. ഞാനറിയാതെ എന്തൊക്കെയൊ നടന്നുപോയി. മാറണമെന്ന് ഞാൻ ആശിച്ചതല്ല. അറിയാതെ മാറിപ്പോയതാണ്. സാഹചര്യം എന്നെ മാറ്റിയതാണ്. എനിക്കെന്തുപറ്റി ഉമ്മാ? ബാപ്പയെ ഞാൻ ധിക്കരിച്ചില്ലേ? എന്റെ മോനേയും ഞാൻ വേണ്ടെന്നുവെച്ചു... അവൻ എന്നോടു പൊറുക്കുമോ... ബാപ്പയും ഉമ്മയും പൊറുക്കുമോ?"

പതം പറഞ്ഞു കരയുന്ന മകളെ ഉമ്മ തടഞ്ഞില്ല. ഇടയിൽ ഒന്നും ചോദിച്ചതുമില്ല. മനസ്സുതുറന്നു കരയട്ടെ. നിലയില്ലാത്ത കടലാണ് പെണ്ണിന്റെ മനസ്സ്. കടലിലെ തിരയെ തടഞ്ഞുനിർത്താൻ മുകളിലിരിക്കുന്ന ഒരാൾക്കേ സാധിക്കൂ. അതുപോലെ തന്നെ പെണ്ണിന്റെ മനസ്സും. അവളറിയാതെയാണ് അത് പലവഴി തിരിയുന്നത്. മകളുടെ പക്ഷം ചേരുകയാണോ മനസ്സ്? അവർ സംശയിച്ചു. പെണ്ണിന്റെ മനസ്സ് പെണ്ണിനല്ലേ മനസ്സിലാകൂ? ഫാത്തിമയുടെ ദണ്ഡം കുറേശ്ശയായി മനസ്സിലാകുന്നുണ്ട്. പക്ഷേ അതെങ്ങനെ അവളുടെ ബാപ്പയെ പറഞ്ഞു ബോധ്യപ്പെടുത്തും? മകളുടെ പക്ഷം ചേർന്നതാണെന്നു പറയില്ലേ? പെണ്ണായാൽ പലതും സഹിച്ചേ ഒക്കൂ. മനസ്സുപോകുന്ന വഴിയേ ശരീരം പോകാൻ അനുവദിക്കരുത്. അവിടെയാണ് സ്ത്രീയുടെ വിജയം. കൂട്ടിന് ഒരാളെ വീട്ടുകാർ തെരഞ്ഞെടുത്തു തന്നാൽ സുഖവും ദു:ഖവും സഹിച്ച്

അവന്റെ കൂടെ പൊറുക്കുക. അതാണ് ലോകനിയമം? വേറെ ആരോടെങ്കിലും അടുപ്പംതോന്നിപ്പോയാൽ മനസ്സിനു കടിഞ്ഞാണിടണം. അല്ലെങ്കിൽ തകരുന്നത് രണ്ടുകുടുംബങ്ങളാണ്; പിഞ്ചുമക്കളുടെ ഭാവിയാണ്. സ്ത്രീ ഒരിക്കലും സ്വാർഥയാകരുത്. ഇതൊക്കെ പറഞ്ഞാൽ ഇന്നത്തെ കുട്ടികൾക്ക് മനസ്സിലാകുമോ? കാലം മാറി. രീതിയും മാറി. എല്ലാവർക്കും തൻകാര്യം മാത്രമേ നോട്ടമുള്ളു. നൊന്തുപെറ്റ കുഞ്ഞിനെ കുറച്ചു നിമിഷത്തേക്കെങ്കിലും മറക്കുക അതാണ് ഫാത്തിമ ചെയ്തത്. ഒന്നുകൂടി ആലോചിക്കുമ്പോൾ അവൾ തീരുമാനം മാറ്റാതിരിക്കില്ല. ആയിശുമ്മ ആശിച്ചു.

പഠിപ്പും വിവരവും ഏറുന്തോറും കുട്ടികൾക്ക് തന്നിഷ്ടവും ഏറുകയാണ്. ആരോടും എതിർത്ത് ഒരു വാക്ക് ഉരിയാടാത്ത കുട്ടിയായിരുന്നു ഫാത്തിമ. ബാപ്പ ഉറക്കെ ഒന്നു വിളിച്ചാൽ മക്കൾ പേടിച്ചു വിറയ്ക്കും. ഫാത്തിമയ്ക്കായിരുന്നു ബാപ്പയെ കൂടുതൽ പേടി. അവളാണിപ്പോൾ ഒരു കൂസലുമില്ലാതെ ബാപ്പയോട് നേരിട്ടുനിന്ന് തർക്കുത്തരം പറഞ്ഞത്! പഠിക്കുന്ന കാലത്ത് ദുഷ്പേരൊന്നും കേൾപ്പിച്ചിട്ടില്ല. മുഖമക്കനയുമിട്ടാണ് കോളേജിലയച്ചത്. കല്യാണം കഴിഞ്ഞതും പുതിയാപ്ലതന്നെയാണ് അവളെ പരിഷ്കാരം പഠിപ്പിച്ചത്. ഇപ്പോൾ മക്കന പോയിട്ട് സാരിത്തലപ്പുപോലും തലയിലിടുന്നില്ല. ചങ്ങാതിമാരെ കാണുമ്പോൾ ഭാര്യ മുറിക്കുള്ളിൽ പതുങ്ങുന്നു എന്നായിരുന്നല്ലോ മൂപ്പരുടെ പരാതി. ആ രീതിയിലാണ് അവളെ വളർത്തിയത്. ഈ ഫാത്തിമ അയാളുടെ പടപ്പാണ്. അനുഭവിക്കട്ടെ. ചങ്ങാതിമാരെയൊക്കെ വീട്ടിൽകയറ്റി താമസിപ്പിക്കുക. കെട്ടിയപ്പെണ്ണിനെക്കൊണ്ട് അവരെ ശുശ്രൂഷിപ്പിക്കുക. ഇതൊക്കെയാണോ പരിഷ്കാരം? എന്നാലും ഇവളിങ്ങനെ ഒരു ദുഷ്പേരിന് ഇടവരുത്തിയില്ലേ? അതോർക്കുമ്പോഴാണ് സങ്കടം. അവൾ ബാപ്പയോട് പറഞ്ഞതോർത്തപ്പോൾ അവളോടുള്ള സഹതാപം ഒട്ടുമില്ലാതായി.

“നിന്നെ മാനം മര്യാദക്കല്ലേ ഞാള് വളർത്തിയത്? എന്നിട്ട് ഇതുപോലൊരു ദുർബുദ്ധി നിനക്കെങ്ങനെ തോന്നി? നീ പെറ്റ കുഞ്ഞിനെ അന്യനാട്ടിലിട്ട് പോരാൻ നിനക്കെങ്ങനെ മനസ്സു വന്നു.?”

“ഉമ്മയുംകൂടി എന്നെ കുറ്റപ്പെടുത്തിയാൽ ഞാൻ കുളത്തിലോ കിണറ്റിലോ ചാടിച്ചാവും. മതിയായി. ഞാൻ പെറ്റ മോൻ എന്നെക്കുറിച്ച് ബാപ്പയോട് അപഖ്യാതി പറയുക! ബാപ്പയുംമോനുംകൂടി എന്നെ ഒറ്റപ്പെടുത്തുക! ഉമ്മയ്ക്ക് സഹിക്കാനാവുമോ?”

“അങ്ങനെ വേണ്ടാത്തതു പറയാൻ നീയെന്തിന് ഇടയാക്കി? എന്തിന് മാറ്റാനൊരുത്തനോട് കൊയഞ്ഞാടാൻ പോയി? ഇതൊക്കെ നീ എവിടന്നു പഠിച്ചു?”

“ഉമ്മാ.... ഞാൻ കരുതിക്കൂട്ടി ഒന്നും ചെയ്തില്ല. എന്തൊക്കയോ സംഭവിച്ചു പോയി. അതിനു ആരെ കുറ്റപ്പെടുത്തണമെന്ന് അറിയില്ല.

ഇനി ശരിയിലേക്കു മടങ്ങാനും ആവില്ല."

"വേണ്ടാത്തത് പറയല്ലേ. നാവിനെ പെരുത്ത് സൂച്ചിക്കണം. അറിയാതെയാണെങ്കിലും നീ തെറ്റു ചെയ്തു എന്ന് നിനക്കും തോന്നുന്നുണ്ടല്ലോ. സമയം താമസിച്ചിട്ടില്ല. ചെയ്ത തെറ്റ് എന്റെ കുട്ടി തിരുത്തിക്കള. നീ ഒരു കത്തിട്ടാൽ നിന്റെ പുതിയാപ്ല എല്ലാം മറന്ന് ഇവിടെ പറന്നെത്തും. നിങ്ങള് സ്വരുമിപ്പായി ഏറിയകാലം ജീവിക്കുന്നത് ഉമ്മാക്ക് കാണണം. ഉമ്മാന്റെ വാക്കു നീ തട്ടരുത്."

"അതുമാത്രം ഉമ്മ പറയരുത്. ജീവനുള്ള കാലത്ത് ഞാനിനി അങ്ങോട്ടേക്കില്ല."

"എന്റെ മമ്പറത്തെ തങ്ങളെ ഇബക്കിതെന്തു പറ്റി? നിന്റെ തലയിൽ ശൈത്താൻ കൂടീട്ടുണ്ട്. മോളെ പെണ്ണായാ ഒരു തീരുമാനമെടുക്കുമ്പോ സ്വന്തം കാര്യം മാത്രം നോക്ക്യാപ്പോരാ. നിന്റെ മോൻ, ബാപ്പ, ഉമ്മ, ആങ്ങളമാര്...നിന്റെ ഈ തീരുമാനം അവരെ ഒക്കെ ബാധിക്കും. ഇപ്പോ ഒന്നും തീരുമാനിക്കണ്ട. നേരം വെളുക്കട്ടെ."

ഉമ്മ വിളക്കണച്ചു കിടന്നെങ്കിലും കണ്ണിമ പൂട്ടാൻ സാധിച്ചില്ല. ഒന്നു മയങ്ങുമ്പോൾ ചുറ്റിനും ചെകുത്താന്മാരുടെ പട. നാട്ടുകാരുടെ പരിഹാസം. ഫാത്തിമ തലയണ വായിൽത്തിരുകി തേങ്ങലടക്കുന്നത് ഉമ്മ അറിയുന്നുണ്ടായിരുന്നു. എങ്കിലും അനങ്ങിയില്ല. വെളുക്കാറായപ്പോഴാണ് അവരൊന്നു മയങ്ങിയത്. അഷ്റഫ് വന്നു വിളിച്ചപ്പോഴാണ് ഉണർന്നത്. ഫാത്തിമ കട്ടിലിലുണ്ടായിരുന്നില്ല. പതിവു തെറ്റിക്കാതെ സുബഹി നിസ്കരിച്ചു. അപ്പോഴേക്കും ഫാത്തിമ കുളി കഴിഞ്ഞ് എത്തിയിരുന്നു. രാത്രി കണ്ട ചഞ്ചലഭാവം ഇപ്പോൾ അവളുടെ മുഖത്തില്ല. എന്തോ തീരുമാനിച്ച് ഉറപ്പിച്ച മട്ടുണ്ട്. ഉമ്മയുടെ നോട്ടമിടഞ്ഞപ്പോൾ ഫാത്തിമ മുഖം തിരിച്ചു. അവളുടെ ഉള്ളിലിരുപ്പ് മനസ്സിലാക്കാൻ ഉമ്മയ്ക്ക് കഴിഞ്ഞതുമില്ല. അവർ ഒന്നും മിണ്ടാതെ നിസ്കാരപ്പായ മടക്കിവെച്ച് കോലായയിലെത്തി. മാഷ് അവിടെയിരുന്ന് ഉറക്കെ ഖുറ്ആൻ ഓതുന്നുണ്ടായിരുന്നു. സലാം അസ്വസ്ഥനായി ഉലാത്തുന്നു.

കുറച്ചുനേരം നോക്കിനിന്നിട്ട് വീണ്ടും അകത്തേക്കു നടന്നു. ഫാത്തിമ ഒരുക്കം തീർത്ത് തലേന്നു കൊണ്ടുവന്ന ഉരുളുള്ള വലിയ തോൽപ്പെട്ടി തള്ളിക്കൊണ്ടുവന്ന് കോലായിൽ വെച്ചു.

കണ്ടപ്പോൾ ഉമ്മയുടെ ഉള്ളിലൊരാളൽ. അവൾ എന്നന്നേക്കുമായി പടിയിറങ്ങുകയാണെന്നൊരു തോന്നൽ പെട്ടെന്നവരുടെ മനസ്സിലുണ്ടായി.

"ഇതെന്തിനാ ഈ പെട്ടി വലിച്ചുകൊണ്ടു പോകുന്നത്. ഒരാഴ്ചത്തേക്കുള്ള സാധനങ്ങൾ എടുത്താ മതി."

അവരുടെ മനസ്സു കണ്ടതുപോലെയായിരുന്നു സലാമിന്റെ ചോദ്യം.

അവളതിന് ഉത്തരം പറയാതെ പെട്ടി ഉരുട്ടി മുറ്റത്തിറക്കി.

"ചായയും മുട്ടപുഴുങ്ങിയതുമുണ്ട്. തിന്നിട്ട് പോയ്ക്കോ."

ഉമ്മ ഒരുവിധം പറഞ്ഞൊപ്പിച്ചു.

"ഞാൻ ചായ കുടിച്ചു."

ഫാത്തിമ ആരോടെന്നില്ലാതെ പറഞ്ഞു.

ഇവളിതെന്തിനുള്ള പുറപ്പാടാണ്? ആയിശുമ്മ ആകെ കുഴങ്ങി. ഇന്നലെ രാത്രി ഉമ്മയെ കെട്ടിപ്പിടിച്ച് എല്ലാം ഏറ്റുപറഞ്ഞ ഫാത്തിമ എവിടെ? അവളെന്തോ തീരുമാനമെടുത്ത മട്ടുണ്ട്. അത് എന്തായാലും കുടുംബത്തിന്റെ തായ്‌വേര് ഇളക്കാൻ പോന്നതുതന്നെ. ഒന്നും മിണ്ടാതെ ദൂരത്തേക്ക് കണ്ണുംനട്ടു നില്ക്കുകയായിരുന്നു അഷറഫ്. ഫാത്തി ആദ്യം യാത്ര ചോദിച്ചത് അവനോടായിരുന്നു.

"ഇത്താത്ത പോകുന്നു മോനേ."

അപ്പോൾ അവൾ വിതുമ്പുന്നുണ്ടായിരുന്നു. കുഞ്ഞിലേ അഷറഫിന് എന്തിനും ഇത്താത്ത മതി. കല്യാണം കഴിഞ്ഞ് അവൾ പോകുന്നതുവരെ അവന്റെ ഊണും ഉറക്കവും ഇത്താത്തയുടെ കൂടെ ആയിരുന്നു. ഇത്താത്ത യാത്ര ചോദിച്ചപ്പോൾ അവനും ഒന്നു പതറി. അതുകഴിഞ്ഞ് അവൾ ഉമ്മയുടെ കൈപിടിച്ചു. ഒന്നും പറഞ്ഞില്ലെങ്കിലും അവളുടെ മനസ്സ് ഉമ്മ വായിക്കുന്നുണ്ടായിരുന്നു. തികട്ടി വന്ന കരച്ചിൽ കടിച്ചമർത്തി ആയിശുമ്മ കല്ലുപോലെ നിന്നു. ബാപ്പ ഒന്നും കാണാത്തമട്ടിൽ എല്ലാം കണ്ടുകൊണ്ട് അനക്കമറ്റ് ഇരിക്കുന്നുണ്ടായിരുന്നു. ആ മുഖം കണ്ടാൽ ഒരു യാത്ര പറച്ചിലിന് ആരും മുതിരില്ല. കുറേ നേരം നോക്കിനിന്നിട്ട് ഫാത്തിമ ഓടിച്ചെന്ന് ബാപ്പയുടെ കാൽക്കൽ വീണു. ബാപ്പയ്ക്ക് അനക്കമില്ല. ആ ഇരിപ്പുകണ്ട് ആയിശുമ്മയുടെ നെഞ്ചുപൊട്ടി. സലാമാണ് അവളെ പിടിച്ച് കാറിൽ കയറ്റിയത്. ബാപ്പ അപ്പോഴും ആ ഇരിപ്പുതന്നെ.

"പോയിവരാം ബാപ്പാ."

സലാം യാത്ര ചോദിച്ചു. അതിനും ഉത്തരമില്ല.

കാറ് കണ്ണിൽ നിന്നു മറഞ്ഞിട്ടും ആയിശുമ്മ തൂണുപോലെ ഒരേ നില്പുതന്നെ. നേരം പരാപരാ വെളുത്തു. വെയിൽനാളം കോലായിലെത്തി. എന്നിട്ടും ഉമ്മയ്ക്ക് അനക്കമില്ലെന്നു കണ്ടപ്പോൾ അഷറഫ് അടുത്തുചെന്ന് ഉമ്മയുടെ തോളിൽ പിടിച്ചു. അവർ ഒന്നും സംഭവിക്കാത്ത മട്ടിൽ അകത്തേക്കു നടന്നു. വാതിൽക്കൽ എല്ലാംകണ്ടും കേട്ടും പാത്തു നില്ക്കുന്നു. അവളുടെ കണ്ണും നിറഞ്ഞിരുന്നു. പാത്തു പറഞ്ഞ് ആരും ഒന്നും അറിയില്ലെന്നു ആയിശുമ്മയ്ക്ക് ഉറപ്പുണ്ട്. ആരോരുമില്ലാതെ തെണ്ടിത്തിരിഞ്ഞു വന്ന അവൾക്ക് താമസിക്കാനൊരിടം കൊടുത്തു. ഒരു കുഞ്ഞുമുണ്ടായിരുന്നു. ഇവിടെ വന്നതിനുശേഷമാണ് അത് മരിച്ചത്. ആരോ വഴിപിഴപ്പിച്ച അവളെ വീട്ടിൽകയറ്റി താമസിപ്പിച്ചത് നാട്ടുകാർക്ക് ഒട്ടും പടിച്ചിരുന്നില്ല. കേട്ടമട്ടു കാണിച്ചില്ല. അതൊന്നും പാത്തു മറന്നിട്ടില്ല. മറക്കുകയുമില്ല.

"ഞാനൊന്നു കെടക്കട്ടെ പാത്തൂ. ഇവിടെ ഒന്നും ഉണ്ടായിട്ടില്ല. ഫാത്തി ഡോട്ടരെ കാണാൻ പോയതാ. മനസ്സിലായോ പാത്ത്വോ?"

"ഓ."

പാത്തു തലയാട്ടി.

പാത്തുവിന്റെ നാവിനു കടിഞ്ഞാണിടാം. പക്ഷേ, നാട്ടാരോട് എത്രനാൾ പൊളി പറയും. ഫാത്തിമ വന്നതും പോയതും ഇപ്പോൾ നാട്ടിൽ പാട്ടായിരിക്കും. ഇന്ന് പറഞ്ഞു നില്ക്കാം. അവൾ ഇനിയും തെറ്റിലേക്കു തിരിഞ്ഞാൽ? അതാണ് സംഭവിക്കാൻ പോകുന്നതെന്ന് അവളുടെ ഭാവം കണ്ടാലറിയാം. എന്തു പറഞ്ഞു പിടിച്ചുനില്ക്കും?

"എന്താടീ രാവിലെ ഒരു കിടത്തം? കെടന്ന് ദു:ഖമാചരിക്കാൻ നിന്റെ മാപ്പള മരിച്ചിട്ടില്ല. എണീറ്റ് ചെന്ന് പണിയെന്താന്നു വെച്ചാ നോക്ക്."

ഭർത്താവിന്റെ കടുത്ത വാക്കുകൾ അവരുടെ കരളിലാണ് കൊണ്ടത്. അവർ പിടഞ്ഞെണീറ്റ് അടുക്കളയിലേക്കു നടന്നു. അടുക്കളയിൽ അയലത്തെ മമ്മദിന്റെ കെട്ട്യോൾ കദീശ പാത്തുവിനോട് വിശേഷം പറഞ്ഞുകൊണ്ട് അരിപ്പെട്ടിപ്പുറത്ത് ഇരിക്കുന്നു. അവൾ വരുന്നത് ഉമ്മറത്തിരുന്ന് മൂപ്പർ കണ്ടുകാണും. അതാണ് എഴുന്നേൽപ്പിച്ചത്. നന്നായി.

"എന്താ കദീശാ നേരം വെളുക്കുമ്പോത്തന്നെ?"

"രാത്തിരി കാറ് ബന്ന ഒച്ച കേട്ടു. പാത്തുമ്മ ബന്നൂന്ന് എന്റെ മൂപ്പരാ പറഞ്ഞത്. ഓളെ ഒന്നു കാണാലോന്ന് വെച്ചു പോന്നതാ. എണീച്ചിക്കില്ലേ? പിയ്യാപ്ല ബന്നിക്കില്ലേ?"

"ഓള് പൊലച്ചക്ക് സലാമിന്റെ കൂടെ തിരിശൂര്ക്ക് പോയി. ഡോട്ടരെ കാണാൻ."

"ഓക്കെന്താ സൂക്കേട്? കുഞ്ഞൻ ബന്നിക്കില്ലേ?

"ഓക്ക് കൊറച്ചുകാലായിട്ട് പള്ളേലൊരു ബേദന. ആടെ കാണിച്ചിറ്റ് കൊണം കണ്ടില്ല. അതാ ഇങ്ങോട്ട് പോന്നത്. കുഞ്ഞനും പിയ്യാപ്ലേ ബന്നിക്കില്ല."

"അയേ.....ഞാനറിഞ്ഞിക്കില്ല. സൂക്കേട് ജാസ്തിയാ? കരിമുരിക്കു പോലത്തെ ബാല്യക്കാരത്തിക്ക് എന്തുപറ്റിപ്പോയി റബ്ബേ. കണ്ണുകൊണ്ടതാ. തംശല്ല? ഇങ്ങള് നന്ദീലേ മൊയില്യാരെ ബിളിച്ച് ഒരു ഉറുക്കെയുതി കെട്ടിക്ക്. ഒരു മാറ്റലും കയിച്ചാളാ."

"സുകല്യാത്ത കുട്ടീനെ ഒറ്റക്കയച്ചീലേ? എന്റെ റബ്ബേ എനക്ക് നിരീച്ചൂടാ...."

"മൂപ്പരിക്ക് ലീവില്ല. പാത്ത്വാ കദീശാക്ക് ചായ കൊടുക്ക്."

മുഴുമിപ്പിക്കാൻ സമ്മതിക്കാതെ ആയിശുമ്മ പാത്തുവിനെ വിളിച്ചു. പാത്തു തേങ്ങാപ്പാലിൽമുക്കി പഞ്ചസാര വിതറിയ പത്തിരിയും ചായയും പത്തായപ്പുറത്തു വെച്ചു. കദീശ തിന്നുതീരുന്നതുവരെ ആയി

ശുമ്മ അടുക്കളയിലെ പെട്ടിപ്പുറത്തിരുന്നു. ചായകൂടി കഴിഞ്ഞ് കദീശു ചോദിച്ചു:

"ഇങ്ങക്കിതെന്തുപറ്റിപ്പോയി? മോറാകെ ബീങ്ങിനല്ലോ. മോളെ സൂക്കേട് നിരീച്ചായിരുക്കും. മക്കളെ മൊകമൊന്ന് ബാടിയാ ഉമ്മാന്റെ ഖൽബിലാ തീ."

"ഇന്നലെ രാത്തിരി തൊടങ്ങീതാ ഒരു തലക്കുത്ത്. ഒറങ്ങിയപ്പോ പാതിരാ കയിഞ്ഞു.പൊല്ച്ചക്ക് എണീക്കും ചെയ്തു. ഒന്നു കെടന്നാ മാറും. ഇനിക്ക് ബെത്തിലടക്ക മേണോ?"

"ഒരു ബായിക്ക് തന്നേക്കീൻ. ഇങ്ങള് തക്കരിച്ചാ ഞാൻ മാണ്ടാന്ന് പറയ്യോ? അല്ലെങ്കിലും ഇങ്ങളെ കൊണം ഞാനെപ്പളും പറയലുണ്ട്. മസാലപ്പോയില ഇല്ലേ?"

"ആ ചോന്ന അളുക്കിലുണ്ട്."

"പോട്ടേ ഇച്ചാച്ചാ. ബെളുക്കുമ്പം രാവിലെ റാഹത്തായിപ്പോയി. ഇങ്ങളെ മോക്ക് അള്ളാ ബേഗം ശിഫയാക്കിക്കൊടുക്കട്ടെ."

"ആമീൻ"

രണ്ടുപേരും ഒന്നിച്ചാണ് പറഞ്ഞത്.

കദീശ പടി കടന്നു മറയുന്നതുവരെ നോക്കിയിരുന്നു. ആളുകളിനിയും എത്തും. എല്ലാവരോടും ഇതേ കള്ളം ആവർത്തിച്ചു പറയേണ്ടിവരും. എന്നാലും സാരമില്ല. ഈ ഒരു കള്ളംകൊണ്ട് അവസാനിച്ചെങ്കിൽ! രാത്രി ഫാത്തിമ പറഞ്ഞതോർത്തപ്പോൾ തല പുകയുന്നു. എഴുന്നേറ്റ് അകത്തേക്കു നടക്കാൻ ഭാവിച്ചപ്പോൾ തലയ്ക്കൊരു മിന്നൽ. വീഴാൻപോകുന്നതു കണ്ട് പാത്തു ഓടി വന്ന് താങ്ങി.

"ഇങ്ങളിങ്ങനെ ഓരോന്നാലോയിച്ച് തലപുണ്ണാക്കണ്ട. ഓക്ക് പടച്ചോൻ നല്ല പുത്തി കൊടുക്കാതിരിക്കില്ല."

"നിന്റെ നാവ് അള്ള പൊന്നാക്കിത്തരട്ടെ. നീയും ദ്വാഎരക്ക് പടച്ചോനോട്."

പാത്തുവിന്റെ തോളിൽപിടിച്ച് അകത്തേക്കു നടക്കുമ്പോൾ ആയിശുമ്മ പറഞ്ഞു.

നാല്

ഉറക്കമില്ലാത്ത രാവുകൾ ഏറുന്നു. ഈയിടെയായി രാവിന് നീളം കൂടിയോ? ഫാത്തിമ കട്ടിലിൽ തിരിഞ്ഞും മറിഞ്ഞും കിടന്നു. ശരിക്കൊറങ്ങിയിട്ട് യുഗങ്ങളായതുപോലെ. ആലോചിച്ച് തലപുണ്ണായി. എന്നിട്ടും ഒരു തീരുമാനത്തിലെത്താൻ സാധിക്കുന്നില്ല. ആലോചിക്കുന്തോറും കുരുക്കുകൾ ഏറുകയാണ്. മിക്കദിവസവും നേരം പുലരാറാവുമ്പോഴാണ് ഒന്നു മയങ്ങുന്നത്. രണ്ടു വഴിയാണ് മുന്നിൽ. തെറ്റുകുറ്റങ്ങൾ ഏറ്റുപറഞ്ഞ് ഭർത്താവിനോട് മാപ്പു ചോദിച്ച് പഴയ ജീവിതത്തിലേക്കു മടങ്ങുക. അല്ലെങ്കിൽ രണ്ടുകൈയും നീട്ടി സ്വീകരിക്കാൻ കാത്തിരിക്കുന്ന ഷറഫിനെ വിശ്വസിച്ച് പുതിയൊരു ജീവിതം തുടങ്ങുക. വിശദവിവരത്തിന് ഷറഫിന്റെ കത്തുണ്ടായിരുന്നു. ദുബായിൽ ജീവിക്കാൻ ഇഷ്ടമില്ലെങ്കിൽ ബോംബേയ്ക്ക് വരാനും അയാൾ തയാർ. ബോംബെയിലെ ഒരു പ്രൈവറ്റ് കമ്പനി സാമാന്യം നല്ലൊരു ജോലി വാഗ്ദാനം ചെയ്തിട്ടുണ്ട്. അവളുടെ ഉത്തരം കിട്ടിയിട്ടുവേണം അയാൾക്കൊരു തീരുമാനത്തിലെത്താൻ. ഭർത്താവിനെയും മകനെയും പാടെ മറക്കാൻ അവൾ തയാറാകണം എന്നതുമാത്രമാണ് അയാളുടെ കരാറിലെ നിബന്ധന. ഏതാണ് ശരിയായ തീരുമാനം എന്നറിയാത്തതുകൊണ്ട് അയാൾക്കിതുവരെ മറുപടി അയച്ചിട്ടില്ല.

അവൾ കാരണം ഇന്ന് എത്രപേരാണ് വിഷമത്തിലായത്. ബാപ്പ കിടപ്പിലാണത്രേ. ഉമ്മയും വല്ലാതെ തളർന്നിരിക്കുന്നു. സലാമ്ക്കയുടെ കുടുംബവും അസ്വസ്ഥരാണ്. സലാമ്ക്ക കടുപ്പിച്ച് ഒന്നും പറയാറില്ല. എങ്കിലും ഇഷ്ടക്കേട് സംസാരത്തിൽ നിന്നു മനസ്സിലാക്കാം. എല്ലാം മറക്കാൻ ഭർത്താവ് തയ്യാറാണ്. ഷറഫിനെ മറക്കാൻ ഒരുക്കമാണെങ്കിൽ അവൾക്കു തിരിച്ചുപോകാം. എന്ന് ഇന്നലെയും ഫോണിൽ വിളിച്ചു പറ

ഞ്ഞത്രേ.

"കഴിഞ്ഞതെല്ലാം ഒരു പേക്കിനാവാണെന്നു കരുതിയാ മതി. അളിയൻ നല്ലവനാ. നിന്നെ വേദനിപ്പിക്കില്ല. മടങ്ങിച്ചെല്ലുന്നതാ എല്ലർക്കും നല്ലത്."

സലാമ്ക്ക എന്നുമെന്നും ഉപദേശിക്കുന്നുണ്ട്.

ഒന്നും മിണ്ടാറില്ല. തിരിച്ചുചെന്നാൽ എങ്ങനെയുള്ള സ്വീകരണമാണ് കിട്ടാൻ പോകുന്നതെന്ന് ഇക്കാക്കയെ പറഞ്ഞുമനസ്സിലാക്കാൻ ആവില്ല. പകരംവീട്ടി സന്തോഷിക്കാനാണ് തിരിച്ചു വിളിക്കുന്നത്. അപ്പോൾ മകന്റെ മുന്നിലിട്ട് അപമാനിക്കാം. ചവിട്ടിത്തേയ്ക്കാം. അദ്ദേഹത്തിന് നാട്ടുകാരുടെ മുമ്പിൽ നല്ലപിള്ള ചമയുകയും ചെയ്യാം. പിഴച്ച ഭാര്യയെ തിരിച്ചുവിളിച്ച മാന്യൻ എന്ന പേരുംകിട്ടും. അയാളുടെ മനസ്സിൽ ഇനി അവൾക്ക് സ്ഥാനമുണ്ടാകുമോ? ഇനിയുള്ള ജീവിതകാലം മുഴുവൻ അപമാനം മാത്രം സഹിക്കാനായി ഒരു മടക്കയാത്ര വേണോ? അറിയാതെയെങ്കിലും ഭർത്താവിനോട് തെറ്റുചെയ്തു എന്നത് നേരാണ്. ഒരു നിമിഷം മനസ്സ് പിടിവിട്ടുപോയി. അങ്ങനെ ഒരിക്കലും സംഭവിക്കരുതായിരുന്നു. പക്ഷേ, അങ്ങനെ സംഭവിക്കാനുള്ള കാരണം മറ്റുള്ളവരെ എങ്ങനെ പറഞ്ഞു ബോധ്യപ്പെടുത്തും? പെണ്ണല്ലേ? ന്യായവും നീതിയും അത്രയൊക്കെ പ്രതീക്ഷിച്ചാൽ മതി.

ഒരുൾനാടൻ മാപ്പിളപ്പെണ്ണാണെന്ന കാര്യം എങ്ങനെ അവൾ മറന്നു? ഉമ്മയെയും ബാപ്പയെയും സ്വന്തം കുടുംബത്തെയും മറന്നതെങ്ങനെ? ഒരു സ്ത്രീയുടെ സ്വാതന്ത്ര്യത്തിനു പരിമിതികളുണ്ടെന്നും അപ്പോൾ മറന്നു. സ്വന്തം ഉമ്മയ്ക്കുപോലും ഇതൊന്നും പൊറുക്കാനാവുന്നില്ല. പിന്നെ നാട്ടുകാരുടെ കാര്യം പറയാനുണ്ടോ? പറയട്ടെ. പുതിയൊരു ഇരയെ കിട്ടുന്നതുവരെ തുടരട്ടെ. നാട്ടുകാരെ പേടിച്ച് ഇനിയും തെറ്റുകൾ ആവർത്തിച്ചാൽ നഷ്ടപ്പെടുന്നത് സ്വന്തം ജീവിതമാണ്. ഷറഫിന്റെ ക്ഷണം സ്വീകരിക്കുക മാത്രമാണ് ഇനി ശരിയായ വഴി. ഇക്കാക്കയോട് എല്ലാം തുറന്നു പറയാം. മനസ്സിലാകാതിരിക്കില്ല. ഒരു തീരുമാനത്തിലെത്തിയപ്പോൾ മനസ്സിനു അടക്കം കിട്ടിയതായി തോന്നി. അവിടന്നേ ഈ തീരുമാനത്തിലെത്തിയാൽ മതിയായിരുന്നു. എങ്കിൽ നാട്ടിൽ ആരും ഒന്നും അറിയില്ലായിരുന്നു. അതിനൊന്നിനും ഇടതന്നില്ലല്ലോ. അപ്പോൾ മകൻ..... അവനെ സൗകര്യപൂർവം മറന്നെന്നോ? മനസ്സു പിളരുന്നതുപോലെ.

"സർവ്വശക്തനായ ഇലാഹീ, ആരു പൊറുത്തില്ലെങ്കിലും നീ എന്നോടു പൊറുക്കണേ. ഫാത്തിമയെ നിനക്കറിയുന്നതുപോലെ മറ്റാർക്കും അറിയില്ല റബ്ബേ."

അവൾ മനമുരുകി തേടി.

പ്രസവം കഴിഞ്ഞ് മകനെയും കൊണ്ട് തിരിച്ചുപോകുമ്പോഴാണ് ആദ്യമായി ഷറഫിനെ പരിചയപ്പെട്ടത്. പ്രസവം ദുബായിൽവെച്ചു മതി

യെന്ന് ഭർത്താവ് നിർബന്ധിച്ചിരുന്നു. അന്ന് ഫാത്തിമ ഇത്ര തന്റേടി ആയിരുന്നില്ല. ഒരുൾനാടൻ പെണ്ണ്, പട്ടണവുമായി ഇണങ്ങിചേരാൻ അപ്പോഴും കഴിഞ്ഞിരുന്നില്ല. വീട്ടിൽനിന്നു പോന്നിട്ട് വർഷം രണ്ടായി. എല്ലാവരേയും കാണാൻ മനസ്സു തുടിച്ചു. പ്രസവത്തിനെങ്കിലും ചെന്നി ല്ലെങ്കിൽ യാത്ര വീണ്ടും നീളും. അതുകൊണ്ടാണ് പ്രസവം നാട്ടിൽ മതിയെന്ന് നിർബന്ധം പിടിച്ചത്. രണ്ടുപേരുംകൂടി ഒന്നിച്ചുപോ കാൻവേണ്ടി ടിക്കറ്റും ബുക്കു ചെയ്തിരുന്നു. അവസാനമാണ് ലീവിന്റെ പ്രശ്നം വന്നത്. നാട്ടിലേക്കുപോകുന്ന പരിചയമുള്ള ഒരു കുടുംബത്തി നോടൊത്ത് അവൾക്ക് ഒറ്റയ്ക്കു യാത്ര തിരിക്കേണ്ടിവന്നു.

അദ്ദേഹംകൂടെ വരുന്നില്ലെന്നറിഞ്ഞതും മനസ്സു കലങ്ങി; കണ്ണും. എന്നും രാത്രിയാകുമ്പോൾ അദ്ദേഹത്തെ കെട്ടിപ്പിടിച്ച് കരച്ചിൽ തുട ങ്ങും. ഇത്ര വിഷമമാണെങ്കിൽ പ്രസവം ഇവിടെ മതി എന്നായി അദ്ദേ ഹം. അതിനു മനസ്സ് തയാറായതുമില്ല. ഉമ്മയെയും ബാപ്പയെയും കാണാൻ വല്ലാത്ത മോഹം. അനിയത്തിയുടെ വിവാഹത്തിനുപോലും പോകാൻ സാധിച്ചില്ല. മനമില്ലാമനസ്സോടെയാണ് യാത്രയ്ക്കുള്ള ഒരുക്കം തുടങ്ങിയത്. പ്രസവം കഴിഞ്ഞാൽ കൂട്ടിക്കൊണ്ടുവരാൻ എത്താമെന്ന് വാക്കു തന്നപ്പോൾ സമാധാനമായി. എയർപോർട്ടിൽ എത്തിയപ്പോഴും കരച്ചിലായിരുന്നു. കൂട്ടുകാർ പലതും പറഞ്ഞു പരിഹ സിച്ചിട്ടും കരച്ചിലടക്കാൻ കഴിഞ്ഞില്ല. ബാക്കിയുള്ളവർക്കു തമാശ. അവളുടെ മനസ്സിൽ തീയ്. തമ്മിൽ കാണാതെ എങ്ങനെ ദിവസങ്ങൾ തള്ളിനീക്കും എന്ന ഉൽക്കണ്ഠ നാട്ടിലെത്തിയപ്പോൾ മാറി. എന്നും വിരുന്നുകാർ. പഴയകൂട്ടുകാരികൾ. ഉമ്മയുടെയും ബാപ്പയുടെയും സ്നേഹം. ദിവസങ്ങൾ നീങ്ങിയതറിഞ്ഞില്ല.

പ്രസവസമയത്തിനുമുമ്പ് എത്തുമെന്നു പറഞ്ഞ ആൾക്ക് പ്രസവം കഴിഞ്ഞു മൂന്നുമാസം കഴിഞ്ഞിട്ടും ലീവു കിട്ടിയില്ല. വളരെ അടുത്ത ഒരു കൂട്ടുകാരൻ നാട്ടിലെത്തുന്നുണ്ട്. അയാളുടെ കൂടെ മടങ്ങുക എന്ന റിയിച്ചപ്പോൾ ആദ്യം അമ്പരന്നു. ബാപ്പയും എതിർത്തു.

“മാറ്റാനൊരുത്തന്റെകൂടെ ഒറ്റയ്ക്കു പറഞ്ഞയക്കുന്ന പ്രശ്നമില്ല.”

“പേടിക്കാനൊന്നുമില്ല ബാപ്പാ. അളിയൻ എന്നെ ഫോൺ വിളിച്ചി രുന്നു. വളരെ കാലമായുള്ള പരിചയമാണ്. അല്ലാതെ അളിയൻ അങ്ങനെ പറയുമോ?”

സലാമ്ക്ക സമാധാനിപ്പിച്ചു. തിരിച്ചുപോകാൻ അവൾക്കും തിടുക്ക മായിരുന്നു. മോനെ കാണിക്കണ്ടേ? പേരുപോലും ഇട്ടിട്ടില്ല. അവിടെച്ചെ ന്നിട്ട് അവന്റെ ബാപ്പ പേരുവിളിച്ചാൽ മതി എന്നു ശാഠ്യം പിടിച്ചു. ബാപ്പ അദ്ദേഹത്തിന്റെ ബാപ്പയുടെ പേരാണ് ചെവിയിൽ വിളിച്ചത്. ഇനി നിങ്ങ ളെന്തെങ്കിലും ആയിക്കോ എന്നു പറഞ്ഞു ഒഴിയുകയും ചെയ്തു. ബോംബെവരെ സലാമ്ക്കയും കൂടെ വന്നു. എയർപോർട്ടിൽ അദ്ദേഹം ഉണ്ടാകും. പിന്നെന്തു പേടിക്കാൻ? അവളും സമാധാനിച്ചു. ഷറഫ് തലേ

ദിവസമേ വീട്ടിലെത്തി. ഇരുനിറത്തിൽ നല്ല പൊക്കമുള്ള ഒരാൾ. പറയത്തക്ക സൗന്ദര്യമൊന്നുമില്ല. എന്നാലും ആ കണ്ണുകളുടെ തിളക്കമാണ് ആദ്യം കണ്ണിൽപെട്ടത്. അയാൾ കണ്ണിലേക്ക് ഉറ്റു നോക്കിയപ്പോൾ അറിയാതെ മുഖം കുനിഞ്ഞു.

"നിങ്ങളുടെ കല്യാണസമയത്ത് ഒരു ട്രെയിനിങ്ങിനായി ഞാൻ കുവൈത്തിൽ പോയിരുന്നു. വിവരങ്ങളൊക്കെ അബ്ദുള്ള എഴുതിയിരുന്നു. ബീവിയുടെ സൗന്ദര്യം രണ്ടുപേജു നിറയെ കുത്തിക്കുറിച്ചിരുന്നു. എന്നാലും ഇത്രയും പ്രതീക്ഷിച്ചില്ല കേട്ടോ."

ഇക്കാക്കയുടെ മുന്നിൽവെച്ച് ഒരു കൂസലുമില്ലാതെ പറയുന്നതു കേട്ടപ്പോൾ മുഖം ചുവന്നു. ഇക്കാക്ക തറപ്പിച്ചു നോക്കുന്നത് കണ്ടപ്പോൾ പതുക്കെ അകത്തേക്കു വലിഞ്ഞു. ഇക്കാക്കയുടെ മുഖത്തെ അനിഷ്ടം കണ്ടിട്ടാകണം വിശദീകരണത്തിനു തുനിഞ്ഞത്.

"ഞാനും അബ്ദുള്ളയും പരിചയപ്പെട്ടിട്ട് കൊല്ലം പത്തുകഴിഞ്ഞു. കല്യാണം തീരുമാനിക്കുന്നതുവരെ താമസവും ഒന്നിച്ചായിരുന്നു. അന്യോന്യം ഒന്നും ഒളിക്കാറില്ല. അതാണ് തോന്നിയത് തുറന്ന് പറഞ്ഞത്. തെറ്റിദ്ധരിക്കരുത്."

ഇക്കാക്ക പക്ഷേ അതിന് ഉത്തരമൊന്നും പറഞ്ഞില്ല.

മംഗലാപുരംവരെ കാറിലായിരുന്നു യാത്ര. അടുത്തപ്പോൾ ഇക്കാക്കയുടെ തെറ്റിദ്ധാരണയും പേടിയും മാറി. അവളുടെ പരിചയക്കേടും കുറഞ്ഞു. കുട്ടികളെ പരിചരിച്ച് നല്ല ശീലമുള്ളതുപോലെയാണ് കുഞ്ഞുമോനെ തോളത്തിട്ടു നടക്കുന്നത് കണ്ടാൽ തോന്നുക. മംഗലാപുരത്തുനിന്നു ബോംബെയ്ക്കും അവിടന്ന് ദുബായിക്കും പ്ലെയിൻ കയറുമ്പോൾ മോൻ അയാളുടെ തോളത്ത് പറ്റിപ്പിടിച്ച് മയങ്ങുകയായിരുന്നു. കൈയിലെ എയർബാഗിൽ ഉമ്മയുടെവക നൂറുകൂട്ടം സാധനങ്ങൾ. കൂട്ടുകാർക്കുവേണ്ടി ഹലുവയും ചിപ്സുമൊക്കെ കൊണ്ടുവരണമെന്ന് എഴുതിയിരുന്നു. കൈയിലെ ബാഗിന് നല്ല ഭാരം. ഷറഫ് കൂടെയുള്ളതുകൊണ്ട് യാത്രയുടെ വിഷമം അറിഞ്ഞതേയില്ല.

"നല്ല വകതിരിവുള്ള ആൾ. അളിയൻ കൂടെയില്ലാത്ത വിഷമം അറിയില്ല."

ഇക്കാക്ക ചെവിയിൽ പറഞ്ഞത് ശ്രദ്ധിച്ചുകൊണ്ട് ഷറഫ് ചോദിച്ചു:

"എന്താ ആങ്ങളയും പെങ്ങളും തമ്മിലൊരു സ്വകാര്യം? എന്നെക്കുറിച്ചാണോ?"

ഇക്കാക്കയുടെ മുഖത്ത് പകപ്പ്.

"അല്ല...പേടിക്കാനൊന്നുമില്ലെന്ന് ഇവളോട് പറയുകയായിരുന്നു ഞാൻ."

അപ്പോൾ കണ്ണുകളിൽ കുസൃതി.

പ്ലെയിനിൽവെച്ച് പലരും ചോദിച്ചു ഭർത്താവാണോ എന്ന്. ഷറഫ്

ചിരിച്ചതല്ലാതെ ഒന്നും പറഞ്ഞില്ല. അവളാണ് നാണിച്ചു തലകുനിച്ചത്. എയർപോർട്ടിൽ സ്വീകരിക്കാനെത്തിയ ഭർത്താവിനെ കണ്ടതോടെ ഷറഫിനെ മറന്നു.

തിരിച്ചെത്തിയപ്പോൾ ഭർത്താവിന്റെ ജീവിതം പാടെ മാറിയിരുന്നു. ജോലിക്കയറ്റം കിട്ടയതുകാരണം ഫ്രീ ക്വാർട്ടേഴ്സ്. കുഞ്ഞിനെ നോക്കാനും വീട്ടുജോലിക്കുമായി ഒരു സിലോൺകാരി ആയ. കനത്ത ശമ്പളം. ധാരാളം ഒഴിവുസമയം. സുഖമുള്ള ജീവിതം.

"പഴയതുപോലെ നാണംകുണുങ്ങി അകത്തിരുന്നാൽ ശരിയാവില്ല. കമ്പനി പാർട്ടികളിലൊക്കെ പങ്കെടുക്കേണ്ടി വരും. മാനേജരുടെ ഭാര്യയാണ്. മനുഷ്യരുമായി മിങ്കിൾ ചെയ്യണം.

തിരിച്ചെത്തിയപ്പോഴേ സൂചിപ്പിച്ചിരുന്നു. അമേരിക്കൻ കമ്പനി. ഉദ്യോഗസ്ഥരിൽ മിക്കവരും വിദേശികൾ. അടുത്തടുത്ത ഫ്ളാറ്റുകളിൽ താമസിക്കുന്നതുകാരണം അവരുമായി ഇടപഴകാതെ വയ്യ അതിന് ഇംഗ്ലീഷ് അറിയാതെ നിവൃത്തിയില്ല. ബി.എ. പാസായതാണെങ്കിലും ഇംഗ്ലീഷ് സംസാരിച്ച് ശീലമില്ല. വായ തുറക്കാൻ നാണം. തെറ്റുമോ എന്ന പേടി. മദാമ്മമാർ ഓരോന്നു ചോദിക്കുമ്പോൾ വെറുതേ ചിരിക്കും. ഇങ്ങനെ ആയാൽ ശരിയാവില്ല. അദ്ദേഹം ഇടയ്ക്കിടെ പറയാറുണ്ട്. ഒരു ദിവസം ഓഫീസ് വിട്ടുവരുമ്പോൾ കൂടെ ഷറഫുമുണ്ടായിരുന്നു.

"ഫാത്തിമാ, ഷറഫ് ഇടയ്ക്ക് വന്ന് നിന്റെ ഇംഗ്ലീഷ് ശരിയാക്കിത്തരും."

"നിങ്ങക്കെന്താ ഇംഗ്ലീഷ് അറിയില്ലേ?"

ഇഷ്ടക്കേട് വ്യക്തമാക്കിക്കൊണ്ടാണ് ചോദിച്ചത്.

"എന്നെ നിനക്ക് വിലയില്ലല്ലോ. വിളിച്ചാൽ വരുമോ?"

"ഇതുവരെ വിളിച്ചില്ലല്ലോ."

"ശ്രീമതിക്ക് എന്നെ വലിയ പിടുത്തമില്ല കേട്ടോ. ഞാനൊഴിഞ്ഞേ."

"അതു പറഞ്ഞാൽ ശരിയാവില്ല. ഞാൻ വിളിച്ചാൽ അവൾ ഒഴിഞ്ഞുമാറും. നീയൊന്നു കണ്ണുരുട്ടി പേടിപ്പിച്ചാൽ നേർവഴിക്കു വരും."

"അങ്ങനെ ആരെങ്കിലും കണ്ണുരുട്ടിയാലൊന്നും പേടിക്കുന്നവളല്ല ഫാത്തിമ."

വീറോടെയാണ് പറഞ്ഞത്.

"കണ്ണുരുട്ടാതെ പഠിപ്പിച്ചു തരാം. പോരേ?"

വീണ്ടും എന്തെങ്കിലും പറഞ്ഞ് സംസാരം നീട്ടണ്ട എന്നു കരുതി മിണ്ടാതിരുന്നു.

"ഇതാ ഒരു കാര്യം ഞാൻ പറഞ്ഞേക്കാം, നിങ്ങളുള്ളപ്പോൾ മാത്രം മതി പഠിപ്പിക്കലൊക്കെ."

അയാൾ പോയതും പറഞ്ഞു.

"ഇല്ലെങ്കിൽ അവൻ നിന്നെപ്പിടിച്ച് തിന്നോ? നീ ഇപ്പളും ശുദ്ധ കൺട്രി തന്നെ."

ആദ്യംതോന്നിയ ഭയവും പകപ്പും പെട്ടെന്നു മാറി. ആൾ വിചാരിച്ചതുപോലെ ബോറനല്ല എന്ന് തോന്നിത്തുടങ്ങി. ആഴ്ചയിൽ ഒന്നോ രണ്ടോ ദിവസം മാത്രം വന്നിരുന്ന ആൾ ദിവസേന ഓഫീസുവിട്ടാൽ കൃത്യമായി എത്തിത്തുടങ്ങി. പണിത്തിരക്കുകാരണം ഭർത്താവ് എന്നും വൈകിയാണ് എത്തുക. തമാശപറച്ചിലും മോനെ കളിപ്പിക്കലുമൊക്കെയായി സമയം പോകുന്നത് അറിയാറില്ല. അതിനിടയിൽ പഠിപ്പും നടക്കും. അപ്പോഴേക്കും മോൻ മുട്ടുകുത്തി ഇഴയാനും പിടിച്ചു നിൽക്കാനും തുടങ്ങിയിരുന്നു. പഠിക്കാനിരിക്കുമ്പോഴേക്കും ആയയുടെ കൈയിൽനിന്നു വഴുതി അവനും മുറിയിലെത്തും. അങ്കി അങ്കി എന്നു പറഞ്ഞുകൊണ്ട് അവൻ ഷറഫിന്റെ മടിയിൽ കയറി ഇരിക്കും. അവന് കൈയ് നിറയെ കളിപ്പാട്ടങ്ങളും ചോക്കലേറ്റുമൊക്കെ കൊണ്ടാണ് മിക്ക ദിവസവും ഷറഫിന്റെ വരവ്. പണമുണ്ടാക്കുന്ന തിരക്കിനിടയിൽ അവനെ കളിപ്പിക്കാൻ അവന്റെ ബാപ്പയ്ക്ക് സമയം കിട്ടാറില്ല.

"എന്നുമിങ്ങനെ എന്തിനാ ഓരോന്നു കൊണ്ടുവരുന്നത്?"

ചോദിക്കുമ്പോൾ ആ മുഖം കറുക്കും.

"എനിക്ക് എന്തെങ്കിലും കൊടുക്കാൻ വേറെ ആരുമില്ല. ഇഷ്ടമില്ലെങ്കിൽ ഇനി കൊണ്ടുവരില്ല."

അതോടെ ഒന്നും മിണ്ടാതായി. അയാൾ കുടുംബത്തിലെ ഒരംഗത്തെപ്പോലെ ആയതോടെ കൊണ്ടുവരുന്നതെല്ലാം സന്തോഷത്തോടെ സ്വീകരിച്ചുതുടങ്ങി. അപൂർവ്വം ദിവസങ്ങളിലേ അദ്ദേഹം കൂടെ ഉണ്ടാകാറുള്ളു. അപ്പോഴും മോന് അങ്കിളിനെ മതി.

"എടാ ഇങ്ങനെ പോയാൽ നിന്റെ മോൻ നിന്നെ കണ്ടാലറിയാതാവും പറഞ്ഞില്ലെന്നു വേണ്ട. കുടുംബം നോക്കാതെ നീയെന്തിനാ ഇങ്ങനെ പണമെന്നു പറഞ്ഞ് ചത്തു പണിയെടുക്കുന്നത്?"

ഷറഫ് പലപ്പോഴും കുറ്റപ്പെടുത്താറുണ്ട്.

"കാറ്റുള്ളപ്പോ തൂറ്റണമെന്ന് കേട്ടിട്ടില്ലേ? ഇപ്പഴത്തെ

ജി.എമ്മിന് എന്നെ വലിയ പ്രിയമാ. ഒത്തുനിന്നാൽ പല സാധ്യതകളുമുണ്ട്."

കേൾക്കുമ്പോൾ അരിശം കടിച്ചമർത്തി മിണ്ടാതിരിക്കും.

ചില വൈകുന്നേരങ്ങളിൽ ഷറഫ് അവളെയും മോനെയും പുറത്തുകൊണ്ടുപോയി ഐസ്ക്രീം വാങ്ങിക്കൊടുക്കും. തിരിച്ചെത്തിയാലും പലപ്പോഴും ഭർത്താവ് വീട്ടിലെത്തിയിട്ടുണ്ടാവില്ല. അപ്പോഴൊക്കെയും മനസ്സ് വല്ലാതെ വേവലാതിപ്പെട്ടുകൊണ്ടിരുന്നു. അദ്ദേഹത്തോട് ഇതിനച്ചൊല്ലി വഴക്കിടുക പതിവായി. എന്തുപറഞ്ഞാലും അവിടെ കുലുക്കമില്ല. നിനക്കും മോനും വേണ്ടിയല്ലേ ഞാനീ പെടാപ്പാട് പെടുന്നത് എന്ന് മറുചോദ്യമിട്ടാണ് ഒഴിഞ്ഞുമാറുന്നത്.

"പണമുണ്ടാക്കി മടുക്കുമ്പോഴേക്ക് ഭാര്യയും മകനുമൊക്കെ നിങ്ങളെ മറന്നിട്ടുണ്ടാകും."

വ്യസനത്തോടെ അങ്ങനെ പറയുമ്പോഴും അദ്ദേഹത്തിനു ചിരി. അതോടെ പരാതി പറച്ചിൽ നിർത്തി. ആയിടയ്ക്കാണ് അദ്ദേഹത്തിന് മൂന്നുമാസത്തേക്ക് അമേരിക്കയിൽ പോകേണ്ടി വന്നത്. പോകുമ്പോൾ വീടേല്പിച്ചത് ഷറഫിനെയാണ്. അവൾക്ക് എന്തെങ്കിലും പറയാൻ ഒരവസരംപോലും കിട്ടിയില്ല.

"അതു വേണോ? വെറുതേ മറ്റുള്ളവരെക്കൊണ്ട് ഓരോന്നു പറയിക്കണോ?"

ഷറഫ് ഒഴിഞ്ഞുമാറാൻ ഒരു ശ്രമം നടത്തി.

"മറ്റുള്ളോര് പറയുന്നത് നമ്മള് വിലവെക്കേണ്ട. അവരവരുടെ മനസ്സ് നന്നാക്കിയാൽ ആരേയും പേടിക്കണ്ട. ഫാത്തിമയ്ക്ക് ഒറ്റയ്ക്ക് ഒന്നിനും ആവില്ല. നീയുണ്ടല്ലോ എന്ന ധൈര്യത്തിലാണ് ഞാൻ യാത്രയ്ക്ക് സമ്മതിച്ചത്."

"ഞാൻ ഇടയ്ക്ക് വന്ന് കാര്യങ്ങൾ അന്വേഷിച്ചാൽ പോരേ?"

"അതൊന്നും പോരാ. നീ ഇവിടെ താമസിക്കണം. എന്നാലേ എനിക്കൊരു സമാധാനമുള്ളു."

അദ്ദേഹത്തെ പ്ലെയിൻ കയറ്റാൻ ഷറഫിന്റെ കൂടെയാണ് പോയത്. മോന് വയസ്സ് മൂന്നായിരുന്നു. ഷറഫുണ്ടെങ്കിൽ അവന് ഉമ്മപോലും വേണ്ട. എയർപോർട്ടിൽ തിരിച്ചുവരുംവഴി ഷറഫിന്റെ വീട്ടിൽ കയറി സാധനങ്ങളെല്ലാം എടുത്തു. ആദ്യത്തെ ഒരാഴ്ച ഷറഫ് ആകെ അസ്വസ്ഥനായിരുന്നു. കളിയും ചിരിയും തമാശ പറച്ചിലുമൊന്നുമില്ല. ഇംഗ്ലീഷുപഠിത്തം വളരെ മുമ്പേ നിർത്തിയിരുന്നു. ഫാത്തിമ ഇപ്പോൾ നന്നായി ഇംഗ്ലീഷു പറയും. ഭർത്താവിന്റെ ആഗ്രഹം പോലെ മനുഷ്യരുമായി ഇടപഴകാനും പഠിച്ചു. കെട്ടിലും മട്ടിലും മാറി. ഉള്ള് വലുതായൊന്നും മാറിയിരുന്നില്ല. എങ്കിലും മാറിയതായി നടിച്ചു. ഷറഫുമായി സംസാരിക്കുമ്പോൾ ഇപ്പോൾ പഴയ പതറലില്ല.

"ഇവിടെ താമസിക്കാൻ ബുദ്ധിമുട്ടുണ്ടെങ്കിൽ അവനവന്റെ ഫ്ളാറ്റിൽ പോകാൻ മടിക്കണ്ട കേട്ടോ. എനിക്കിപ്പോൾ ഒറ്റയ്ക്കു കഴിയാൻ പ്രയാസമൊന്നുമില്ല.

ഷറഫിന്റെ മൗനം കണ്ട് ഒരിക്കൽ അവൾ പറഞ്ഞു.

"ഫാത്തിമ തെറ്റിദ്ധരിച്ചതാണ്. ഇവിടെ താമസിക്കുന്നത് എനിക്കെപ്പോഴും സന്തോഷം തന്നെ. എന്റെ മാറ്റത്തിന് അതല്ല കാരണം."

"പിന്നെന്താ വല്ലാതിരിക്കുന്നത്? എന്നോട് പറയാൻ പറ്റിയതാണെങ്കിൽ പറ."

"പേഴ്സനൽ മാറ്ററാണ്."

"പേഴ്സനൽമാറ്റർ എന്നോട് പറയില്ല അല്ലേ? അത്രയ്ക്കുള്ള അടു

പ്പമേ ഉള്ളൂ. അത് ഞാൻ മറന്നു. ഞാൻ ചങ്ങാതിയുടെ ഭാര്യയല്ലേ. ചങ്ങാതി അല്ലല്ലോ. പറയണ്ട."

"അവനുണ്ടായിരുന്നെങ്കിൽ എല്ലാം തുറന്നു പറഞ്ഞ് ഭാരം ഇറക്കി വെയ്ക്കാമായിരുന്നു. അപ്പോൾ മനസ്സും ശാന്തമായേനെ."

"എന്താണെങ്കിലും പറയൂ. എന്റെ കഴിവുപോലെ സമാധാനിപ്പിക്കാം."

അപ്പോഴാണ് ഒരു കഥയുടെ ചുരുൾ നിവർത്തിയത്. വീട്ടുകാരുടെ നിർബന്ധപ്രകാരം അമ്മാവന്റെ മകളെ നിക്കാഹ് കഴിച്ചിട്ടാണ് കഴിഞ്ഞ തവണ നാട്ടിൽ നിന്ന് പോന്നത്. പെണ്ണ് കാണാൻ മോശം. കറുത്തിരുണ്ട കോങ്കണ്ണി. പക്ഷേ ഇഷ്ടം പോലെ പണം. ഏകമകൾ. നിക്കാഹ് കഴിഞ്ഞ് ഒരാഴ്ചക്കകം അവളുടെ ബാപ്പ മരിച്ചു. അതുകൊണ്ടാണ് കഴിഞ്ഞ തവണ വിവാഹം നടത്താതെ രക്ഷപ്പെട്ടത്. ഉടൻ നാട്ടിൽച്ചെന്നില്ലെങ്കിൽ ഉമ്മ പെണ്ണിനേയുംകൊണ്ട് ഇങ്ങോട്ടു വരുമെന്ന് ഭീഷണി മുഴക്കിയിരിക്കുന്നു. ഉമ്മ ഭയങ്കര വാശിക്കാരിയാണ്. തന്റേടിയും. ബാപ്പ മരിച്ചതിനുശേഷം ഉമ്മ വളരെ കഷ്ടപ്പെട്ടാണ് അയാളെ വളർത്തിയത്. ഉമ്മയെ വിഷമിപ്പിക്കാൻ മനസ്സു വരുന്നില്ല. അതേസമയം ആ പെണ്ണിനെ ഭാര്യയായി കാണാനും ആവില്ല. എന്തുചെയ്യണമെന്ന് ഒരു രൂപവുമില്ല. ആത്മഹത്യ ചെയ്താലോ എന്നുപോലും തോന്നുന്നു. പറഞ്ഞുതീർന്നപ്പോൾ കണ്ണു നിറഞ്ഞിരുന്നു.

"മൊഞ്ചില്ലന്നല്ലേയുള്ളു. ചെറുപ്പത്തിലേ അറിയുന്ന കുട്ടിയല്ലേ. മനസ്സല്ലേ കാര്യം. അറിഞ്ഞുകൊണ്ട് ഉമ്മ ചതിക്കുമോ?"

"സംഗതി ഫാത്തിമക്കറിയില്ല. ചെറുപ്പത്തിലെ അറിയുന്നതുകൊണ്ടാണ് വേണ്ടെന്നു പറയുന്നത്. അവൾ മഹാ അഹങ്കാരിയാണ്. പണത്തിന്റെ തണ്ട് നല്ലോണമുണ്ട്. വിചാരിക്കുന്ന കാര്യം അപ്പപ്പോൾ സാധിച്ചുകൊടുത്തില്ലെങ്കിൽ അങ്കംവെട്ടും. എനിക്കാവില്ല. ഫാത്തിമയെപ്പോലെ സൗമ്യയും സുന്ദരിയുമായ ഒരുത്തിയാണ് എന്റെ മനസ്സിലുള്ളത്."

വല്ലാതെ തോന്നി. സംസാരത്തിന്റെ ഗതി പെട്ടെന്നു മാറ്റി.

"ഇഷ്ടമില്ലെങ്കിൽ ഉമ്മയോട് തുറന്നു പറയണം. വീട്ടിൽക്കൂടൽ കഴിഞ്ഞിട്ടില്ലെന്നല്ലേ പറഞ്ഞത്. ഇത്ര മനസ്സുകേടാണെങ്കിൽ മൊഴി ചൊല്ലി കാണാൻ ചേലുള്ള മറ്റൊരു പെണ്ണിനെ കെട്ടിച്ചുതരാൻ ഉമ്മയോട് പറയണം."

"അതേ, അതാണ് നല്ലത്. വെറുതേ ജീവിതമെന്തിനു നരകമാക്കുന്നു. ഇന്നു ഉമ്മയെ വിളിക്കണം."

"ഒന്നുകൂടി ആലോചിച്ചിട്ടു മതി ട്ടോ. പാവം ഉമ്മയെ വയസ്സുകാലത്ത് വേദനിപ്പിക്കണോ? ഉമ്മയ്ക്കും ചില മോഹങ്ങളൊക്കെ കാണില്ലേ?"

"ഉമ്മയ്ക്ക് എന്നെ അറിയാം. ഉമ്മ പൊറുക്കും. നാളെത്തന്നെ

ഞാൻ മൊഴി എഴുതി അയക്കും. എന്നോട് അധികനാൾ പിണങ്ങിയിരിക്കാൻ ഉമ്മയ്ക്ക് ആവില്ല."

അതും പറഞ്ഞ് അയാൾ ആർത്തിയോടെ നോക്കുന്നത് കണ്ടപ്പോൾ ആകെ വല്ലാതായി.

"മോൻ കരയുന്നു" എന്നു പറഞ്ഞ് പതുക്കെ രക്ഷപ്പെടുകയായിരുന്നു. മുറിയിൽകയറി വാതിലടച്ചപ്പോഴേ സമാധാനമായുള്ളൂ. അതിനുശേഷം അധികം സംസാരിക്കാൻ നില്ക്കാറില്ല. വെറുതേ തിരക്കു നടിച്ചു. അയാൾ വരുന്ന സമയംനോക്കിപ്പുറത്തുപോകുന്നതും പതിവാക്കി. ഒരിക്കൽ ഭക്ഷണം കഴിക്കുന്നതിനിടയിൽ കൈയിൽ കയറി പിടിച്ചപ്പോൾ മുഖം കറുത്തു.

"ഞാൻ മൊഴി എഴുതി അയച്ചു."

കൈ പിടിച്ചുകൊണ്ടാണ് പറഞ്ഞത്. അപ്പോഴാണ് ആയ മോനേയുംകൊണ്ട് അവിടെ എത്തിയത്. തള്ളയുടെ നോട്ടം ഒട്ടും പിടിച്ചില്ല. അതിനുശേഷം ഷറഫിനെ കാണുമ്പോൾ ഉള്ളിലൊരു വിറയൽ. പുറത്തേക്കു വിളിച്ചാൽ പോകാതായി. കാറിൽ അടുത്തിരിക്കാൻപോലും പേടി.

"ഫാത്തിമയ്ക്കും എന്നോട് പിണക്കമാണ്, അല്ലേ?"

ഒരു ദിവസം നിനച്ചിരിക്കാതെയാണ് ചോദിച്ചത്. പെട്ടെന്ന് ഉത്തരം പറയാനായില്ല.

"ഞാനെന്തിനാ പിണങ്ങുന്നത്? മൂപ്പരില്ലാത്തതുകൊണ്ട് എന്തോ വല്ലാത്ത പ്രയാസം."

ഒരുവിധം പറഞ്ഞൊപ്പിച്ചു. അദ്ദേഹം തിരിച്ചെത്തിയപ്പോൾ ഊരാക്കുടുക്കിൽനിന്നു രക്ഷപ്പെട്ടതുപോലെയാണ് തോന്നിയത്.

"ഇനി എന്നെ ഒറ്റയ്ക്കാക്കി പോകരുത്."

മുറിയിൽ ഒറ്റക്കായപ്പോൾ ആ മാറിൽ വീണു തേങ്ങി.

"ഒറ്റയ്ക്കല്ലല്ലോ. ഷറഫില്ലേ?"

"എനിക്കൊരു ഷറഫും വേണ്ട. നിങ്ങളുമാത്രം മതി."

"ഇനി പോകുമ്പോൾ നിന്നേയും കൊണ്ടേ പോകൂ. പോരേ?"

ആ മാറിൽ തലചായ്ച്ചു കിടന്നപ്പോൾ മറ്റെല്ലാം മറന്നു.

അഞ്ച്

ദുബായിലെ തിരക്കുപിടിച്ച ജീവിതം ഫാത്തിമയ്ക്കും ഇഷ്ടപ്പെട്ടു തുടങ്ങി. ദിവസങ്ങൾ കടന്നുപോകുന്നത് അറിഞ്ഞതേയില്ല. ഉമ്മയുടെ കത്ത് കിട്ടുമ്പോഴാണ് നാടിനെക്കുറിച്ച് ഓർക്കുന്നത്. ഒന്ന് നാട്ടിലോളം ചെല്ലാൻ ഉമ്മ എല്ലാ കത്തിലും എഴുതാറുണ്ട്. നാട്ടിൽപോകുന്നവരുടെ കൈയിൽ ഉമ്മയ്ക്കും ബാപ്പയ്ക്കും വിലയേറിയ തുണിത്തരങ്ങളും പണവും മറ്റു സാധനങ്ങളും കൊടുത്തയച്ചു. ഉമ്മ അവരുടെ കൈയിൽ പലഹാരങ്ങളും അച്ചാറുമൊക്കെ കൊടുത്തയക്കുമ്പോൾ കുറച്ചുനേരത്തേക്ക് നാട് ഓർമ്മയിലെത്തും.ഭർത്താവുമൊന്നിച്ചേ നാട്ടിലേക്കുള്ളു എന്ന വാശിയിലായിരുന്നു. അദ്ദേഹത്തിനാണെങ്കിൽ തിരക്കൊഴിഞ്ഞ നേരമില്ല.

സുഹൃത്തുക്കൾ ധാരാളം. അവളിപ്പോൾ പഴയ നാണം കുണുങ്ങി ഫാത്തിമയല്ല. ആൾക്കാരോട് മിണ്ടാനും പറയാനും മടിയുമില്ല. ഡ്രൈവിംഗ് പഠിച്ചു. ഒറ്റയ്ക്ക് കാറോടിക്കാൻ ഇപ്പോൾ ഒട്ടും പേടിയില്ലെന്നുമാത്രമല്ല ഇഷ്ടമാണുതാനും. മോനെ ആയയെ ഏല്പിച്ച് മിക്കദിവസവും രാവിലെ ചുറ്റാനിറങ്ങിയാൽ ഉച്ചയാകുമ്പോഴാണ് തിരിച്ചെത്തുന്നത്. കൂട്ടുകാരികളും ഷോപ്പിംഗുമൊക്കെയായി നേരമങ്ങു പോകും. ഉച്ചയ്ക്ക് വീട്ടിലെത്തിയാൽ ഊണുകഴിഞ്ഞ് വീഡിയോകാസറ്റുമിട്ട് വിശ്രമിക്കും. വൈകുന്നേരം മോനേയും കൂട്ടി വീണ്ടും സർക്കീട്ട്. ഈ തിരക്കിനിടയിൽ ഷറഫിനെ ഓർത്തതേയില്ല. ഈയിടെയായി അയാളെ ഇങ്ങോട്ടൊന്നും കാണാറുമില്ല. ഭർത്താവും അയാളെക്കുറിച്ച് ഒന്നും പറഞ്ഞതുമില്ല. ആ വല അങ്ങനെ തീർന്നല്ലോ എന്നു സമാധാനിച്ചിരിക്കെയാണ് നിനച്ചിരിക്കാതെ ഷറഫിന്റെ ഫോൺ വന്നത്. ഉച്ചനേരം. പകുതി മയക്കത്തിലായിരുന്നു. അരിശത്തോടെയാണ് ഫോണെടുത്തത്. ഷറ

ഫിന്റെ സ്വരം കേട്ടപ്പോൾ അമ്പരപ്പ്.

"ഫാത്തിമാ, ഐ ആം ഷറഫ്. ഐ കാൺട് ലിവ് വിത്തൗട്ട് യൂ. എനിക്ക് കാണണം. പ്ലീസ്, ഒന്നിവടംവരെ വരൂ."

മദ്യപിച്ചിട്ടുണ്ടെന്ന് സംസാരം കേട്ടാലറിയാം. ഒന്നും മിണ്ടാൻ കഴിഞ്ഞില്ല.

"ഫാത്തിമ കേൾക്കുന്നില്ലേ.... നിന്നെ എനിക്കു വേണം. ഞാനങ്ങോട്ട് വരട്ടേ?"

"ഷറഫ്, പ്ലീസ്, മൈൻഡ് യുവർ ലാംഗ്വേജ്. ഞാൻ നിങ്ങളുടെ സുഹൃത്തിന്റെ ഭാര്യയാണ്."

"അല്ലെന്നു ഞാൻ പറഞ്ഞോ? എനിക്കു നിന്നെ വേണം."

ഒന്നും പറയാതെ ഫോൺ താഴെ വച്ചു. തുടരെത്തുടരെ ഫോണടിച്ചിട്ടും എടുത്തില്ല. സഹിക്കാതായപ്പോൾ റിസീവർ താഴെ എടുത്തുവെച്ചു. ആകെ വിഷമത്തിലായി. പുറത്തിറങ്ങാൻപോലും പേടി. ഭർത്താവു വരുന്നതും കാത്ത് കണ്ണുംനട്ടിരുന്നു. അദ്ദേഹം എത്തിയപ്പോൾ പതിവുപോലെ വൈകി. മുഖം വല്ലാതിരിക്കുന്നത് കണ്ടപ്പോൾ ഒന്നും പറയാനും തോന്നിയില്ല. ഇനി വിളിച്ചു ശല്യപ്പെടുത്തിയാൽ അറിയിക്കാമെന്നു കരുതി. പതിവുസമയം കഴിഞ്ഞിട്ടും അദ്ദേഹം കിടക്കാതെ മുറിയിൽ ഉലാത്തുന്നതു കണ്ടപ്പോൾ അടുത്തുചെന്നു.

"എന്തുപറ്റി? ഓഫീസിൽ എന്തെങ്കിലും കുഴപ്പമുണ്ടായോ?"

"ഹേയ്. നമ്മുടെ ഷറഫിന്റെ കാര്യമോർത്ത് ഒരു സമാധാനവുമില്ല. അവൻ ആകെ തകർന്നിരിക്കുന്നു. ഏതുനേരവും കുടിച്ചുലക്ക് കെട്ട് ഒരേ കിടപ്പാണിപ്പോൾ. ആപ്പീസിൽ പോലും പോകുന്നില്ല. കണ്ടിട്ട് വിഷമം തോന്നി. അവൻ കുറച്ചുദിവസം ഇവിടെ താമസിക്കട്ടെ. ഒരുവിധം ഞാൻ സമ്മതിപ്പിച്ചിട്ടുണ്ട്.

ശരീരം ചുടുന്നതുപോലെ തോന്നി. അയാൾ സമർഥൻതന്നെ. അയാളുടെ പരിപാടിക്കൊത്ത് കരുക്കൾ നീക്കിത്തുടങ്ങിയിരിക്കുന്നു. ഭർത്താവിനെ എങ്ങനെ പറഞ്ഞുമനസ്സിലാക്കണമെന്നറിയാതെ അവൾ കുഴങ്ങി. പറഞ്ഞാലും വിശ്വസിക്കുമോ? നേരത്തെ സൂചിപ്പിക്കേണ്ടതായിരുന്നു. ശക്തമായി എതിർക്കാൻതന്നെ തീരുമാനിച്ചു.

"വേണ്ട. വേണ്ടാത്ത നൂലാമാലയൊന്നും കഴുത്തിലിടണ്ട. എല്ലാരും നിങ്ങളെപ്പോലെ ശുദ്ധരല്ല. കള്ളുകുടിച്ച് ബോധമില്ലാതെ നടക്കുന്ന ഒരാളെ സ്വന്തം വീട്ടിൽകൊണ്ടുവന്നു താമസിപ്പിക്കാൻ നിങ്ങൾക്കെങ്ങനെ തോന്നി? നിങ്ങളാണെങ്കിൽ വീട്ടിലുണ്ടാകുന്നത് ചുരുക്കം. അത് ശരിയാവില്ല."

"കുറച്ചുദിവസത്തേക്ക് സഹിച്ചേ പറ്റൂ. അവന്റെ ഫ്ളാറ്റ് ഞാൻ നിർബന്ധിച്ചിട്ടാണ് തല്ക്കാലം വേറൊരാൾക്കു കൊടുത്തത്."

"എന്തൊക്കെ മണ്ടത്തരങ്ങളാ കാണിക്കുന്നത്? ആരാന്റെ

കാര്യത്തിൽ ആവശ്യമില്ലാതെ തലയിടുന്നത് നല്ലതല്ല. പറഞ്ഞില്ലെന്നു വേണ്ട."

"ഷറഫ് ആരാനാണോ?"

"അല്ല. നിങ്ങളെ മൂത്താപ്പാന്റെ മോനാ. എന്നെക്കൊണ്ട് അധികം പറയിക്കല്ലേ."

"അങ്ങനെ വിചാരിച്ചാൽ മതി."

രാത്രി ഉറങ്ങാനേ കഴിഞ്ഞില്ല. ആദ്യമേ ഒരു സൂചന കൊടുത്തിരുന്നെങ്കിൽ ഇങ്ങനെ ചെയ്യില്ലായിരുന്നു. കഷ്ടകാലത്തിന്റെ തുടക്കമാണെന്ന് മനസ്സു പറഞ്ഞുകൊണ്ടിരുന്നു. എന്നിട്ടും അദ്ദേഹത്തിനോട് ഒന്നും പറയാൻ കഴിഞ്ഞതുമില്ല. പതിവിലും നേരത്തെ എഴുന്നേറ്റു. പതിവില്ലാത്തതുപോലെ അടുക്കളയിൽചെന്നു. ഇപ്പോൾ പാചകം ആയയാണ്. വെറുതെയിരിക്കാൻ ആവാത്തതുകൊണ്ടാണ് അടുക്കളയിലെത്തിയത്. ചായകൂട്ടിക്കൊണ്ടിരിക്കുമ്പോൾ കോളിംഗ്ബെൽ മുഴങ്ങി. തലയ്ക്കകത്ത് മണിമുഴങ്ങിയതുപോലെ തോന്നി. വാതിൽ തുറക്കാൻ ആയയെ പറഞ്ഞയച്ചു.തിരക്കഭിനയിച്ച് അടുക്കളയിൽ തന്നെ നിന്നു. അതിനും അദ്ദേഹം സമ്മതിച്ചില്ല.

"ഫാത്തിമ ആരാ വന്നതെന്നു നോക്ക്. ഇന്നെന്താ രാവിലെത്തന്നെ അടുക്കളയിൽ? ആയാ, പെട്ടി ഗസ്റ്റ്റൂമിൽവെച്ചിട്ട് മാഡത്തെ ഇങ്ങോട്ടയക്ക്."

നിവൃത്തിയില്ലാതെ അങ്ങോട്ടുചെന്നു. അയാളുടെ മുഖം കരുവാളിച്ചിരുന്നു. കണ്ണുകളിൽ ക്ഷീണം. അലങ്കോലമായ വേഷം. അവളുടെ മുഖത്തെ ഇഷ്ടക്കേട് അറിഞ്ഞായിരിക്കണം. അയാൾ പറഞ്ഞു.

"ഞാൻ വന്നത് ഫാത്തിമയ്ക്ക് ഇഷ്ടമായില്ലാന്നാ തോന്നണത്."

"എന്റെ ഇഷ്ടത്തിന് ഇവിടെ വല്ല വിലയുമുണ്ടോ?"

സ്വരം അല്പം കടുത്തോ? ഭർത്താവിന്റെ നോട്ടത്തിൽ അപ്രിയം.

"ശ്രീമതി രാവിലേ എന്നോട് ഇടഞ്ഞുനില്ക്കുകയാണ്. അതൊന്നും കാര്യമാക്കേണ്ട. നീ വാ. ചായ വേണം."

ഷറഫിനേയുംകൂട്ടി ഗസ്റ്റ്റൂമിലേക്കു നടന്നുകൊണ്ടാണ് അദ്ദേഹം അത്രയും പറഞ്ഞത്.

കുറേ ദിവസം മുഖവും വലിച്ചുകയറ്റി നടന്നുനോക്കി. അദ്ദേഹം വകവെച്ചില്ല. അവനെ ഇപ്പോൾ കൈവിട്ടാൽ അവന്റെ ജീവിതമാണ് തകരാൻപോകുന്നത്. അലിവും സ്നേഹവുമാണ് അവനിപ്പോൾ വേണ്ടത്. നീ പിണങ്ങിയിരിക്കയാണെന്ന് അവൻ ഇന്നലേയും പരിഭവം പറഞ്ഞു. കുറച്ചുനാളത്തേക്കൊന്നു ക്ഷമിക്ക്. എല്ലാംനേരെയാകും. ഇനിയും നീ എടുത്തടിച്ചു നിന്നാൽ എന്റെ സ്വഭാവം മാറുമേ എന്നൊരു ഭീഷണിയുംകൂടി ആയപ്പോൾ അവളും അയഞ്ഞു.

"കുറച്ചുദിവസം ലീവെടുത്ത് നാട്ടിൽപോകാൻ പറ അയാളോട്.

ഒരു നല്ലപെണ്ണിനെ കണ്ടുപിടിച്ച് കല്യാണം കഴിച്ചുകൊടുക്ക്. എന്നാ ഈ സൂക്കേടൊക്കെ മാറിക്കോളും."

"നിനക്കു ബുദ്ധിയില്ലെന്ന് ആരാ പറഞ്ഞത്. നേരാ കേട്ടോ. ഒരു കൂട്ടാ അവനിപ്പോൾ വേണ്ടത്. ഇക്കാര്യം നീ തന്നെ അവനെ ഒന്നു പറഞ്ഞ് മനസ്സിലാക്ക്."

അക്കാര്യം അവളെ ഏല്പിക്കുമെന്ന് അറിഞ്ഞിരുന്നെങ്കിൽ ഒന്നും മിണ്ടില്ലായിരുന്നു. നിവൃത്തിയില്ലാതെയാണ് അക്കാര്യം പറയാൻ അയാളുടെ മുറിയിലെത്തിയത്. അയാൾ മുറി അടച്ച് ഒരേ കിടപ്പാണ്. രാവിലെ എന്തെങ്കിലും കഴിച്ചിട്ട് കിടന്നാൽ അദ്ദേഹം വന്നാലേ പുറത്തിറങ്ങാറുള്ളൂ. അവൾ ഉച്ചയ്ക്ക് നിർബന്ധിച്ച് വിളിക്കാറുമില്ല. വൈകുന്നേരം ചായ ആയയുടെ കൈയിൽ കൊടുത്തയക്കും. അവൾ ചെല്ലുമ്പോൾ മച്ചിലേക്കു തുറിച്ചുനോക്കിക്കൊണ്ട് കിടക്കുകയായിരുന്നു. പഴയ പ്രസരിപ്പൊന്നുമില്ല. സഹതാപം തോന്നിക്കുന്ന രൂപം. അവളുടെ മനസ്സും കുറച്ചുനേരത്തേക്ക് അലിഞ്ഞു. അവളെ കണ്ടതും കണ്ണു നിറഞ്ഞു.

"ഐ ആം സോറി. ഞാനെന്തു ചെയ്യട്ടേ, എനിക്ക് നിന്നെ മറക്കാനാവുന്നില്ല. അബ്ദുള്ളയെ കാണുമ്പോൾ കരള് പിളരുകയാണ്. അതോടെ ഞാൻ എന്നെത്തന്നെ മറക്കുന്നു."

"നിങ്ങളെന്തു ഭ്രാന്താ ഈ പറയുന്നത്? നടക്കാത്ത കാര്യത്തെക്കുറിച്ച് ആലോചിച്ച് മനസ്സു പുണ്ണാക്കിയിട്ട് എന്താ കാര്യം? എന്റെ കുടുംബം എനിക്കു വലുതാണ്. അതു നിങ്ങളായിട്ട് നശിപ്പിക്കരുത്. ഞാനൊരു തെറ്റുചെയ്താൽ തകരുന്നത് നിങ്ങളുടെ ചങ്ങാതിയാണ്. അദ്ദേഹം പാവമാണ്. ശുദ്ധനും. എന്നെ ഉയിരാണ്. എനിക്കുമതേ. എല്ലാം അറിഞ്ഞുകൊണ്ട്.... എന്തു ഭാവിച്ചാ? നിങ്ങൾ കല്യാണം കഴിക്ക്. ഇതെല്ലാം മറക്കും. ലീവിന് എഴുതിക്കൊടുക്ക്. ഉമ്മയ്ക്ക് ഞാൻ മൂപ്പരെക്കൊണ്ട് കത്തെഴുതിക്കാം."

"ഭ്രാന്തു പിടിക്കും."

ഉറക്കെ പറയുന്നതു കേട്ടപ്പോൾ തിടുക്കത്തിൽ പുറത്തിറങ്ങി മുറിയുടെ വാതിലടച്ചു. വീട്ടിലിരിക്കാൻ ഭയം തോന്നി. മോനേയും കൊണ്ട് വെറുതേ ചുറ്റാനിറങ്ങി. പലരുടേയും വീടുകളിൽ കയറി ഇറങ്ങി നേരമിരുട്ടിയിട്ടാണ് തിരിച്ചെത്തിയത്. അദ്ദേഹം അപ്പോഴും എത്തിയിരുന്നില്ല. ഒച്ചയുണ്ടാക്കാതെ ഷറഫിന്റെ മുറിയുടെ കതകു തുറന്നു. അയാൾ കട്ടിലിൽ കമഴ്ന്നടിച്ചു കിടക്കുന്നു. സ്ഥാനം തെറ്റിയ മുണ്ട്. മുറിയിൽ മദ്യത്തിന്റെ രൂക്ഷഗന്ധം.

"എന്നമ്മാ ഇത്? ഇന്തമാതിരി ലക്കുകെട്ടവരെയെല്ലാം ഏൻ ഇങ്കെ...."

തറപ്പിച്ചൊന്നു നോക്കിയപ്പോൾ ആയ മതിയാക്കി. അദ്ദേഹം വരുന്നതും കാത്തിരുന്നു.

“ഇയാളെ ഇനി ഇവിടെ നിർത്തുന്നത് ശരിയല്ല. കുടിച്ച് ബോധമില്ലാതെ എന്നോടുതന്നെ വല്ലതും കാണിക്ക്യോന്നാ എന്റെ പേടി. ആയയും പരാതി പറഞ്ഞു.”

“ഇതുവരെ നിങ്ങളോടൊന്നും അവൻ വകതിരിവുകേട് കാണിച്ചില്ലല്ലോ. ഇനി കാണിക്കുകയുമില്ല.”

“കാണിച്ചെന്നു പറഞ്ഞാലും നിങ്ങളിതുതന്നെ പറയും. കുടിച്ച് ബോധമില്ലാതെ വല്ല വഷളത്തരവും കാട്ടിയാൽ... പിന്നെ എന്നെ കുറ്റം പറയരുത്.”

“അവൻ ചീത്തയല്ല. അവനോട് ഓഫീസിൽപോകാൻ നീയൊന്നു പറഞ്ഞുനോക്ക്. നീ പറഞ്ഞാൽ അവൻ കേൾക്കും.”

“നിങ്ങള്തന്നെ പറഞ്ഞാ മതി.”

അരിശം അടക്കാൻ കഴിഞ്ഞില്ല. ഇങ്ങനെയുമുണ്ടോ ആണുങ്ങൾ? ഭാര്യമാർ ഇടതും വലതും നോക്കിയാൽ സംശയിക്കുന്നവരാണ് പലരും. ഇതെന്തൊരു പടപ്പ്?

ഈ വല തീർക്കാതെ നിവൃത്തിയില്ല മനസ്സുപറഞ്ഞു. രണ്ടും കല്പിച്ചാണ് പിറ്റേന്ന് ഷറഫിന്റെ മുറിയിൽ ചെന്നത്. ഒരു പുസ്തകവും കൈയിൽ പിടിച്ച് കസേരയിലിരുന്ന് ആലോചനയിലാണ്. കുടിച്ചിട്ടുണ്ടെന്ന് കണ്ണു കണ്ടാലറിയാം. അനക്കം കേട്ടാകണം മുഖമുയർത്തി. അവളെ കണ്ടപ്പോൾ മുഖത്ത് തെളിച്ചം. സംസാരിക്കാനുള്ള തയാറെടുപ്പിലായിരുന്നു മനസ്സ്. അടുത്തുള്ള കസേരയിൽ ചെന്നിരുന്നു. തുറിച്ചു നോക്കുന്നത് കണ്ടില്ലെന്നു നടിച്ച് സംസാരിത്തിനു തുടക്കമിട്ടു.

“രാവും പകലും ഇങ്ങനെ കുടിച്ച് സ്വയം നശിപ്പിച്ചാൽ പ്രശ്നങ്ങൾ ഏറുകയേ ഉള്ളൂ. എന്റെ വീട്ടിൽ ഇതൊന്നും എനിക്കിഷ്ടമല്ല. മൂപ്പര് പറഞ്ഞതുകൊണ്ട് ഞാൻ അടങ്ങുകയാണ്. ആരെങ്കിലും നിങ്ങളെ ഈ രൂപത്തിൽ ഇവിടെ കണ്ടാൽ അദ്ദേഹത്തെക്കുറിച്ച് എന്താ വിചാരിക്കുക? മൂപ്പരൊരു പാവം. അതുമുതലെടുക്കാനാണോ ഭാവം?”

“ഫാത്തിമ....”

“ഞാൻ മുഴുവനാക്കട്ടെ. നാളെമുതൽ രാവിലെ ഓഫീസിൽ പോകണം. ഞാൻ എന്തു ചെയ്യണമെന്നാ നിങ്ങൾ പറയുന്നത്? സ്വന്തം സഹോദരനെപ്പോലെ നിങ്ങളെ സ്നേഹിക്കുന്ന നിങ്ങളുടെ കൂട്ടുകാരനെ വഞ്ചിക്കണമെന്നോ?”

“വേണ്ട.... അതു ഞാൻ പറയില്ല. ഒരിക്കൽ ഒരിക്കൽമാത്രം നീ എന്റേതായാൽ... ഞാൻ പിന്നെ ശല്യത്തിനു വരില്ല.”

എതിർക്കാൻ കഴിയുന്നതിനുമുമ്പ് അയാൾ എഴുന്നേറ്റുവന്ന് കെട്ടിപ്പിടിച്ചു. എവിടെയൊക്കെയോ പൊള്ളുന്നതുപോലെ. നെറ്റിയിൽ... കണ്ണിൽ... കവിളിൽ... ആദ്യം വല്ലാതെ പകച്ചു. പക്ഷേ പെട്ടെന്ന് പിടിവിടുവിച്ച് കസേരയിൽനിന്ന് ചാടി എഴുന്നേറ്റു. അപ്പോഴും കൈകൾ അയാളുടെ കൈപ്പിടിയിലായിരുന്നു.

ഈ രംഗം കണ്ടുകൊണ്ടാണ് അഫ്സൽമോൻ കടന്നു വന്നത്. അവനും വല്ലാതെ പകച്ചു.

"അങ്കിളെന്തിനാ ഉമ്മ കരേന്നത്?"

ഒന്നും മിണ്ടാതെ മുറിയിൽ നിന്ന് ഇറങ്ങി ഓടുകയായിരുന്നു. കട്ടിലിൽചെന്നു വീണപ്പോൾ വല്ലാത്ത സ്ഥിതിയിലായിരുന്നു മനസ്സ്. അയാളുടെ മണം അപ്പോഴും ദേഹത്തിലുള്ളതുപോലെ. ഒരു നിമിഷ നേരത്തേക്കെങ്കിലും അവളും സഹകരിച്ചില്ലേ? ഇഷ്ടത്തോടെ നിന്നുകൊടുത്തില്ലേ? അപ്പോൾ നെഞ്ചം പുകഞ്ഞു. ഭർത്താവിനോട് അറിയാതെയെങ്കിലും തെറ്റുചെയ്തില്ലേ? ഇല്ല. ഇനി വയ്യ. ഇനി അയാൾ എന്തെങ്കിലും വകതിരിവുകേട് കാണിച്ചാൽ അവൾക്കു ചിലപ്പോൾ എതിർക്കാൻ കഴിഞ്ഞെന്നു വരില്ല. ഇത്രയൊക്കെ കാണിച്ചിട്ടും അയാളോട് കോപം തോന്നുന്നില്ല. മനസ്സിന്റെ കോണിലെവിടെയോ സഹതാപത്തിന്റെ തരികളാണുള്ളത്. വേണ്ട. മനസ്സേ അടങ്ങ്. അവളിലെ പെണ്ണ് താക്കീതു ചെയ്തു. ഭർത്താവിനോട് വഴക്കിട്ടാണെങ്കിലും അയാളെ ഇറക്കി വിടണം. എന്നാലേ മനസ്സിനു സ്വസ്തത കിട്ടൂ. അദ്ദേഹം ചിലപ്പോൾ അഭിനയിക്കുകയായിരിക്കുമോ? ഭാര്യയെ പരീക്ഷക്കാൻവേണ്ടി മനഃപൂർവ്വം ചെയ്തതാണോ? എങ്കിൽ ഒരിക്കലും മാപ്പു കൊടുക്കാനാവില്ല.

അദ്ദേഹത്തെ കണ്ടപ്പോൾ പക്ഷേ ഒന്നും പറയാൻ കഴിഞ്ഞില്ല. സുഖമില്ലെന്നു പറഞ്ഞ് ഒരേ കിടപ്പു കിടന്നു. കുറച്ചുദിവസത്തേക്ക് ഷറഫിന്റെ ഭാഗത്തേക്കേ പോയില്ല. ഭർത്താവിനോട് അനിഷ്ടം തോന്നി.

"കേട്ടോ, ഷറഫ് കുടി നിർത്തി."

ഭർത്താവ് സന്തോഷത്തോടെ പറഞ്ഞപ്പോൾ പ്രതികരിച്ചതുമില്ല. ഷറഫ് കൃത്യമായി ആപ്പീസിൽ പോയിത്തുടങ്ങി. അയാൾ തന്നെ മുൻകൈയെടുത്ത് താമസവും മാറ്റി. പലതവണ മാപ്പു പറഞ്ഞപ്പോൾ അവളും മറക്കാൻ തയ്യാറായി. പതിവുപോലെ ഇടയ്ക്കിടെ വീട്ടിൽ വന്നുതുടങ്ങി. വൈകുന്നേരമാണ് എത്തുക. പുറത്തേക്കു വിളിച്ചാൽ ആദ്യമവൾ പോകാറില്ലായിരുന്നു. അപ്പോൾ പരിഭവമേതും കാണിക്കാതെ മോനെയുംകൊണ്ട് ചുറ്റാനിറങ്ങും. വീട്ടിൽ ഒറ്റക്കിരുന്ന് മുഷിഞ്ഞപ്പോൾ അവളുംപോകാൻ തുടങ്ങി. മര്യാദകെട്ട് ഒരുവാക്കും പറയാറില്ല. നോക്കിൽപ്പോലും മാന്യതപാലിച്ചപ്പോൾ അവൾക്കും വിശ്വാസമായിത്തുടങ്ങി. ഓരോരോ കാരണംപറഞ്ഞ് വീട്ടിലെത്തിക്കാൻ വൈകിപ്പിക്കുക പതിവായിരുന്നു. വരാൻ കഴിയാത്ത ദിവസങ്ങളിൽ ഫോൺവിളിക്കും. അദ്ദേഹം വീട്ടിലെത്തുന്ന സമയം ഏകദേശം കണക്കാക്കിയാണ് മിക്കപ്പോഴും ഫോൺവിളി. എന്തെങ്കിലുമൊക്കെപ്പറഞ്ഞ് സംസാരം നീട്ടും.

അദ്ദേഹം വീട്ടിലെത്തുമ്പോൾ ഒന്നുകിൽ അവൾ പുറത്തുപോയിരി

ക്കും. അല്ലെങ്കിൽ ഫോണിൽ ഷറഫുമായി സംസാരിച്ചുകൊണ്ടിരിക്കുകയായിരിക്കും. എന്നും ഷറഫിന്റെകൂടെയല്ല പുറത്തേക്കിറങ്ങുന്നത്. പക്ഷേ വഴിയിൽവെച്ച് മിക്കദിവസവും അയാളെ എങ്ങനെയെങ്കിലും കണ്ടുമുട്ടും. അങ്ങനെ യാത്ര ഒന്നിച്ചാവുകയും ചെയ്യും. കണ്ടാൽ അയാൾ വിടില്ല. നിർബന്ധിക്കുമ്പോൾ ഒഴിഞ്ഞുമാറാൻ അവൾക്ക് കഴിയാറുമില്ല. ഇതിനെക്കുറിച്ചൊന്നും അവൾ ഭർത്താവിനോട് ഒന്നും പറഞ്ഞില്ല. അദ്ദേഹം ഒന്നും ചോദിച്ചതുമില്ല. എന്നുമെന്നും എങ്ങോട്ടാ ഈ സർക്കീട്ട്? എന്നു ചോദിച്ച് ഒന്ന് വഴക്കെങ്കിലും പറഞ്ഞെങ്കിൽ എന്ന് ആശിച്ചിട്ടുണ്ട്. പക്ഷേ മുനിയെപ്പോലുള്ള ആ ഇരിപ്പു കാണുമ്പോൾ ഒന്നും പറയാൻ തോന്നാറില്ല. വീട്ടിലുണ്ടെങ്കിലും തമ്മിൽ സംസാരിക്കുന്നത് വിരളമായി. ഓഫീസിൽ നിന്നെത്തിയാൽ മോനെ വിളിച്ചാണ് വിശേഷങ്ങൾ ചോദിക്കുന്നത്. അതുകഴിഞ്ഞാൽ ഫയലുകളിൽ തലപൂഴ്ത്തും. ഭക്ഷണം കഴിക്കുമ്പോൾ എന്തെങ്കിലും ചോദിച്ചാലായി. ഷറഫിനെക്കുറിച്ച് എന്തെങ്കിലും ചോദിക്കുകയോ പറയുകയോ ഇല്ല. ആ ഭാവം അവൾക്ക് ഒട്ടും പിടിച്ചില്ല. പിണക്കത്തിന്റെ കാരണം പിടി കിട്ടിയതുമില്ല. കാര്യമെന്താണെന്നു ചോദിക്കാൻ പലപ്പോഴും തുനിഞ്ഞതാണ്. അടുത്തുചെന്നിരിക്കുമ്പോൾ വാക്കുകളില്ല. കുറേനേരം ഇരുന്നിട്ട് മുറിയിൽച്ചെന്നു കിടക്കും. ചിലപ്പോൾ ഷറഫിനെ വിളിച്ച് പരിഭവം പറയുമായിരുന്നു.

"അവന്റെ തിരക്കു കാരണമാണ്. അതൊന്നും കാര്യമാക്കണ്ട." എന്നു സമാധാനിപ്പിക്കും. ഒരു ദിവസം ഫോണിൽ സംസാരിച്ചുകൊണ്ടിരിക്കുമ്പോൾ വാതിൽകർട്ടൻ അനങ്ങുന്നതുകണ്ട് ചെന്നു നോക്കി. അദ്ദേഹം ഒളിഞ്ഞുനിന്ന് സംസാരം കേൾക്കുന്നു. സഹിക്കാനായില്ല. അപ്പോൾ ഒന്നും മിണ്ടിയില്ല. ആയ മേശപ്പുറത്ത് ഭക്ഷണമെടുത്തുവെച്ച് കാത്തിരിക്കുന്നു. മോനും ഉറങ്ങിയില്ല. വിളമ്പിക്കൊടുക്കുമ്പോൾ അദ്ദേഹത്തിന്റെ മുഖത്തെ അതൃപ്തി കണ്ടപ്പോൾ ഭയം തോന്നി. ഒന്നും കഴിക്കാൻപോലും തോന്നിയില്ല. നീയെന്താ ഫാത്തീ ഒന്നും തിന്നാത്തത്? എന്നെങ്കിലും ചോദിച്ചെങ്കിൽ? അവളെന്ന ഒരാൾ ആ മുറിയിലുണ്ടെന്ന ഭാവംപോലും കാണിച്ചില്ല. മോനും ആയയും കിടന്നു. അവൾ ബെഡ്റൂമിൽ ഉറങ്ങാതെ കാത്തിരുന്നു. ഈയിടെ മിക്കദിവസവും അവൾ ഉറങ്ങിയാലാണ് അദ്ദേഹം വന്നു കിടക്കുന്നത്. കിടക്കാൻ നേരം സ്റ്റഡിയിൽ ചെല്ലുക പതിവായിരുന്നു. കിടക്കുന്നില്ലേ? മിക്ക ദിവസവും ചോദിക്കുമായിരുന്നു. കേൾക്കാത്തമട്ടിൽ പുസ്തകത്തിൽ കണ്ണും നട്ടിരിക്കുന്നത് പതിവാക്കിയപ്പോൾ ആ ചോദ്യം അവളും ഒഴിവാക്കി. പക്ഷേ അന്നെന്തോ അങ്ങോട്ടുപോകാതിരിക്കാൻ കഴിഞ്ഞില്ല.

ചെന്നപ്പോൾ ജനലുംപിടിച്ച് പുറത്തേക്കുനോക്കി നില്ക്കുകയായിരുന്നു. അവൾചെന്ന് തോളത്തുകൈവച്ചപ്പോൾ അരിശത്തോടെ കൈതട്ടിമാറ്റി. തേങ്ങിക്കരഞ്ഞുപോയി.

"ഈ കള്ളക്കരച്ചിൽ നിങ്ങൾ സ്ത്രീകളുടെ പ്രധാന ആയുധമാണല്ലോ."

"എനിക്കൊന്നും മനസ്സിലാകുന്നില്ല. കുറേദിവസമായല്ലോ എന്നോടിങ്ങനെ ഒരു ശത്രുവിനെപ്പോലെ പെരുമാറുന്നു. എന്തു തെറ്റാ ഞാൻ ചെയ്തത്?"

"പരിചയക്കാരു മുഴുവൻ ഇപ്പോൾ എന്നെക്കാണുമ്പോൾ കുശുകുശുക്കുന്നു. എന്നിട്ടും അവൾക്കൊന്നും അറിയില്ല."

"എന്തു പറയുന്നെന്നാ?"

"പാവം. ഒന്നുമറിയില്ല. എന്നെ മണ്ടനാക്കരുത്. എത്രനാളായി തുടങ്ങിയിട്ട്? എന്നെ പേടിക്കണ്ട. എന്നാലും നാട്ടാരെ പേടിക്കണ്ടേ?"

"നിങ്ങള് തെളിച്ചു പറ?"

"ഷറഫ് നിന്റെ ആരാ? അവനുമായി രാവെന്നും പകലെന്നുമില്ലാതെ ചുറ്റിയടിക്കാൻ നിനക്ക് നാണമില്ലേ?

"എന്റെ റബ്ബേ, എന്തൊക്കെയാ ഈ പറയുന്നത്?"

"അഭിനയം മതിയാക്ക്. നിങ്ങളെ രണ്ടാളേയും കണ്ണടച്ചു വിശ്വസിച്ച എന്നെ വേണം പറയാൻ."

"പടച്ചവനു നിരക്കാത്തത് പറയരുത്. ഞാനന്നേ പറഞ്ഞതല്ലേ അയാളെ ഇവിടെ താമസിപ്പിക്കരുതെന്ന്. അന്നു നാട്ടുകാർ പുല്ലായിരുന്നല്ലോ."

"അതിനു പകരം വീട്ടുകയായിരുന്നോ? എനിക്കിതു കിട്ടണം."

"എന്തു കിട്ടിയെന്നാ?"

"എട്ടും പൊട്ടും തിരിയാത്ത നമ്മുടെ മോൻ കളവു പറയുമോ? അവനിവിടെ താമസിക്കുമ്പോൾ നീയെന്തിനാ അവന്റെ മുറിയിൽ ചെന്നിരിക്കാൻ പോയത്? എന്നിട്ടല്ലേ അവൻ അനാവശ്യം കാണിച്ചത്. മോൻ കാണുമെന്നെങ്കിലും നിങ്ങൾ ഓർക്കേണ്ടതായിരുന്നു."

"ഓരോരോ കാര്യങ്ങൾക്കായി നിങ്ങൾതന്നെയല്ലേ എന്നെ അയാളുടെ മുറിയിലേക്കയച്ചത്? അയാൾ കുടിയനാണ്. പെരുമാറ്റം ശരിയല്ല. ഇവിടെ താമസിപ്പിക്കരുതെന്ന് ഞാനെത്രവട്ടം പറഞ്ഞു. കേട്ടോ? അന്ന് ചങ്ങാതി പറയുന്നതായിരുന്നു വലുത്. ഇപ്പോൾ അനുഭവിക്ക്."

"ഓഹോ, അപ്പോൾ അതാണ് കാര്യം. എന്നെ കരിതേക്കാൻ വേണ്ടി മനപ്പൂർവ്വം....."

"കാര്യമറിയാതെ വെറുതേ അതുമിതും പറയരുത്."

"നാട്ടുകാർ പറഞ്ഞതുപോട്ടെ. പക്ഷേ നിന്റെ മോൻ പറഞ്ഞതും ഞാൻ വിശ്വസിക്കരുതെന്നോ?"

"മോൻ എന്തു പറഞ്ഞെന്നാ?"

"അതും എന്നെക്കൊണ്ടു പറയിക്കണോ?"

"ഓരോ മണ്ടത്തരങ്ങൾ ചെയ്തിട്ട് ഇപ്പോ എനിക്കാ കുറ്റം?"

"ഞാൻ എന്റെ ഏതെങ്കിലും ഒരു സുഹൃത്തിനെ വീട്ടിൽവിളിച്ചു താമസിപ്പിച്ചാൽ ഇങ്ങനെയാണോ നീ പെരുമാറുന്നത്? ഇതാണോ നിന്റെ സംസ്കാരം?"

"ഞാനിതുവരെ വിശ്വാസക്കേട് കാണിച്ചിട്ടില്ല. ആ രീതിയിലല്ല വളർന്നതും. അയാൾ പലതവണ അനാവശ്യത്തിനു മുതിർന്നിരുന്നു. അപ്പോഴൊക്കെ ഞാൻ പറഞ്ഞു വിലക്കിയിട്ടുമുണ്ട്. നിങ്ങളോട് തെളിച്ചു പറഞ്ഞില്ലെങ്കിലും എന്റെ ഇഷ്ടക്കേട് സൂചിപ്പിക്കുകയും ചെയ്തിരുന്നു."

"അവനെ പറഞ്ഞയക്കണമെന്നല്ലാതെ വേറൊന്നും നീ സൂചിപ്പിച്ച തുപോലുമില്ല."

"നിങ്ങളുടെ തിരക്കിനിടയിൽ ഞാൻ പറയുന്നത് കേൾക്കാൻ സമയമുണ്ടായിരുന്നോ? എനിക്കയാളോട് ഒട്ടും താല്പര്യം തോന്നിയിട്ടില്ല."

"എന്നിട്ട് അവൻ അങ്ങനെയല്ലല്ലോ പറഞ്ഞത്?"

"പിന്നെന്താ പറഞ്ഞത്?"

"അവന് നീയില്ലാതെ കഴിയാനാവില്ലെന്ന്. നിനക്കും അങ്ങനെയാണെന്നാണ് അവൻ പറഞ്ഞത്."

"എന്നിട്ടതങ്ങ് വിശ്വസിച്ചു അല്ലേ? സംശയമുണ്ടെങ്കിൽ ആദ്യം എന്നെ വിളച്ചു ചോദിക്കണമായിരുന്നു. അതിനുള്ള ധൈര്യമില്ല."

"ഫാത്തിമാ......"

"പേടിപ്പിക്കണ്ട. എനിക്കൊന്നും ഒളിക്കാനും മറയ്ക്കാനുമില്ല. ഉടനെ അയാളോടിങ്ങോട്ടു വരാൻ പറ. അയാളെ ഇഷ്ടമാണെന്ന് ഞാൻ പറഞ്ഞെന്ന് അയാൾ എന്റെ മുന്നിൽവെച്ചു പറയട്ടെ. ആ നിമിഷം ഞാനിവിടന്ന് ഇറങ്ങും."

"ഇങ്ങനെ ഒരു സംസാരമുണ്ടാകാൻ നീയെന്തിനിടവരുത്തി?" അത്രയേ എനിക്കറിയേണ്ടൂ?"

"നിങ്ങളൊരാളാണ് എല്ലാറ്റിനും കാരണക്കാരൻ. അയാളുടെ വൃത്തികേടുകൾ മൂടിവെച്ചതിനു എനിക്കിതു കിട്ടണം. വേറൊരു പെണ്ണായിരുന്നെങ്കിൽ ഇന്ന് ഇത്ര ധൈര്യമായിട്ട് നിങ്ങളോടിങ്ങനെ പറയുമായിരുന്നില്ല. പലതവണ അയാളെന്നെ വലയിൽ വീഴ്ത്താൻ ശ്രമിച്ചതാണ്. അപ്പോഴൊക്കെയും ഞാൻ എതിർത്തു. അയാള് ശരിയല്ലെന്ന് നിങ്ങൾക്ക് സൂചനയും തന്നു. അപ്പോൾ അയാളെ ആയിരുന്നു വിശ്വാസം. ഇപ്പോഴുമതേ. ആയിക്കോട്ടെ. എന്റെ വിധി ഇതായിരിക്കും." ഉറക്കെയാണ് പറഞ്ഞത്.

"പതുക്കെ പറ. ആ തള്ള കേൾക്കും."

"കേക്കട്ടെ. നാടുമുഴുവൻ അറിഞ്ഞ കാര്യമല്ലേ? ഇനി എന്തിന് ഒളിക്കണം. നാട്ടാരറിയട്ടെ."

സ്വയം നിയന്ത്രിക്കാൻ കഴിഞ്ഞില്ല. കൈയിൽകിട്ടിയതെല്ലാം വലി

ച്ചെറിഞ്ഞു. പൂപ്പാത്രം വീണുടഞ്ഞ ഒച്ച കേട്ടാകണം ആയ വാതിൽക്ക ലെത്തി. എന്നിട്ടും അടങ്ങിയില്ല. ഓടിച്ചെന്ന് ഫോണെടുത്തപ്പോൾ അദ്ദേഹം കൈയ്ക്കു കയറിപ്പിടിച്ചു.

"എന്താ നിന്റെ ഭാവം?"

"അയാളെ വിളിക്ക്. എനിക്കിപ്പോ രണ്ടിലൊന്നറിയണം."

"ദാറ്റ് ഓൾഡ് വുമൺ ഈസ് ലിസനിംഗ്, സ്റ്റോപ്പിറ്റ്."

"പോയിച്ചെന്നു കിടന്നോ തള്ളേ. കൈയിലിരുന്ന കുഷൻ അവ രുടെ മുഖത്തേക്കെറിഞ്ഞു."

"അമ്മയ്ക്ക് ഒടമ്പു ശരിയല്ല. നീ ചെന്നു തൂങ്ങിക്കിട്."

അവർ ഒന്നും മിണ്ടാതെ വന്നവഴിയേ പോയി. അവൾ എന്നിട്ടും അടങ്ങിയില്ല.

"മതിയാക്ക് നിന്റെ പ്രാന്ത്."

അദ്ദേഹം കൈ പിടിച്ചപ്പോൾ തട്ടിമാറ്റി മുറിയിലെ കട്ടിലിൽച്ചെന്നു വീണു. വളരെനേരം കരഞ്ഞു. എപ്പോഴാണ് ഒന്നു മയങ്ങിയതെന്ന് അറി ഞ്ഞില്ല. ആയ വന്ന് തട്ടിവിളിച്ചപ്പോഴാണ് കണ്ണു തുറന്നത്.

"അയ്യാ ടൂറിനു പോയി. രണ്ടുനാൾ കഴിഞ്ഞേ വരൂ."

തള്ളയുടെ മുഖത്ത് പരിഹാസം. ഒരു ചവിട്ടുവെച്ചുകൊടുക്കാൻ തോന്നി. ഒന്നും മിണ്ടാതെ ഫോണെടുത്ത് ഷറഫിനെ വിളിച്ചു.

"മഹാനായ സുഹൃത്ത് ഒന്നിവിടെ വന്നാൽ തരക്കേടില്ലായിരുന്നു."

പിന്നീട് ഒരക്ഷരം മിണ്ടാതെ ഫോൺവെച്ചു. കുളിമുറിയിൽച്ചെന്ന് പല്ലുതേച്ചുമുഖം കഴുകി വീണ്ടും കിടന്നു. അടുത്താണ് അയാൾ താമ സിക്കുന്നത്. അരമണിക്കൂറിനകം ഷറഫ് എത്തി. കണ്ടതും അടിമുടി വിറച്ചു.

"മതിയായില്ലേ? നിങ്ങൾ വിചാരിച്ചിടത്ത് എത്തിച്ചു അല്ലേ?"

"എന്തുണ്ടായി ഫാത്തിമാ?"

"എന്റെ ജീവിതം തകർത്തപ്പോൾ സമാധാനമായി അല്ലേ? നിങ്ങളെ എനിക്കിഷ്ടമാണെന്ന് ഞാനെപ്പോഴാ ഹേ പറഞ്ഞത്? തലയ്ക്ക് വട്ടാണെങ്കിൽ സ്വയം അനുഭവിച്ചു തീർക്ക്. എന്നെയെന്തിനു ശിക്ഷിക്കുന്നു? എനിക്ക് നിങ്ങളില്ലാതെ ജീവിക്കാൻ കഴിയില്ലെന്നു ഞാൻ പറഞ്ഞോ? അതിരുവിട്ടു പെരുമാറിയോ? എന്റെ ജീവിതം തകർത്തിട്ട് നിങ്ങളെന്തു നേടി. എന്റെ ഭർത്താവിനോട് എന്നെക്കുറിച്ച് വേണ്ടാത്തതു പറയാൻ നിങ്ങൾക്കെങ്ങിനെ ധൈര്യം വന്നു? യൂ....ബ്ല ഡി..."

"ഐ ആം റിയലി സോറി...ഞാനറിയാതെ പറഞ്ഞുപോയതാണ്... സത്യമാണ് പറഞ്ഞത്."

കലി അടക്കാനായില്ല. സ്വയം നിയന്ത്രിക്കാനും. ചാടി എഴുന്നേറ്റ് അയാളെ തലങ്ങും വിലങ്ങും അടിച്ചു. ഷറഫ് തടഞ്ഞില്ല. തലയും

കുനിച്ച് കുറ്റവാളിയെപ്പോലെ മിണ്ടാതെ നിന്നതേയുള്ളു. കണ്ണുനിറഞ്ഞിരുന്നു.

"നിന്റെ കൈകൊണ്ട് മരിക്കാനും എനിക്ക് സന്തോഷം തന്നെ."

വാക്കുകൾ ഇടറിയിരുന്നു. തളർന്നപ്പോൾ താഴെയിരുന്നു. ഷറഫ് അടുത്തുവന്നിരുന്നത് അറിഞ്ഞതേയില്ല. ചൂടുള്ള ചുണ്ടുകൾ കവിളത്തു പതിച്ചപ്പോൾ അറിയാതെ ആ മാറിൽ വീണു തേങ്ങിക്കരഞ്ഞു. പരിസരബോധം വന്നപ്പോൾ കുതറി മാറി. എല്ലാം കണ്ടുകൊണ്ട് അദ്ദേഹം തരിച്ചു നില്ക്കുന്നു.

"അബ്ദുള്ള തെറ്റിദ്ധരിക്കരുത്. ആകെ തകർന്ന ഫാത്തിമയെക്കണ്ടപ്പോൾ ഞാനും എല്ലാം മറന്നു. ഇതിനുമുമ്പ് ഒരിക്കലും ഇങ്ങനെയൊന്നും... സോറി..."

"ഇപ്പോൾ ധാരണ ശരിയായി. ഇന്നലത്തെ ഇവളുടെ പെരുമാറ്റം കണ്ടപ്പോൾ ഞാനൊന്നു പതറിയതാണ്. അതാണ് ടൂറിനു പുറപ്പെട്ടിട്ട് തിരിച്ചു വന്നത്. അത് നന്നായി. എല്ലാം നേരിൽ കണ്ടല്ലോ."

"പ്ലീസ് അബ്ദുള്ളാ, ഡോൺഡ് മിസ് അണ്ടർസ്റ്റാൻഡ് അസ്... ഞാൻ സത്യം ചെയ്യാം...."

"മതിയാക്കെടാ പൂച്ച സന്യാസി. ഇനിയും നിങ്ങളീ അഭിനയം നിർത്തുന്നതാണ് നല്ലത്. മണ്ടനാക്കുന്നതിനും അതിരുവേണം. ഒഴിഞ്ഞുതരാൻ ഞാൻ തയ്യാറാണ്. പക്ഷേ, ഈ വീട്ടിലിതു നടപ്പില്ല. ഫാത്തിമ റെഡിയായിക്കോ. ഇന്നുതന്നെ നാട്ടിലേക്കയക്കാം. അതോടെ എന്റെ ബാദ്ധ്യത തീരുമല്ലോ."

എതിർത്തില്ല. അനുകൂലിച്ചുമില്ല. മനസ്സു മരവിച്ചിരുന്നു. രണ്ടുപേരും പൊരുതുന്നത് കണ്ടില്ലെന്നു ഭാവിച്ച് അകത്തേ മുറിയിൽച്ചെന്ന് കിടന്നു. അവരെന്താണ് പറഞ്ഞതെന്നോ എപ്പോഴാണ് പോയതെന്നോ അറിഞ്ഞതേയില്ല. അറിയണമെന്നുമുണ്ടായിരുന്നില്ല. ജീവിതം പൊള്ളയായതുപോലെ തോന്നി. ദിവസങ്ങൾ ഇഴഞ്ഞു നീങ്ങി. ആയ വന്നു നിർബന്ധിക്കുമ്പോൾ കുളിക്കും ഭക്ഷണം കഴിക്കും. മോനെപ്പോലും തിരിഞ്ഞുനോക്കിയില്ല. രാവിലെ ഒരു ഉറക്ക ഗുളിക. ഉച്ചയ്ക്കു വീണ്ടും ഒന്ന്. രാത്രി കിടക്കാൻ നേരം രണ്ട്. ഫാത്തിമയ്ക്ക് ഒന്നും അറിയണ്ട. കാണണ്ട. ഫാത്തിമ ചീത്തയാണ്. ഭർത്താവിനു അവളെ വേണ്ട. ആർക്കും അവളെ വേണ്ട. ഇങ്ങനെ ഇഞ്ചിഞ്ചായി മരിക്കാം. അല്ലാതെ നാട്ടിലേക്കില്ല. പിഴച്ചവളായി നാട്ടിൽ തിരിച്ചെത്തിയാൽ ബാപ്പയുടെ മുഖത്തെങ്ങനെ നോക്കും? ഉമ്മയുടെ സങ്കടം കാണാൻ വയ്യ. അദ്ദേഹവും മോനും ഒരാഴ്ചത്തേക്ക് എവിടെയോ പോയിരിക്കുന്ന വിവരം പാതി മയക്കത്തിൽ കിടക്കുമ്പോഴാണ് ആയ അറിയിച്ചത്. അതോടെ മയക്കം വിട്ടു. ഉള്ളിൽ പ്രതികാരാഗ്നി ജ്വലിച്ചു. അവളോടൊരു വാക്കു പറയാതെ മോനേയുംകൊണ്ട് പോവുക. അവളെ തനിച്ചാക്കി....ഒരാഴ്ചയായി ഒരേ കിടപ്പുകിടക്കുന്നു.എന്തെന്നോ ഏതെന്നോ ചോദിച്ചില്ല..

അപ്പോൾ അവളെ അത്രയും മടുത്തു. അദ്ദേഹത്തെ നന്നായി അറിയാം. ഒരു കാര്യം തീരുമാനിച്ചാൽ പിന്നെ ഇളക്കമില്ല. പിണങ്ങിയാൽ പാമ്പു തന്നെ. ഇനി ഫാത്തിമയ്ക്കു ആ മനസ്സിൽ സ്ഥാനമില്ല. എന്നറിഞ്ഞപ്പോൾ മരിക്കാനാണ് ആദ്യം തോന്നിയത്. അതിനും വേണം പക്ഷേ ധൈര്യം.

പേടിത്തൊണ്ടിയായ ഫാത്തിമയ്ക്ക് മരിക്കാനുള്ള ചങ്കുറപ്പും ഉണ്ടായിരുന്നില്ല. കനത്ത നിശ്ശബ്ദത വല്ലാതെ പേടിപ്പെടുത്തി. രാവും പകലും കിടന്നു കരയാനല്ലാതെ മറ്റൊന്നിനും അവൾക്കു കഴിഞ്ഞില്ല. അങ്ങിങ്ങു ചിതറിക്കിടക്കുന്ന മോന്റെ കളിപ്പാട്ടങ്ങളും അവന്റെ ബാപ്പയുടെ വസ്ത്രങ്ങളുമൊക്കെ അവളെ തികച്ചും ഭ്രാന്തിയാക്കി. അവർക്ക് അവളെ വേണ്ടെങ്കിൽ എന്തിന് കരഞ്ഞും പിഴിഞ്ഞും ജീവിതം പാഴാക്കണം? അതിനുമാത്രം തെറ്റെന്താ ഫാത്തിമ ചെയ്തത്? അവളുടെ മനസ്സിൽപോലും മറ്റൊരു പുരുഷനില്ല. ഇന്നുവരെ അവിടെ ഒരാൾക്കു മാത്രമേ സ്ഥാനമുണ്ടായിരുന്നുള്ളു. എന്നിട്ടു കിട്ടിയ പ്രതിഫലമോ? താണുവീണുപറഞ്ഞാലും അദ്ദേഹം വിശ്വസിക്കില്ല. എന്തിനുപിന്നെ മാനം കെടണം? മതി കരഞ്ഞത്. ഫാത്തിമയ്ക്കുമുണ്ട് അഭിമാനം. അവൾ പെണ്ണാണ്. പെണ്ണിന്റെ തനിരൂപം കാട്ടിക്കൊടുക്കുകതന്നെ ചെയ്യും. ആരുടെ മുന്നിലും തോല്ക്കാൻ മനസ്സില്ല. ഇണയായി, തുണയായി സ്വീകരിച്ചിരിക്കുന്നു എന്ന് അവളുടെ ബാപ്പയ്ക്കു വാക്കുകൊടുത്ത ആൾ അവളെ അന്യദേശത്ത് തനിച്ചാക്കി ഊരുചുറ്റാൻ പോയിരിക്കുന്നു. അവൾ തനിച്ചുതന്നെ കഴിയും. പകരം വീട്ടുകതന്നെ ചെയ്യും.

മനസ്സൊന്ന് ഉറച്ചപ്പോൾ എന്തെന്നില്ലാത്ത ധൈര്യം. ഇപ്പോൾ കരച്ചിൽ വരുന്നില്ല. മനസ്സുനിറയെ വൈരാഗ്യം. എഴുന്നേറ്റു കുളിമുറിയിൽ കയറി. മുട്ടോളമെത്തുന്ന മുടി ജടപിടിച്ചിരിക്കുന്നു. കറുത്ത കൺതടങ്ങൾ. ഒട്ടിയ കവിൾ. തലനിറയെ എണ്ണ തേച്ചു. ഷാംപൂവിട്ട് മെഴുക്കിളക്കി. ബാത്ത്ടബിൽ സോപ്പു പതപ്പിച്ച് ഏറെ നേരം കിടന്നു. ഒട്ടാകെ ഒരു മണിക്കൂറെടുത്തു കുളിക്കാൻ. മനസ്സിലെ വേവലാതിയും കഴുകിക്കളഞ്ഞു. കുളി കഴിഞ്ഞ് നന്നായി അണിഞ്ഞൊരുങ്ങി. ഒരു ദിവസത്തെ ലീവുകൊടുത്തപ്പോൾ ആയക്കു സന്തോഷം. പക്ഷേ മുഖത്ത് സംശയം അപ്പോഴും ബാക്കി.

"പേടിക്കണ്ട. ഞാനൊരു ഫ്രൻഡിനെ കാണാൻ പോവുകയാണ്. രാത്രി തിരിച്ചെത്തും. നീയും രാവിലെ എത്തിയാൽ മതി. ഒരു സിനിമയെല്ലാം കണ്ട് സന്തോഷമായിട്ട് വന്നാ മതി."

കുറച്ചുനോട്ടുകൾ കൈയിൽവെച്ചുകൊടുത്തപ്പോൾ ആയയുടെ മുഖം തെളിഞ്ഞു.

ഒരു ടാക്സി പിടിച്ച് നേരെ ചെന്നത് ബ്യൂട്ടി പാർലറിലേക്കാണ്. മുടി തോളറ്റമായി മുറിപ്പിച്ചു. മുഖത്തെ ക്ഷീണം മാറ്റി സൗന്ദര്യം കൂട്ടാൻ ഒരു ഫേഷ്യലുമെടുത്തു. പുരികംകൂടി ട്രിം ചെയ്തപ്പോൾ

മുഖത്ത് കണ്ട ഭാവമാറ്റം ഇഷ്ടപ്പെട്ടു. ഹാൻഡ്ബാഗ് പരതിയപ്പോൾ ലിപ്സ്റ്റിക്ക് കിട്ടി. കടുംചുവപ്പ്, അവളതൊന്നും ഉപയോഗിക്കാറില്ല. അന്നു പക്ഷേ മുഖത്തിന്റെ രൂപം മാറണമെന്നേ ഉണ്ടായിരുന്നുള്ളു. ഇതുവരെ ചെയ്യാത്തതൊക്കെ ചെയ്യാൻപോവുകയാണ് ഫാത്തിമ. ഇത് തുടക്കം മാത്രം. മുഖത്ത് ബ്യൂട്ടീഷനെക്കൊണ്ട് കട്ടിയിൽ മേക്കപ്പ് ഇടീച്ചു. കണ്ണാടിയിൽ നോക്കി. നാടകനടിയുടെ മട്ടുണ്ട്. ഇനിയാണ് ഫാത്തിമയുടെ നാടകം തുടങ്ങുന്നത്.

രൂപം മാറി. ഇനി ഭാവം കൂടി മാറ്റാൻ കഴിഞ്ഞാൽ രക്ഷപ്പെട്ടു. കാശുകൊടുത്ത് പുറത്തിറങ്ങി. എങ്ങോട്ടുപോകണം? തുടക്കമെവിടെ നിന്ന്? ആലോചിച്ചുകൊണ്ട് നടന്നപ്പോൾ എത്തിയത് ഒരു റസ്റ്റോറൻഡിനു മുന്നിൽ. നല്ല വിശപ്പുതോന്നി. കയറിയിരുന്ന് മെനുവിൽനോക്കി ഓർഡർ കൊടുത്തു.ശരിക്ക് ആഹാരം കഴിച്ചിട്ട് അഞ്ചാറ് ദിവസമായി. നീ എന്താ തിന്നാത്തതെന്ന് ആരും ചോദിച്ചില്ല. ഉമ്മ എന്താ ഇങ്ങനെ കിടക്കുന്നത് സുഖമില്ലേ എന്നു മകനും ചോദിച്ചില്ല. വേണ്ട. അതുമിതുമാലോചിച്ച് വീണ്ടും കണ്ണീരൊഴുക്കണ്ട. ഇതാണ് ശരിയായ ജീവിതം. എല്ലാവരും ഈ ഉലകിൽ ഒറ്റയ്ക്കാണ്. കൊണ്ടുവന്നതെല്ലാം ബാക്കിവെയ്ക്കാതെ തിന്നു. തളർച്ച തോന്നി. ഒരു ഐസ്ക്രീം നുണഞ്ഞുകൊണ്ട് പിന്നേയും കുറേനേരം അതിനകത്ത് ഇരുന്നു. അപ്പോഴേക്കും മനസ്സ് അവൾക്ക് വഴങ്ങിക്കഴിഞ്ഞിരുന്നു. പുറത്തിറങ്ങിയപ്പോഴാണ് ചെരുപ്പിന്റെ വാറുപൊട്ടിയത് അറിഞ്ഞത്. നേരേ കണ്ട ചെരിപ്പുകടയിൽ കയറി ഹൈഹീൽഡ് ചെരിപ്പു വാങ്ങി. പഴയ ചെരിപ്പ് അവിടെ കളഞ്ഞു. പഴയതൊക്കെ ഓരോന്നായി ഫാത്തിമ കളയാൻ പോവുകയാണ്.

ഉയർന്ന മടമ്പുകളുള്ള ചെരിപ്പിട്ട് ശീലമില്ല. ശീലമില്ലാത്തതെല്ലാം ശീലമാക്കുകതന്നെ. പിച്ചപ്പിച്ചെ നടന്നു കുറേനേരം. അപ്പോഴേക്കും ബാലൻസ് കിട്ടിത്തുടങ്ങി. തുടക്കം തരക്കേടില്ല. അവൾക്കുതന്നത്താൻ മതിപ്പു തോന്നി. ഇങ്ങനെപോയാൽ നഷ്ടപ്പെട്ടതെല്ലാം ഫാത്തിമ വീണ്ടെടുക്കും. മൂന്നുമണിവരെ വെറുതേ അലഞ്ഞുതിരിഞ്ഞു നടന്നു. ഇടയ്ക്കിടെ ഓരോ സോഫ്റ്റ് ഡ്രിങ്ക്‌വാങ്ങി കുടിച്ചുകൊണ്ടിരുന്നു. ഒരു തയാറെടുപ്പെന്നപോലെ. സംസാരിക്കുമ്പോൾ തൊണ്ട ഇടറരുത്. മൂന്ന്മണി കഴിഞ്ഞപ്പോൾ ടാക്സിപിടിച്ച് ഷറഫിന്റെ ഫ്ളാറ്റിലേക്കു പുറപ്പെട്ടു. മൂന്നുമണി കഴിയുമ്പോൾ അയാൾ ജോലി കഴിഞ്ഞെത്തും. ചെന്നപ്പോൾ ഷറഫ് വീട്ടിലുണ്ടായിരുന്നു. അയാളുടെ മുഖത്തെ പകപ്പ് വകവെക്കാതെ അകത്തു കയറി ഇരുന്നു.

അയാൾ വാതിലടച്ച് അടുത്തു വന്നിരുന്നിട്ടും കുറേനേരത്തേക്ക് ഒന്നും മിണ്ടിയില്ല.

"എന്താ ഈ രൂപത്തിൽ? ആകെ മാറിയല്ലോ?"

"മാറിയതല്ല. മാറ്റിയതാണ്. ഇനി എന്തെല്ലാം മാറാനിരിക്കുന്നു?"

“ഫാത്തിമാ ഡോൺഡ് ബി സില്ലി.....”

“അതേ ഞാൻ സില്ലിയാണ്. താന്തോന്നിയാണ്. ഭർത്താവിനെ ചതിച്ചവളാണ്. ഭർത്താവിന് എന്നെ വേണ്ട. മകനും വേണ്ട. എന്നെ ഒറ്റയ്ക്കാക്കി അവർ പോയി.... നിങ്ങൾക്ക് എന്നെ കിട്ടണമെന്നല്ലേ വാശി. ഇതാ എടുത്തോളൂ. പഴയ ഫാത്തിമയല്ല. പുതിയ ഫാത്തിമ...”

അപ്പോഴേക്കും ധൈര്യം കുറേശ്ശയായി ചോർന്നുപോയി. ഫാത്തിമ സാധാരണ പെണ്ണായി പൊട്ടിക്കരഞ്ഞു. അയാൾ ഓടിവന്ന് കെട്ടിപ്പിടിച്ചു. മുഖം തലോടിക്കൊണ്ടു പറഞ്ഞു.

“മതി, സ്വയം ശിക്ഷിച്ചത്. നിന്നെ എനിക്കറിയാം. എല്ലാം അറിഞ്ഞുകൊണ്ടാണ് ഞാനെന്റെ മനസ്സിൽ നിന്നെ കുടിയിരുത്തിയത്. ഇപ്പോഴും നീ അവിടെയുണ്ട്. എന്നുമുണ്ടാവുകയും ചെയ്യും.”

അതോടെ ഫാത്തിമ തളർന്നു. ഒരു അത്താണി കിട്ടിയതുപോലെ ആ മാറിൽ അമർന്നു. എത്രനേരമെന്ന് ഓർമ്മയില്ല. പെട്ടെന്ന് വീടിനെക്കുറിച്ച് ഓർത്തു. പിടഞ്ഞെഴുന്നേറ്റ് ഒന്നും മിണ്ടാതെ വാതിൽതുറന്ന് പുറത്തിറങ്ങി.

“ഒറ്റയ്ക്കു പോകേണ്ട. ഞാൻ വിട്ടുതരാം. ഡ്രസ്സൊന്നു മാറിക്കോട്ടെ.”

ഷറഫ് പുറകിൽനിന്നു വിളിച്ചത് അവൾ കേട്ടില്ല. ആളൊഴിഞ്ഞ വീട് അവളെ ഇരുട്ടിൽ വരവേറ്റു. ഇരുട്ടാണ് അവൾക്കിപ്പോൾ വേണ്ടത്. അകത്തുകയറിയിട്ടും ലൈറ്റിട്ടില്ല. ഡ്രോയിംഗ്റൂമിലെ സെറ്റിയിൽവീണു. ഫോൺ തുടരെത്തുടരെ അടിച്ചുകൊണ്ടിരുന്നു. അവൾ എടുത്തതേയില്ല.

ആറ്

വരാന്തയിലെ ചാരുകസേലയിൽ പത്രത്തിൽ കണ്ണുംനട്ട് കിടക്കുകയായിരുന്നു കോയക്കുട്ടി മാഷ്. വായിക്കുന്നുണ്ടെങ്കിലും ഒന്നും തലയിൽ കയറുന്നില്ല. ഗെയിറ്റു തുറക്കുന്ന ഒച്ച കേട്ടു തല ഉയർത്തി. ക്ഷീണിച്ച് അവശനായമട്ടിൽ തലയും കുനിച്ചു കയറി വരുന്ന സലാമിനെ കണ്ടപ്പോൾതന്നെ ആകെയൊരു വിറയൽ. അവൻ നല്ല വാർത്തയും കൊണ്ടല്ല വരുന്നതെന്ന് ആ മുഖം വിളിച്ചു പറയുന്നുണ്ടായിരുന്നു. അടുത്തെത്തിയിട്ടും അവൻ ഒന്നും മിണ്ടിയില്ല. ബാപ്പയുടെ മുഖത്തേക്ക് ഉറ്റു നോക്കിക്കൊണ്ടങ്ങനെ നില്ക്കുകയാണ്. എന്തെങ്കിലും അങ്ങോട്ടു ചോദിക്കാൻ മാഷിനു തോന്നിയതുമില്ല. മൗനം അസഹ്യമായിട്ടെന്നവണ്ണം അവൻതന്നെ തുടങ്ങി:

"അവള് എല്ലാരേം മാനംകെടുത്തി ബാപ്പ...."

"ഇനിയും എന്തു മാനമാ ബാക്കീള്ളത്? ആട്ടേ എന്താ പുതിയ വാർത്ത?"

"എന്നോടുപോലും പറയാതെ ഇറങ്ങിപ്പോയി...ആരും കാണാതെ.. മറ്റവന്റെ കൂടെ..."

"യാ ഇലാഹീ......."

സലാം അടുത്തെത്തുന്നതിനുമുമ്പേ മാഷ് കുഴഞ്ഞു വീണിരുന്നു. തല ചാരുകസേരക്കൈയിൽ തട്ടിയതുകൊണ്ട് താഴെ വീണില്ല.

"ഉമ്മാ..... ഓടി വരീ.... ബാപ്പ...."

സലാം അന്തംവിട്ടു നിലവിളിച്ചു.

ആയിശുമ്മ പറമ്പിൽ തേങ്ങവലിക്കുന്നിടത്തായിരുന്നു. വിളികേട്ട് അവർ ഓടിയെത്തി. കൂടെ കൊയ്ത്തക്കാരും. കസേരയിൽ ഒടിഞ്ഞുമടങ്ങി

ക്കിടക്കുകയാണ് മാഷ്. സലാം അപ്പോഴും എന്തുചെയ്യണമെന്നറിയാതെ കസേരക്കൈയും പിടിച്ച് അമ്പരന്നു നില്ക്കുകയാണ്.

"എന്താ ഉണ്ടായത്? എന്തൊരു കെടപ്പാ ഈ കെടക്കുന്നത്?"

ഭർത്താവിനെ കുലുക്കി വിളിച്ചുകൊണ്ടാണ് അവർ അലമുറയിട്ടത്. നാരായണൻ അകത്തുചെന്ന് വെള്ളവുമായി എത്തി. സലാം ബാപ്പയെ നേരെയിരുത്തി. നാരായണൻ മുഖത്ത് വെള്ളം തളിച്ചപ്പോൾ മാഷ് കണ്ണു തുറന്നു. പക്ഷേ, കഴുത്ത് കുഴഞ്ഞുപോകുന്നുണ്ടായിരുന്നു. കൈപിടിച്ച് ഉയർത്താൻ ശ്രമിച്ച ആയിശുമ്മ തളർന്നു. കൈക്കും ബല മില്ല. കഴുത്തിനുകീഴെ ഒട്ടാകെ തളർന്നിരിക്കുന്നു. ഒന്നും മിണ്ടാനും ആവുന്നില്ല. ചുറ്റുംകൂടിയവരെ മാഷ് ദയനീയമായി നോക്കി.

"മൂപ്പരെ ആത്തുകൊണ്ടോയി കിടത്താം ഉമ്പക്ക്."

നാരായണൻ പറഞ്ഞതുകേട്ട് എല്ലാവരും അതിനായി ശ്രമം. ശരീരം തളർന്നതുകൊണ്ടാകണം അനക്കാൻ പറ്റുന്നില്ല. പഴന്തുണി ക്കെട്ടുപോലെ കുഴഞ്ഞുപോവുകയാണ് മാഷ്. എല്ലാവരും ചേർന്ന് കസേരയോടെ അകത്തെത്തിച്ചു. വളരെ പണിപ്പെട്ടാണ് കട്ടിലിൽ കിട ത്തിയത്.

"മേലായ റബ്ബേ ഈ കടുപ്പം നീ ഞാളോട് കാണിച്ചല്ലോ. കെടപ്പു കണ്ടില്ലേ? ഞാനിതെങ്ങനെ സഹിക്കും.. മയ്യത്തുപോലെയല്ലേ കെടക്കു ന്നത്...."

"ഉമ്മേറ്റ്യാറ് ഇങ്ങനെ നെലേം ബിളീം കൂട്ടിയാലെങ്ങനാ. ഇത് ബാതാന്നാ തോന്നണത്."

"ആരെങ്കിലും ചെന്ന് ഡോക്ടരെ വിളിക്ക്...."

സലാം സമനില വീണ്ടെടുത്തു.

"ഡോട്ടരെക്കാളും ഉമ്പളെ നാണു ബൈദ്യേരാ നല്ലത്."

"രണ്ടാളും വന്നോട്ടെ. നീതന്നെ ചെല്ല്."

സലാം നാരായണനെ പറഞ്ഞയച്ചു. അതിനിടയിൽ ആയിശുമ്മ ശുശ്രൂഷ തുടങ്ങിയിരുന്നു. അവർ പാത്തുവിനോട് മണ്ണ് കിഴികെട്ടി ചൂടാക്കി കൊണ്ടുവരാൻ പറഞ്ഞു. പാദത്തിലും കൈവെള്ളയിലും തൈലം പുരട്ടി അമർത്തി തിരുമ്മി മൺകിഴികൊണ്ടു ചൂടുവെച്ചു. ചൂടുള്ള ഹോർലിക്സ് സ്പൂൺകൊണ്ട് കുറേശ്ശയായി വായിലൊഴിച്ചു കൊടുത്തു. രണ്ടുസ്പൂൺ കുടിച്ചിട്ട് മാഷ് മുഖം തിരിച്ചു. എന്തോ പറ യാനുണ്ടെന്ന് മാഷിന്റെ മുഖം കണ്ടപ്പോൾ അവർക്കു തോന്നി. അവർ നെറ്റിയിൽ തലോടിയപ്പോൾ കണ്ണുകൾ നിറഞ്ഞു തുളുമ്പി. എന്തോ പറയാൻ ശ്രമിച്ചിട്ട് പറയാനാവാതെ വിഷമത്തോടെ വീണ്ടും കണ്ണുകള ടച്ചു.

"പെട്ടെന്നിങ്ങനെ വരാൻ എന്താടാ കാരണം. നീ വരുമ്പോ ബാപ്പ കൊയഞ്ഞു കിടക്കുകയായിരുന്നോ?"

“അല്ലുമ്മാ...അത് ഞാൻ ഫാത്തിമ ഒളിച്ചുപോയ വിവരം പറഞ്ഞപ്പോ ബാപ്പ...”

“നീ കൊണം പിടിക്കൂലാ പഹച്ചീ.. ബാപ്പാനെ കൊലക്കുകൊടുത്ത...”

മാഷ് മുരടനക്കുന്നത് കേട്ട് ആയിശുമ്മ ചെവി ചുണ്ടോടടുപ്പിച്ചു. എന്നിട്ടും ഒന്നും മനസ്സിലായില്ല. അവസാനം ചുണ്ടിന്റെ ചലനംനോക്കി അവർ പറഞ്ഞു.

“അഷറഫിനെ വിളിക്കാനാ മോനേ പറയുന്നത്. ബോംബായിക്കും കമ്പിയടിക്ക്. ശരീഫാനോടും പിയ്യാപ്ലനോടും പുറപ്പെടാൻ പറ. ബാക്കീള്ള മാക്കളെ കണ്ടെങ്കിലും ബാപ്പാന്റെ ഖൽബ് തണുക്കട്ടെ.”

സലാം ചാത്തുവിനെ വിളിച്ച് അഷറഫിന്റെ പീടികയിലേക്കയച്ചു. ബോംബെയ്ക്ക് വിവരമറിയിക്കാനും ഏർപ്പാടാക്കി.

വിവരമറിഞ്ഞ് അയൽക്കാർ ഓരോരുത്തരായി എത്തിത്തുടങ്ങി. നാട്ടിൻപുറങ്ങളിൽ വാർത്ത പടരാൻ ഏറെ നേരമൊന്നും വേണ്ട. അവുള്ള മുസലിയാരും ഭാര്യ കുഞ്ഞാമിനുമ്മയുമാണ് ആദ്യം എത്തിയത്.

“ഇങ്ങളൊന്നു മന്തിരിച്ച് ഉയിഞ്ഞുനോക്കീ മൊയില്ലരെ.”

ആയിശുമ്മ അപേക്ഷിച്ചു.

“അയിനെന്താ? എല്ലാം ശിഫയാകും. നിങ്ങള് സമാധാനപ്പെട്.”

ആവുള്ള മുസലിയാർ തലയ്ക്കലിരുന്ന് ഖുറ് ആൻ ആയത്തുകൾ ഓതി മാഷിന്റെ ദേഹത്തിലൂതി.

അപ്പോഴേക്കും ഡോക്ടരെത്തി. ഗ്രാമത്തിൽ ഡിസ്പെൻസറി നടത്തുന്ന ബാലൻഡോക്ടരെ നാട്ടുകാർക്കു വിശ്വാസമാണ്. പിറകെ നാണുവൈദ്യരും എത്തി. ബാലൻഡോക്ടർ അന്യദേശക്കാരനാണ്. നാണുവൈദ്യർ നാട്ടുകാരൻതന്നെ. പരമ്പരാഗതവൈദ്യ കുടുംബമാണ് നാണുവൈദ്യരുടേത്. അച്ഛൻ കേളപ്പൻ വൈദ്യരും മുത്തച്ഛൻ കുഞ്ഞിരാമൻവൈദ്യരുമൊക്കെ നാട്ടിലും പുറനാട്ടിലും കേളികേട്ടവർ.

ഡോക്ടർ ആദ്യം പരിശോധിച്ചു. പൾസും ബിപിയും നോക്കിയിട്ട് നാണുവൈദ്യരോടൊന്നു നാഡി നോക്കാൻ പറഞ്ഞു. അവർ സ്നേഹിതരാണ്. നാണുവൈദ്യർക്കു വയ്യെന്നു തോന്നുന്ന കേസുകൾ ഡോക്ടരുടെ അടുത്തേക്കയക്കാൻ വൈദ്യർക്ക് മടിയൊന്നുമില്ല. അതുപോലെ തന്നെ ഡോക്ടരും. രണ്ടുപേരും ഒന്നും മിണ്ടാതെ പുറത്തേക്കു നടന്നപ്പോൾ സലാമും പിറകേ ചെന്നു.

“എന്താ ബാപ്പയ്ക്ക?”

സലാം വേവലാതിയോടെ ചോദിച്ചു.

“പൾസ് വളരെ വീക്കാണ്. ഹൈ ബിപിയുമുണ്ട്. മൂന്നു ദിവസം കഴിയാതെ ഒന്നും പറയാനാവില്ല.”

ഡോക്ടർ അത്രയും പറഞ്ഞിട്ട് വൈദ്യരെ നോക്കി.

"നാടിമിടിപ്പ് കണ്ടിട്ട് നല്ല ലക്ഷണമല്ല."

വൈദ്യരും അതിനോടു യോജിച്ചു.

"ടൗണിലെ ആസ്പത്രീലേക്കു കൊണ്ടോയാലോ?"

സലാം ആശയോടെ ചോദിച്ചു.

"കാര്യമുണ്ടെന്നു തോന്നുന്നില്ല. തല്ക്കാലം ഞാനൊരു ഇഞ്ചക്ഷൻ കൊടുക്കാം. എന്തെങ്കിലും മാറ്റമുണ്ടെങ്കിൽ നമുക്കുടനെ ആസ്പത്രീലേക്കു മാറ്റാം."

"എന്റെ അഭിപ്രായം അതന്യാ. അശുഭവാർത്ത വല്ലതും കേൾക്കാനിടയായോ? എന്തേ പെട്ടെന്നിങ്ങനെ വരാൻ?"

സലാം വൈദ്യരുടെ ചോദ്യം കേൾക്കാത്ത മട്ടിൽ മുഖം തിരിച്ചു.

"ഡോക്ടർ ഇഞ്ചക്ഷൻ കൊടുത്തോളൂ. ഞാൻ ചെന്നു മരുന്നുമായി വരാം. പക്ഷവാതമാണെന്നാ എന്റെ കണക്കുകൂട്ടൽ. മറ്റന്നാൾ കടന്നു കിട്ടിയാൽ രക്ഷപ്പെട്ടു. തല്ക്കാലാശ്വാസത്തിന് എന്തെങ്കിലും ചെയ്യാം. രാത്രി ചിലപ്പോൾ ശ്വാസതടസ്സമുണ്ടാകാൻ സാദ്ധ്യതയുണ്ട്. ഞാനുടനെ മരുന്നുമായി എത്താം."

വൈദ്യർ യാത്ര പറഞ്ഞിറങ്ങിയിട്ട് വീണ്ടും നിന്നു.

"മക്കളെയൊക്കെ വിവരമറിയക്കുന്നതാ നല്ലത്."

സലാമിന്റെ ഭാവം കണ്ടിട്ടാകണം വൈദ്യർ സമാധാനിപ്പിച്ചു.

"പേടിപ്പിച്ചതല്ല. ഈ കിടപ്പിൽ ചിലപ്പോൾ വളരെക്കാലം കിടന്നെന്നു വരാം. അങ്ങനെയല്ലെന്നും വന്നേക്കാം. എല്ലാരും ദൂരദേശങ്ങളിലല്ലേ. ഒന്നുവന്നു കണ്ടിട്ടുപോകട്ടെ."

"ശരീഫയെ വിവരമറിയിക്കാൻ ആളയച്ചിട്ടുണ്ട്. അഷറഫ് ഇപ്പോളെത്തും."

"അപ്പോ ഫാത്തിമയോ?"

"അവൾ വളരെ ദൂരെയല്ലേ? പെട്ടെന്നെന്തായാലും വരാനാവില്ല."

പറഞ്ഞപ്പോൾ സലാമിന്റെ സ്വരമിടറി.

വൈദ്യർ നാട്ടുകാരൻ മാത്രമല്ല ബാപ്പയുടെ സുഹൃത്തും കൂടിയാണ്. അതുകൊണ്ടാണ് കളവു പറഞ്ഞപ്പോൾ തൊണ്ട വിറച്ചത്.എത്ര കാലം ഒളിക്കാനും മറയ്ക്കാനും സാധിക്കും?

"ഞാൻ പോയിട്ട് കുറച്ചു കഴിഞ്ഞുവരാം."

ഡോക്ടർ യാത്ര പറഞ്ഞു.

നാണുവൈദ്യർ താമസിയാതെ തിരിച്ചെത്തി. അടുത്തുതന്നെ ഇരുന്ന് കഷായവും ഗുളികയും മാറിമാറിക്കൊടുത്തു. ഉമ്മ വൈദ്യരുടെ നിർദേശമനുസരിച്ച് ഓരോന്നു ചെയ്തുകൊണ്ട് അടുത്തുതന്നെ ഇരുന്നു. സമയം കഴിയുന്തോറും നില വഷളായതല്ലാതെ കുറഞ്ഞില്ല.

അഷറഫ് എത്തിയപ്പോൾ നേരമിരുട്ടി. ബോംബേകോൾ കിട്ടാൻ താമസിച്ചത്രേ. അവശനായി കിടക്കുന്ന ബാപ്പയെക്കണ്ട് അഷറഫ് തളർന്നു. സുഖമില്ലെന്നു ചാത്തു വന്നു പറഞ്ഞപ്പോൾ ഇത്രയും പ്രതീക്ഷിച്ചില്ല. ഇതറിഞ്ഞിരുന്നെങ്കിൽ ബോംബേ കോളിനുവേണ്ടി കാത്തുനില്ക്കില്ലായിരുന്നു. രാവിലെ പതിവുപോലെ ചാരുകസേരയിൽ കിടന്ന് പത്രം വായിക്കുന്ന ബാപ്പയോട് യാത്ര പറഞ്ഞിട്ടാണ് കടയിലേക്കിറങ്ങിയത്. പെട്ടെന്നിങ്ങനെ പറ്റാൻ എന്തുണ്ടായി. അനക്കമറ്റു കിടക്കുന്ന ബാപ്പയുടെ അടുത്തിരുന്നപ്പോൾ അഷറഫിനു സഹിക്കാനായില്ല.

"എന്റെ പൊന്നാരാ ബാപ്പ..."

അവൻ ബാപ്പയുടെ ദേഹത്തുവീണ് അലമുറകൂട്ടി."

"മോനേ അടങ്ങ്. ഇങ്ങനെ നെലേംവിളിയും കൂട്ടിയാ ബാപ്പാന്റെ ഖൽബ് ബേജാറാകും."

അവുള്ള മുസലിയാർ പുറംതടവി ആശ്വസിപ്പിച്ചപ്പോൾ അഷറഫ് തേങ്ങലടക്കി എഴുന്നേറ്റ് വരാന്തയിലിരിക്കുന്ന ഇക്കാക്കയുടെ അടുത്തേക്കു ചെന്നു. രണ്ടുപേരും ഒന്നും മിണ്ടാനാകാതെ മുഖത്തോടു മുഖം നോക്കിയിരുന്നതേയുള്ളു.

"വന്നു കഞ്ഞികുടിച്ചോളീ മക്കളേ."

അവുള്ളമുസലിയാരുടെ ഭാര്യ പലതവണവന്നു നിർബന്ധിച്ചപ്പോൾ എല്ലാവരും ഊണുമുറിയിലെത്തി. മേശപ്പുറത്ത് പത്തിരിയും കൂട്ടാനുമൊക്കെ എടുത്തുവെച്ച് പാത്തു കാത്തുനില്ക്കുന്നുണ്ടായിരുന്നു. അവരുടെ കണ്ണുകളും ഈറനായിരുന്നു. എല്ലാവരും പേരിനു കഴിച്ചെന്നു വരുത്തി.

ബാപ്പയെ ഉഴിഞ്ഞും തലോടിയും അടുത്തിരിക്കുകയാണ് ഉമ്മ. ആ മുഖമിപ്പോൾ ശാന്തം. മയങ്ങിക്കിടക്കുന്ന ഭർത്താവിനെ ഉറ്റുനോക്കിക്കൊണ്ടിരുന്ന ഉമ്മ സലാം അടുത്തുവന്നു നിന്നത് അറിഞ്ഞതുപോലുമില്ല. സലാം ഒന്നും മിണ്ടാതെ ഉമ്മറക്കോലായിൽ ചെന്നിരുന്നു.

ഇങ്ങനെ ഒരു രൂപത്തിൽ ബാപ്പയെ കാണുമെന്ന് ഒരിക്കലും നിനച്ചതല്ല. പെട്ടെന്നങ്ങനെ പറയരുതായിരുന്നു. സാവകാശത്തിലേ പറയാവൂ എന്ന് ബുഷറ പലവട്ടം പറഞ്ഞതാണ്. ബുഷറയെ വിവരമറിയിച്ചില്ലെന്ന് അപ്പോഴാണ് ഓർത്തത്. ഫോൺ നമ്പരും മറ്റും വിവരങ്ങളും ഒരു പേപ്പറിലെഴുതി നാരായണനെ പഞ്ചായത്തിനടുത്തുള്ള കുഞ്ഞാമതാജിയുടെ വീട്ടിലേക്കയച്ചു. ബുഷറയുടെ സഹോദരൻ തൃശൂരുണ്ട്. അവനെ വിവരമറിയിച്ചാൽ അവൻ ബുഷറയെയും കുട്ടികളെയും കൂട്ടി രാവിലെ പുറപ്പെട്ടോളും. നാരായണൻ പോയപ്പോൾ മുറ്റത്തിറങ്ങി വെറുതേ ഉലാത്തി. കിടന്നാലും ഉറക്കം വരില്ല.

"ഇങ്ങനെ പെട്ടെന്ന് അട്ടിമറിയാൻ എന്തേ കാരണം?"

അഷറഫിന്റെ ചോദ്യം കേട്ടു തല ഉയർത്തി.

"നിന്റെ പൊന്നാര ഇത്താത്തയുടെ വിശേഷമറിഞ്ഞപ്പോഴാ ബാപ്പ

തളർന്നു വീണത്. സിനിമാസ്റ്റൈലിലായിരുന്നു ഒളിച്ചോട്ടം. കേട്ടപ്പോൾ ബാപ്പയ്ക്ക് സഹിക്കാനായില്ല."

അരിശം അവനോട് തീർത്തു.

"രണ്ടിനേം കൊല്ലും ഞാൻ. എന്റെ ബാപ്പക്ക് എന്തെങ്കിലും. രണ്ടിനേം ഞാൻ ജീവനോടെ വെച്ചേക്കില്ല. ഏതു ബഹറിൽച്ചെന്നെങ്കിലും തപ്പിപ്പിടിച്ചുകൊണ്ടുവന്ന് വെട്ടിനുറുക്കും."

അഷറഫ് കലി തുള്ളി.

"അടങ്ങ്. ഇപ്പോൾ കള്ളി പുറത്താക്കിയാൽ നാട്ടാരുടെ മുന്നിൽ നാറും."

അഷറഫ് അടക്കാനാവാതെ കസേരയിലിരുന്ന് തേങ്ങി. അവനെ ആശ്വസിപ്പിക്കാൻ മിനക്കെടാതെ ഒരു കസേര മുറ്റത്തെ മാവിൻ ചുവട്ടിലിട്ട് അതിലിരുന്നു. ബാപ്പ നട്ടുനിനച്ചു വളർത്തിയ മാവ്. ഇക്കൊല്ലം നിറയെ പൂത്തിരിക്കുന്നു. ഈ തൊടിയിലെ ഓരോ മരവും ഇപ്പോൾ ബാപ്പയെക്കുറിച്ചോർത്ത് വിതുമ്പുന്നുണ്ടാവും. മക്കളെ വളർത്തുന്ന അതേ ശുഷ്കാന്തിയോടെയാണ് ബാപ്പ മരങ്ങളെ പരിപാലിക്കുന്നതും. രാവിലെ സുബഹിനിസ്കാരവും ഖുറ് ആൻപാരായണവും കഴിഞ്ഞിറങ്ങിയാൽ സ്കൂളിൽ പോവാൻ നേരത്താണ് ബാപ്പ തൊടിയിൽ നിന്നു കയറുക. അപ്പോൾ കുട്ടികളെ കൂടെ കൂട്ടാറില്ല. അവരെ പഠിക്കാനിരുത്തും. ഉമ്മ അടുക്കളയിലായിരിക്കും. വൈകുന്നേരം എല്ലാരും ഒരുമിച്ചാണ് ജോലി. ബാപ്പയും ആൺമക്കളും തോട്ടിൽനിന്നു വെള്ളം മുക്കി തെങ്ങു നനക്കും. ഉമ്മയും പെൺമക്കളും തൊടിയിലെ ചപ്പും ചവറും അടിച്ചുകൂട്ടി തീയിട്ടും വിറകുപെറുക്കിയും കൂടെ ഉണ്ടാകും. അപ്പോഴായിരിക്കും പൊട്ടക്കണ്ണൻ കുഞ്ഞാമുവിന്റെ വരവ്. അയാളെ എപ്പോഴും ആദ്യം കാണുന്നത് ഉമ്മയാണ്. പൊട്ടക്കണ്ണൻ ബരുന്നുണ്ട് മക്കള് ആത്ത് പോ. ഉമ്മ വിളിച്ചു പറയുമ്പോൾ ഓരോരുത്തരായി വിറകുപുരയിലും പുല്ലിനിടയിലും ഒളിക്കുന്നു. കുഞ്ഞാമുവിന് കരിനാക്കുണ്ടെന്ന് ബാപ്പയും വിശ്വസിച്ചിരുന്നു. നിറയെ കാച്ചു നില്ക്കുന്ന തെങ്ങു കണ്ട് കുഞ്ഞാമു എന്തോ പറഞ്ഞു. അന്നുതന്നെ ആ തെങ്ങ് ഇടിവെട്ടിയത്രേ. പൊട്ടക്കണ്ണൻ കുഞ്ഞാമുവിനെക്കുറിച്ച് നാട്ടുകാർക്ക് ഇങ്ങനെ ഒരുപാട് പറയാനുണ്ട്. ആദ്യം ബാപ്പ വിശ്വസിച്ചിരുന്നില്ല. അനുഭവത്തിൽ നിന്നാണല്ലോ പഠിക്കുന്നത്.

ഒരുദിവസം എല്ലാരുംകൂടെ തൊടിയിൽ തിരക്കിട്ട പണിയിലായിരുന്നു. തിരക്കിനിടയിൽ ഉമ്മ കുഞ്ഞാമുവിനെ കണ്ടതുമില്ല.

"കോയീം മക്കളും പൊരുത്ത്ന്ന് എറങ്ങിയപോലെ മാഷും മക്കളും കണ്ടം ചിക്കിപ്പരത്ത്വാ?"

കുഞ്ഞാമുവിന്റെ ചോദ്യം കേട്ട് ഉമ്മ ഞെട്ടി. കണ്ണുതട്ടാതിരിക്കാനുള്ള മന്ത്രം ഓതി ഉഴിയുകയും ചെയ്തു. അന്നു രാത്രിതന്നെ ഫാത്തിമയ്ക്കു പനി തുടങ്ങി. പിറ്റേന്ന് അഷറഫിനും. ഒരാഴ്ച അവർ കിടപ്പിലാ

യി. അതിനുശേഷം ബാപ്പയ്ക്കും അയാളെ പേടിയായിരുന്നു.

എന്നും ബാപ്പയുടെകൂടെയാണ് സ്കൂളിൽ പോകുന്നതും വരുന്നതും. അങ്ങാടിയിൽനിന്നുള്ള മറ്റുകുട്ടികളും കൂടെ കാണും. ഓത്തുപള്ളി വിട്ടാലാണ് സ്കൂളിലേക്കു തിരിക്കുക. തിരക്കിട്ട് നടന്നാലെ സമയത്തിന് സ്കൂളിലെത്തുകയുള്ളു. രാവിലെ അന്യോന്യം ഒന്നും മിണ്ടാതെ ധൃതിയിലാണ് നടത്തം. വൈകുന്നേരത്തെ യാത്രയാണ് രസകരം. ബാപ്പയ്ക്ക് നൂറായിരം കഥകളറിയാം. അറബിക്കഥകളിലെ ജിന്നുകൾ, വിക്രമാദിത്യനും വേതാളവും. വീട്ടിലെത്തുന്നത് അറിയാറില്ല. പാഠങ്ങളിലുള്ള സംശയവും അതിനിടയിൽ തീർക്കാം. ചരിത്രമാണ് ബാപ്പ പഠിപ്പിച്ചിരുന്നത്.

വളരെ കുറഞ്ഞ ശമ്പളമേയുള്ളു ബാപ്പയ്ക്ക്. എന്നാലും കുട്ടികളെ മുട്ടൊന്നും അറിയിക്കാറില്ല. പശുവിനെ വളർത്തിയും തേങ്ങാക്കച്ചവടം ചെയ്തും ബാപ്പ കാര്യങ്ങൾ നിവർത്തിക്കും. പിശുക്കില്ല. അതേസമയം ധാരാളിത്തം ബാപ്പ പൊറുപ്പിക്കുകയുമില്ല. പശുവിനു പുല്ലരിയുന്നതും കറക്കുന്നതും ബാപ്പതന്നെ. വീട്ടിലെ ആവശ്യം കഴിഞ്ഞു ബാക്കിവരുന്ന പാൽ എന്നും രാവിലെ ചായപ്പീടികയിൽ എത്തിക്കേണ്ടത് സലാമാണ്. അങ്ങനെ ഓരോരുത്തർക്കായിട്ട് ബാപ്പ പണി വീതിച്ചുതരും. അപ്പോൾ ആർക്കും പരാതിയുമില്ല. അയൽക്കാരുടെ തേങ്ങ ബാപ്പ മൊത്തമായി വാങ്ങി വെട്ടിയുണക്കി കൊപ്പരയായി വില്ക്കും. കൊപ്പരവെട്ടുന്നവരുടെകൂടെ ബാപ്പയുമിരിക്കും. ആൺമക്കളേയുംകൂടെ ഇരുത്തും. തേങ്ങവെള്ളം കുടിക്കാൻ കിട്ടും. ഇടക്കിടെ തേങ്ങാപ്പൂളും തിന്നാമെന്നുള്ളതുകൊണ്ട് അത് ഇഷ്ടമുള്ള പണിയായിരുന്നു.

തീയരുടെകൂടെ തെങ്ങുകിളയ്ക്കാനിറങ്ങുന്ന ബാപ്പയോട് നാട്ടിലെ തറവാടികളായ മുസ്ലീമിങ്ങൾക്കു പുച്ഛമായിരുന്നു. "കാഫറ് കോയക്കുട്ടി" എന്നു പരിഹസിച്ചു വിളിക്കാറുമുണ്ടായിരുന്നു. ബാപ്പ അതൊന്നും വകവയ്ക്കാറില്ല.

ദേഹമനങ്ങുന്ന പണിയൊന്നും ഇസ്ലാമിനു ചേർന്നതല്ല എന്നു വിശ്വസിക്കുന്നവരായിരുന്നു അന്നാട്ടുകാർ. നാട്ടിലെ മിക്ക മുസ്ലീം കുടുംബക്കാരും സ്ഥാനികൾ. പലരും ജന്മികൾ. അല്ലാത്തവർ കച്ചവടക്കാർ. താഴ്ന്ന വരുമാനക്കാരിൽ പലരും ഇവരുടെ അടിമപ്പണിചെയ്ത് കാലം കഴിച്ചു. തിന്നും തീറ്റിച്ചും പല തറവാടുകളും കുളംതോണ്ടി. എന്നിട്ടും ആരും അഭിമാനം വിട്ടില്ല. വീട്ടിൽ പട്ടിണി ആയാലും പുറത്തിറങ്ങി പണി ചെയ്യാൻ ആരും ഒരുക്കമല്ലായിരുന്നു. അന്യോന്യം കുശുമ്പും കുന്നായ്മയും പറഞ്ഞ് അവർ പട്ടിണി കിടന്നു.

വീട്, ഭാര്യ, മക്കൾ അതായിരുന്നു ബാപ്പയുടെ ലോകം. നാട്ടുകാരുടെ അസൂയപറച്ചിലിലോ വീമ്പിളക്കലിലോ ബാപ്പ കൂടെച്ചേർന്നില്ല. അതേസമയം അവരെ സഹായിക്കാൻ മടിക്കാറുമില്ല. പണത്തിനു തിടു

ങ്ങുമ്പോൾ പലരും സമീപിക്കുന്നത് ബാപ്പയെത്തന്നെ. അരിഷ്ടിച്ചു കഴിയുന്നതുകൊണ്ട് ബാപ്പയ്ക്ക് മിച്ചം വെയ്ക്കാൻ കഴിഞ്ഞിരുന്നു. അങ്ങനെ കിട്ടുന്ന പണം ബാപ്പ നാട്ടുകാർക്ക് കടം കൊടുത്തു. കടം വീട്ടാൻ കഴിയാതിരുന്ന പലരും അവരുടെ പറമ്പുകൾ ബാപ്പയുടെ പേരിലെഴുതിക്കൊടുത്തു. വെട്ടിയും കിളച്ചും ബാപ്പ പറമ്പുകൾ തോട്ടമാക്കി.

വെള്ളമുണ്ടും എംഎസ് വെള്ളയുടെ ഫുൾക്കൈഷർട്ടുമാണ് ബാപ്പയുടെ വേഷം. ഒരു ജോടികൊണ്ട് ബാപ്പ ഒരു കൊല്ലം തികയ്ക്കും. മക്കൾക്കും അതേ, ആവശ്യത്തിനുള്ള തുണികളേ എടുത്തു കൊടുക്കൂ. തൂവെള്ള വേഷത്തിലേ ബാപ്പയെ കാണാറുള്ളു. എന്നും രാവിലെ ഉമ്മ ബാപ്പയുടെ മുണ്ടും ഷർട്ടും തിരുമ്പി കഞ്ഞിയും നീലവും മുക്കി ഉണക്കിവെയ്ക്കും. വൈകുന്നേരം ബാപ്പ തേപ്പുപെട്ടിയിൽ ചിരട്ടക്കനലിട്ട് അവ തേയ്ക്കും. കുട്ടികളുടെ ഡ്രസ്സും തേയ്ക്കുന്നത് ബാപ്പ തന്നെ. എല്ലാവരും വൃത്തിയിലും വെടിപ്പിലും നടക്കണമെന്ന് ബാപ്പയ്ക്ക് നിർബന്ധമായിരുന്നു.

എംഎയ്ക്ക് പഠിക്കുമ്പോൾ വേണ്ടെന്നു പറഞ്ഞിട്ടും ബാപ്പ ഹോസ്റ്റലിൽ ചേർത്തു. ദിവസവുമുള്ള ബസ്സുയാത്ര പഠിപ്പിനെ ബാധിക്കുമെന്ന് കരുതിയാണ് ബുദ്ധിമുട്ടായിട്ടും ഹോസ്റ്റലിലയച്ചത്. വീട്ടിലെത്തുന്ന ഏതുകൂലിക്കാരുടെ കൂടെയും ബാപ്പയുണ്ടാകും. വീട് ആദ്യം വളരെ ചെറുതായിരുന്നു. ഓരോ മുറികളായി ബാപ്പ കൂട്ടിച്ചേർത്തതാണ്. സ്കൂളടക്കുമ്പോഴാണ് മരാമത്ത് പണികൾക്കിറങ്ങുക. അപ്പോൾ ബാപ്പയ്ക്കും സഹായിക്കാമല്ലോ.പൂഴി തരിക്കാനും സിമന്റ്കൂട്ടാനും ബാപ്പയുണ്ടാകും. ആശാരിയുടെകൂടെയിരുന്ന് മരം ചിപ്ലിയുന്താനും ബാപ്പ കൂടും. മരസാമാനങ്ങളെല്ലാം ചന്തു ആശാരിയെ വീട്ടിലിരുത്തി ചെയ്യിക്കുകയാണ് ബാപ്പയുടെ പതിവ്. പറമ്പിലുള്ള മരംവെട്ടി ഈരിച്ച ശേഷമാണ് പണി തുടങ്ങുന്നത്. ചന്തുആശാരിയുടെ സഹായി ആയി അത്യാവശ്യം ആശാരിപ്പണിയും ബാപ്പ പഠിച്ചിരുന്നു.

കുട്ടികൾ ഓരോരുത്തർക്കും പ്രത്യേകം മുറികളുണ്ട്. അവിടെ അത്യാവശ്യത്തിനുള്ള മരസാമാനങ്ങളും ബാപ്പ കുറേശ്ശയായി ഉണ്ടാക്കിച്ചിട്ടുണ്ട്. ഇന്ന് എല്ലാ ആധുനിക സൗകര്യങ്ങളുമുണ്ട് വീട്ടിൽ. എല്ലാം ബാപ്പയുടെ ശ്രമഫലം.

കുട്ടികളെ വളരെ ചിട്ടയോടെയാണ് ബാപ്പ വളർത്തിയത്. ഒരാളുടെ സോപ്പോ തോർത്തോ മറ്റൊരാൾ ഉപയോഗിക്കരുത്. മാസം തോറും ഒരോ സോപ്പ്, കൊല്ലത്തിൽ ഒരു തോർത്ത് ഇതൊക്കെ ബാപ്പ മറക്കാതെ വാങ്ങിച്ചുകൊണ്ടുവരും. അതുകൊണ്ടുതന്നെ വളരെ വിഷമിച്ചാണ് ഹോസ്റ്റലിൽ കഴിച്ചുകൂട്ടിയത്.

ഉമ്മയുടെ ഏക അത്താണി ആയിരുന്നു ബാപ്പ. ഉമ്മ മുന്തിയ തറവാട്ടിലെ അംഗം. സ്വത്തും പണവും മുച്ചൂടും നശിച്ചിട്ടും പഴയ പെരുമ

പറയൽ ഉമ്മയുടെ ബാപ്പ നിർത്തിയില്ല. പൊളിഞ്ഞു തകർന്ന തറവാട്ടിൽ തീപുകയുന്ന ദിവസങ്ങൾ വിരളമായിരുന്നു. പട്ടിണി കിടന്നാണ് ഉമ്മയുടെ ഉമ്മ മരിച്ചത്. അധികം താമസിയാതെ ഉപ്പാപ്പയും കിടപ്പിലായി. ഉമ്മയുടെ അകന്ന ഒരു ബന്ധുമാത്രമായിരുന്നു തുണ. ആ കുടുംബം രക്ഷിക്കാനായിട്ടാണ് ബാപ്പ കല്യാണലോചനയുമായി ചെന്നത്. ഉമ്മയ്ക്ക് അപ്പോൾ പ്രായം ഇരുപത്. സാധാരണ പതിനഞ്ചു തികയുന്നതിനുമുമ്പ് പെൺമക്കളെ വിവാഹം കഴിപ്പിക്കാറുള്ളതാണ്. നിവൃത്തിയില്ലാത്തതുകൊണ്ടുമാത്രമാണ് നീണ്ടുപോയത്. അക്ഷരാഭ്യാസമില്ലാത്ത ഉമ്മയെ ബാപ്പയാണ് എഴുത്തും വായനയും പഠിപ്പിച്ചത്. ഉമ്മയുടെ ബാപ്പ മരിക്കുന്നതുവരെ ഉമ്മ അവിടെത്തന്നെയായിരുന്നു താമസം. അതുകഴിഞ്ഞപ്പോൾ ബാപ്പ അവരെ വീട്ടിലേക്കു കൂട്ടിക്കൊണ്ടുവന്നു. പൊളിഞ്ഞുവീഴാറായ തറവാട് പൊളിച്ചുമാറ്റി അവിടം നിറയെ തെങ്ങിൻതൈയ് നട്ടു.

ഇവിടെ വന്നതിനുശേഷം ഒരു രാത്രിപോലും ഉമ്മ മറ്റെങ്ങും താമസിച്ചിട്ടില്ല. ബന്ധുവീടുകളിൽ കല്യാണമോ മരണമോ പ്രസവമോ നടന്നാൽ പുതിയ കാച്ചിത്തുണിയും കസവുതട്ടവുമിട്ട് കുടകൊണ്ട് മുഖവും മറച്ച് തുണയ്ക്ക് ആരെയെങ്കിലും കൂട്ടി പോവുക പതിവുണ്ട്. എവിടെപ്പോയാലും ഇരുട്ടുന്നതിനുമുമ്പ് തിരിച്ചെത്തും. ഫാത്തിമയും ഷരീഫയും ഉമ്മയെ നാടുകാണിക്കാൻ കൊണ്ടുപോകാൻ ഏറെ മിനക്കെട്ടതാണ്. ഉമ്മ എങ്ങും പോകില്ല. ബാപ്പയെന്ന ബിന്ദുവിനെ ചുറ്റിയാണ് ഉമ്മയുടെ ജീവിതം. ബാപ്പയ്ക്കും അങ്ങിനെതന്നെ. ഏതുകാര്യത്തിലും ഉമ്മ വേണം. ബാപ്പയുടെ കിടപ്പ് ഉമ്മ എങ്ങനെ താങ്ങുന്നു?

പെട്ടെന്നുള്ള ഉമ്മയുടെ ദയനീയമായ നിലവിളികേട്ട് ചാടി എഴുന്നേറ്റു. അഷറഫ് ഇരുന്ന കസേര ഒഴിഞ്ഞു കിടക്കുന്നു.

“മക്കളേ ബാപ്പ...”

അകത്തേക്കു കുതിച്ചു.

അള്ളാഹുവിന്റെ തിരുനാമങ്ങൾ ബാപ്പയുടെ ചെവിയിൽ ഓതിക്കൊടുക്കുകയാണ് മുസലിയാർ. വൈദ്യർ നാടിപിടിച്ചുകൊണ്ട് അടുത്തുതന്നെ ഉണ്ട്. ഉമ്മ നിലവിളി നിർത്തി ബാപ്പയുടെ കൈയുംപിടിച്ചുകൊണ്ട് അനക്കമറ്റിരിക്കുന്നു.

“ബാപ്പാന്റെ ചുണ്ടു നനച്ചുകൊടുക്ക്. സംസം വെള്ളമാ.”

കുഞ്ഞാമിനുമ്മ വെള്ളപ്പിഞ്ഞാണം സലാമിനു നീട്ടി. മക്കയിലെ പുണ്യകിണറായ സംസമിൽ നിന്നുകൊണ്ടുവരുന്ന സംസം വെള്ളം മരണമടുത്തെന്നു ഉറപ്പാകുമ്പോഴാണ് രോഗിക്കു കൊടുക്കുന്നത്. അഷറഫും ഉമ്മയും നനഞ്ഞതുണികൊണ്ട് ബാപ്പയുടെ ചുണ്ടു പിളർത്തി വെള്ളം കൊടുക്കുന്നത് കണ്ട് സലാമും അടുത്തു ചെന്നു. അയാൾ കൊടുത്ത വെള്ളം ഇറങ്ങാതെ ചുണ്ടിലൂടെ കവിളിലേക്കൊലിച്ചിറങ്ങിയപ്പോൾ ഉമ്മയുടെ കൈയ് വിറച്ചു. അവർ അഷറഫിനെ പൂണ്ടടക്കം

പിടിച്ച് ഉറക്കെ കരഞ്ഞു. സലാമിന് കരയാനും കഴിഞ്ഞില്ല.

മുസലിയാർ ബാപ്പയുടെ കണ്ണുകൾ തിരുമ്മി അടച്ചു. കൈകൾ മാറത്തുകെട്ടി. താടി അമർത്തിപ്പിടിച്ചിട്ടു പറഞ്ഞു:

"തുണിക്കണ്ടം മാണം."

അകത്തുചെന്ന് അലമാര തുറന്ന് ബാപ്പയുടെ പഴയ മുണ്ടെടുത്തു കൊണ്ടുവന്ന് മുസലിയാർക്കു നീട്ടി. അയാൾ അതിൽ നിന്ന് ഒരു തുണ്ടം കീറി ബാപ്പയുടെ താടി കെട്ടി. ഒരു കഷണം കൊണ്ട് കാലിന്റെ പെരുവിരൽ കൂട്ടിക്കെട്ടി. വെള്ളത്തുണികൊണ്ട് ദേഹം മൂടി. ബാപ്പ നിസ്കരിക്കാറുള്ള ബെഞ്ചുകൊണ്ടുവന്ന് നടുവകത്ത് കിഴക്കു പടിഞ്ഞാറായി ഇട്ടു. ബാപ്പയെ എല്ലാവരും താങ്ങിപ്പിടിക്കുന്നത് കണ്ട് സലാമും കൂടി. തല പടിഞ്ഞാറാക്കിയാണ് ബാപ്പയെ കിടത്തിയത്. അപ്പോഴേക്കും ചന്ദനത്തിരിയുടേയും ഉലുവാന്റേയും രൂക്ഷമായ മണം എങ്ങും പരന്നു.

അതു താങ്ങാനാവാതെ സലാം അകത്തേ മുറിയിൽ ചെന്നു.

കട്ടിലിൽ അനങ്ങാതിരിക്കുന്ന ഉമ്മയുടെ കാതിലെ ചിറ്റുകൾ ഓരോന്നായി ഊരുകയാണ് പെണ്ണുങ്ങൾ. തട്ടുകാതിലെ മിന്നിയും മണിക്കാതിലയും അവർ ഊരിയെടുത്തു. കൈകളിലെ ഒറ്റക്കാപ്പും കഴുത്തിലെ ചങ്കേലസ്സും കൂടെ ഊരി എല്ലാം ഒരു തുണിയിൽ പൊതിഞ്ഞ് അവർ സലാമിനെ ഏല്പിച്ചു. ഒന്നും മിണ്ടാനാവാതെ അനക്കമറ്റ് നില്ക്കാനേ ആയുള്ളു.

മരം പോലിരിക്കുകയാണ് ഉമ്മ. കൈയും കാതും കഴുത്തും ഒഴിഞ്ഞ ഉമ്മ ഇടിവെട്ടിയ തെങ്ങിനെ ഓർമ്മിപ്പിച്ചു. സഹിക്കാൻ കഴിയാതെ ഉമ്മയെ കെട്ടിപ്പിടിച്ചു. അതുവരെ അനങ്ങാതിരുന്ന ഉമ്മ അതോടെ വിതുമ്പിക്കരഞ്ഞു.

"മോനേ....ഉമ്മക്കിനി ആരുല്ലാ...."

ഉമ്മയും മോനും അലമുറയിടുന്നത് കണ്ട് കുഞ്ഞാമിനുമ്മ പറഞ്ഞു:

"അടങ്ങ് മോനേ. ഉമ്മയെ സമാതാനിപ്പിക്കേണ്ട നീ ഇങ്ങനെ.. . ബാപ്പാന്റെ മയ്യത്ത് താമസമില്ലാതെ ഖബറിലാക്കാൻ മേണ്ട ഏർപ്പാട് നോക്ക് കുട്ട്യേ...."

ഏഴ്

ഓഫീസിലെ ഫയലുകൾ മറിച്ചുനോക്കുന്നതിനിടയിലാണ് സലാമിന്റെ കത്തു കണ്ടത്. ആകാംക്ഷയോടെ പൊട്ടിച്ചു വായിച്ചു.സലാമിന്റെ ബാപ്പ മരിച്ച വിവരത്തിനുള്ള കത്തായിരുന്നു അത്. ഫാത്തിമയുടെ വിവരമറിഞ്ഞ് സ്ട്രോക്കുണ്ടായതും അന്നു രാത്രിതന്നെ മരിച്ചതുമൊക്കെ വിശദമായി എഴുതിയിട്ടുണ്ട്. തീയതി നോക്കി. ഒരു മാസം കഴിഞ്ഞിരിക്കുന്നു. വിവരത്തിന് ഉടനെ ഒരു കമ്പി അയക്കണമെന്നു തോന്നിയില്ലല്ലോ. ചികഞ്ഞാലോചിച്ചപ്പോൾ കുറ്റപ്പെടുത്തേണ്ട ആവശ്യമില്ലെന്നും തോന്നി. അബ്ദുള്ള ഇന്നവർക്ക് ആരുമല്ല. ഫാത്തിമയെ മൊഴിചൊല്ലിയതോടെ ആ കുടുംബവുമായുള്ള ബന്ധം തീർന്നില്ലേ? എന്നിട്ടും സലാം വിവരമറിയിച്ചത് അയാളുടെ മാന്യത.

മനസ്സ് വല്ലാതെ ചഞ്ചലമായി. ആ മരണത്തിന് അയാളുംകൂടി ഉത്തരവാദിയല്ലേ? ആണെന്ന് മനസ്സ് പറയുന്നുണ്ടായിരുന്നു. എടുത്തുചാടി ഓരോന്നു ചെയ്തിട്ട് പശ്ചാത്താപം തോന്നിയിട്ട് എന്തു കാര്യം? മൊഴി ആവശ്യപ്പെട്ടുകൊണ്ടുള്ള ഫാത്തിമയുടെ വക്കീൽ നോട്ടീസു കിട്ടിയപ്പോൾ സമനില തെറ്റിയതുപോലെയായി. മടക്കത്തപാലിൽ മൊഴി എഴുതി അയച്ചപ്പോൾ പ്രതികാരം വീട്ടിയ സുഖമുണ്ടായിരുന്നു. തെറ്റായിരുന്നു ചെയ്തതെന്ന് പിന്നീടാണ് തോന്നിത്തുടങ്ങിയത്. അപ്പോൾ മനസ്സുനിറയെ ഫാത്തിമയോടുള്ള വെറുപ്പായിരുന്നു. ധിക്കാരി, തന്റേടി, സ്വാർഥ, വഞ്ചകി... നീണ്ടുപോകുന്ന പട്ടിക. കാര്യങ്ങൾ ഷറഫിന്റെ പ്ലാൻപോലെ നടന്നു. അവിടേയും ജയിച്ചത് അയാൾ തന്നെ. മൊഴി കിട്ടിയതുകൊണ്ടാണല്ലോ അയാൾക്ക് ഉടനെ ഫാത്തിമയെ നിക്കാഹ് കഴിക്കാൻ സാധിച്ചത്. മകളുടെ ധിക്കാരം താങ്ങാനുള്ള ശക്തി നാട്ടുമ്പുറത്തുകാരനായ ആ പാവം മാഷിന് ഉണ്ടായിരുന്നില്ല.

അദ്ദേഹത്തിനു അബ്ദുള്ള മകനെപ്പോലെ ആയിരുന്നു. എന്ത് സ്നേഹവും കൂറുമായിരുന്നു? ആലോചിക്കുന്തോറും മനസ്സു നീറി. തല പുകഞ്ഞു.

കല്യാണം കഴിഞ്ഞ ഉടനെയാണ് ആ വീട്ടിൽ കുറച്ചു ദിവസം താമസിക്കാൻ ഇട കിട്ടിയത്. അതിനിടയിൽ അവിടെയുള്ളവരുമായി വളരെ അടുത്തു. ഉൾനാടൻ ലാളിത്യവും കാപട്യമില്ലാത്ത പെരുമാറ്റവും വളരെ ഇഷ്ടപ്പെട്ടു. മാഷുമായി അടുത്തുപെരുമാറിയപ്പോഴാണ് ആ മനസ്സിന്റെ ആഴം മനസ്സിലായത്. ചരിത്രത്തിൽ അപാരപാണ്ഡിത്യം. മതസംബന്ധമായ കാര്യങ്ങളിലും അതേ. മതാചാരങ്ങൾ നിഷ്ഠയോടെ അചരിക്കുമ്പോഴും അന്ധവിശ്വാസങ്ങളെ നിശിതമായി വിമർശിച്ചു. നാട്ടുകാരുടെ മുറുമുറുപ്പ് വകവെയ്ക്കാതെ പെൺമക്കളെ കോളേജിലയച്ചു പഠിപ്പിക്കുന്നു. എല്ലാം പുത്തരിയായിരുന്നു. കൃഷിയിലുള്ള പോലെ താല്പര്യം വായനയിലുമുണ്ട്. മലയാള സാഹിത്യനായകന്മാരെക്കുറിച്ച് വ്യക്തമായ അഭിപ്രായമുണ്ടായിരുന്നു അദ്ദേഹത്തിന്. സംസാരിച്ചിരുന്നാൽ നേരം പോകുന്നത് അറിയാറില്ല.

മോനേയുംകൊണ്ട് നാട്ടിൽച്ചെന്നു കുറച്ചുദിവസം താമസിക്കണമെന്ന് എപ്പോഴും എഴുതുമായിരുന്നു. തിരക്കിനിടയിൽ ഒന്നും സാധിച്ചില്ല. ശ്രമിച്ചില്ല എന്നു പറയുന്നതാവും സത്യം. ഇവിടത്തെ സുഖസൗകര്യങ്ങളിൽ മുഴുകുമ്പോൾ നാടും വീടുമെല്ലാം മറക്കുന്നു. നാട്ടിൽ പോകാനൊരു പരിപാടി തയ്യാറാക്കി വരികയായിരുന്നു. അതിനിടയിലാണല്ലോ ഫാത്തിമയുടെ തല തിരിഞ്ഞത്. ഷറഫ് ചതിക്കുമെന്ന് സ്വപ്നത്തിൽപോലും കരുതിയതല്ല. അവളുംകൂടി കൂട്ടു നിന്നപ്പോൾ ആകെ തകർന്നു. പിന്നീട് എന്തൊക്കെയോ കാണിച്ചുകൂട്ടി. കാണിച്ചതെല്ലാം വിഡ്ഢിത്തമായിരുന്നു എന്നു മനസ്സിലാക്കിയപ്പോഴേക്ക് വൈകിപ്പോയിരുന്നു. സ്വന്തം വീട്ടിന്റെ ചുമതല അന്യനെ ഏല്പിക്കുന്നത് ശരിയല്ലെന്ന് ഫാത്തിമ പലവട്ടം പറഞ്ഞതാണ്. കേട്ടില്ല. അവൾ കാര്യങ്ങൾ ആദ്യമേ തുറന്നു പറയേണ്ടതായിരുന്നു. ഷറഫിനോടുള്ള ഇഷ്ടക്കുറവു കൊണ്ടാണ് എതിർക്കുന്നതെന്നേ കരുതിയുള്ളു. അത്രയ്ക്കു വിശ്വാസമായിരുന്നു ഫാത്തിമയെ. കോയക്കുട്ടിമാഷിന്റെ മകൾക്ക് തെറ്റായി ചിന്തിക്കാൻപോലും ആവില്ലെന്ന് ഉറച്ച വിശ്വാസമുണ്ടായിരുന്നു. അവളെ മാത്രം കുറ്റം പറയുന്നതെങ്ങനെ? പലതവണ സൂചന തന്നു. അപ്പോഴൊക്കെയും അവ നിസ്സാരമായി തള്ളി. എപ്പോഴും ഷറഫിന്റെ ഭാഗം പറഞ്ഞു. ഇപ്പോൾ ആരുടെമേൽ കുറ്റം ചുമത്തണമെന്നറിയാതെ ഉഴലുകയാണ്. ഓരോ ദിവസവും ഓരോ യുഗമായിട്ടാണ് തോന്നുന്നത്. പരിചയക്കാരുടെ കുത്തുംമുനയും വെച്ചുള്ള സംസാരം കേൾക്കുമ്പോൾ മനസ്സാകെ കലങ്ങും. കുറച്ചുനാളത്തേക്ക് നാട്ടിലോളം ഒന്നു പോകാം. ഫാത്തിമയുടെ വീട്ടിലും പോകണം. എല്ലാവരോടും ക്ഷമ ചോദിക്കണം; ആശ്വസിപ്പിക്കുകയും വേണം.

കൂടുതൽ ആലോചിക്കാതെ രണ്ടുമാസത്തെ ലീവിനെഴുതി കൊടുത്തു. അറബിയെ നേരിട്ടുകണ്ട് പറയുകയും ചെയ്തു. കഴിയുന്നതും വേഗം ലീവനുവദിച്ചു തരാമെന്ന് അയാൾ സമ്മതിച്ചപ്പോൾ ആശ്വാസം തോന്നി. പിന്നീട് ഓഫീസിലിരിക്കാൻ തോന്നിയില്ല. പ്രധാനകാര്യങ്ങൾ സെക്രട്ടറിയെ ഏല്പിച്ച് വീട്ടിലേക്കു തിരിച്ചു. കാറിലിരുന്നപ്പോൾ മകനെ ഓർത്തു. ഉമ്മ പോയതിനുശേഷം അവൻ മിണ്ടാപ്രാണി ആയിരിക്കുന്നു. വീടുമുഴുവൻ കുത്തിമറിച്ച് ഒച്ചയും ബഹളവുമായി നടന്ന കുട്ടി ഇപ്പോൾ ഏതുനേരവും ഏതെങ്കിലും മൂലയിൽ തൂങ്ങിപ്പിടിച്ചിരിക്കുന്നതു കാണുമ്പോൾ മനസ്സിൽ പോറൽ. കിടക്കുന്നതിനുമുമ്പ് ഉറങ്ങാറുള്ള അവൻ ഈയിടെയായി ഉറക്കം വരാതെ കിടക്കയിൽ തിരിഞ്ഞും മറിഞ്ഞും കിടക്കുന്നു. ചിലപ്പോൾ തേങ്ങിക്കരയുന്നതും കേൾക്കാറുണ്ട്. അവനെ ഒന്ന് ആശ്വസിപ്പിക്കാൻപോലും കഴിയാതെ അറിയാത്തമട്ടിൽ കിടക്കുകയാണ് പതിവ്.

ഒരു വലിയ ഷോപ്പിംഗ്സെന്ററിനു മുന്നിൽ കാർ നിർത്തി മകന് ചോക്കലേറ്റും ഐസ്ക്രീമും കോമിക്സും വാങ്ങി. അവന് പെയിന്റിംഗ് ബോക്സ് വേണമെന്നു പറഞ്ഞത് അപ്പോഴാണ് ഓർത്തത്. നല്ലതു നോക്കി ഒന്നു തെരഞ്ഞെടുത്തു.

കോളിംഗ്ബെൽ അടിച്ചപ്പോൾ ആയ വന്നു വാതിൽ തുറന്നു.തള്ളയുടെ മരമോന്ത കണ്ടപ്പോൾ തികട്ടിവന്ന അരിശമടക്കി അകത്തേക്കു നടന്നു. നേരത്തേ വന്നതുകൊണ്ടാകണം അവർ ചോദിച്ചു;

"എന്ന സർ, ഒടമ്പുക്ക് ഏതാവത്...."

"ഒന്നുമില്ല. മോനെവിടെ?"

"ഉള്ളെയിരുക്ക്. ശാപ്പിട്ടാച്ചാ സാർ."

"മോൻ ഊണു കഴിച്ചോ?"

"ആമാ. ശാപ്പാട് എടുക്കട്ടെ?"

"വേണ്ട. ഒരു കോഫി പോതും."

ആയ അടുക്കളയിലേക്കു നടന്നപ്പോൾ മകന്റെ മുറിയിൽ ചെന്നു. അവൻ പടം വരയ്ക്കുകയാണ്. അടുത്തെത്തിയിട്ടും കണ്ടില്ല. ഒരു സ്ത്രീയുടെ പടമാണ് വരച്ചുകൊണ്ടിരുന്നത്. മദർ എന്നു പേരും കൊടുത്തിട്ടുണ്ട്. കണ്ടപ്പോൾ വിഷമം തോന്നി. ചെയ്ത തെറ്റിന്റെ കാഠിന്യം ബോധ്യമാവുകയും ചെയ്തു.

"മോനേ.."

വിളിച്ചപ്പോൾ അവൻ തല ഉയർത്തി.

"ബാപ്പയെന്താ നേരത്തേ?"

"വെറുതേ. എന്തൊക്കെയാ വാങ്ങിച്ചിരിക്കുന്നതെന്നു നോക്ക്. പെയിന്റിംഗ് ബോക്സുമുണ്ട്."

അവൻ മുഖം പ്രസന്നമാക്കാൻ നടത്തിയ ശ്രമം ഫലിച്ചില്ല. അവ

നെന്തോ പറയാനുണ്ടെന്ന് ആ മുഖം കണ്ടാലറിയാം.

"എന്താ വേണ്ടത്? പറ."

മകനെ മാറോടണച്ചിട്ടു ചോദിച്ചു.

"നാട്ടിൽ പോണില്ലേ? വലിമ്മ എത്ര നാളായി കത്തയക്കുന്നു? എപ്പളാ ലീവു കിട്ട്വാ?"

അവൻ ഒറ്റ ശ്വാസത്തിൽ ചോദിച്ചു.

വലിമ്മ അയാളുടെ ഉമ്മയാണ്. ഉമ്മ അവന് പ്രത്യേകം എഴുതാറുണ്ട്. നേരിൽ കണ്ട ഓർമ്മ അവനില്ല. എന്നിട്ടും അവൻ കത്തുകളിൽക്കൂടി വല്യുമ്മയുമായി ഏറെ അടുത്തിരിക്കുന്നു. ഉമ്മയെ കാണണമെന്ന് ഇപ്പോൾ അവൻ പറയാറില്ല. അവൾ പോയ ഇടയ്ക്കു ഉടനെ ഉമ്മയെ കാണണമെന്നു പറഞ്ഞ് അവൻ ശാഠ്യം പിടിക്കാറുണ്ടായിരുന്നു. അതു കേൾക്കുമ്പോൾ ആദ്യം അവനെ വഴക്കു പറയും. അപ്പോൾ അവൻ വിങ്ങിക്കരയും. അതുകാണുമ്പോൾ മനസ്സു തകരും. അപ്പോൾ ഒന്നും മിണ്ടാതെ അവനെ കെട്ടിപ്പിടിച്ച് കുറേനേരമിരിക്കും. ബാപ്പയുടെ നിറഞ്ഞ കണ്ണുകൾ കാണുമ്പോൾ അവൻ കരച്ചിൽ നിർത്തും. ഈയിടെയായി അവൻ ഉമ്മയെക്കുറിച്ച് ഒന്നും ചോദിക്കാറില്ല.

"ബാപ്പ ലീവിന് എഴുതിക്കൊടുത്തിട്ടാണ് വന്നിരിക്കുന്നത്. കിട്ടിയാൽ നമ്മൾ ഉടനെ പുറപ്പെടും."

അവന്റെ മൂർദ്ധാവിൽ ഉമ്മവെച്ചുകൊണ്ടു പറഞ്ഞു.

"ഹുറേ.."ഉറക്കെ വിളിച്ചുകൊണ്ട് അവൻ കുതറി ഓടി.

"ആയാ ഊരുക്ക് പോറേൻ...."

ഓടുമ്പോൾ വിളിച്ചു പറയുന്നുണ്ടായിരുന്നു.

കാപ്പിയുമായി എത്തിയ ആയയുടെ മുഖത്തും സന്തോഷം.

"അയ്യാ അമ്മയെ കൂട്ടീട്ടു വരണം."

"അതിന് അവളെന്റെ ആരാ ആയാ?"

വ്യസനത്തോടെ ചോദിച്ചത് കേട്ട് ആയ മിഴിച്ചു നോക്കി. അവർ പിന്നീടൊന്നും ചോദിക്കാതെ കാപ്പി മേശപ്പുറത്തുവെച്ച് പുറത്തേക്കിറങ്ങി.

വേഷം മാറ്റാനായി വാർഡ്രോബ് തുറന്നു. ഓഫീസുവിട്ട് വന്നാൽ ഇടാനുള്ള ലുങ്കിയും കുർത്തയും ഫാത്തിമ എന്നും മറക്കാതെ കട്ടിലിൽ എടുത്തുവെയ്ക്കുമായിരുന്നു. എന്നാലും അതെടുത്തു തരാൻ അവളെ വിളിക്കും. അലമാരിയിൽ ഹാംഗറിൽ തൂങ്ങിക്കിടക്കുന്ന വിലകൂടിയ സാരികൾ. എല്ലാം അയാൾ പലതവണയായി വാങ്ങിക്കൊടുത്തത്. ആദ്യമാദ്യം ഒരു സാരി വാങ്ങണമെങ്കിൽ അയാളും കൂടെ പോകണം. പുറത്തിറങ്ങണമെങ്കിൽ കൂട്ടുവേണം. മാറാൻ അവളെ നിർബ്ബന്ധിച്ചതാണ്. മാറിയപ്പോൾ ആളുതന്നെ മാറി. ഒന്നിനും തുണ വേണ്ടാതായി. ഇനി അതിനെക്കുറിച്ചൊന്നും ഓർത്തു ദു:ഖിച്ചിട്ട് കാര്യമി

ല്ല. നാട്ടിൽപോകുമ്പോൾ അവളുടെ സാധനങ്ങളെല്ലാം കൊണ്ടുപോയി അവളുടെ വീട്ടുകാരെ ഏല്പിക്കണം. ലോക്കറിലായിരുന്ന ആഭരണങ്ങളൊന്നും ഫാത്തിമ കൊണ്ടുപോയിട്ടില്ല. അക്കാര്യമൊന്നും അപ്പോൾ ഓർമ്മയുണ്ടായിരുന്നില്ല. മനസ്സുനിറയെ അവളോടുള്ള വെറുപ്പായിരുന്നു. അതുകൊണ്ടുതന്നെ അവൾ പറഞ്ഞതൊന്നും ചെവിക്കൊണ്ടില്ല. അരിശം തീർക്കാനെന്നപോലെ അലമാര വലിച്ചടച്ചു.

പാന്റും ഷർട്ടും മാറി ലുങ്കിയും ജുബ്ബയുമിട്ട് കട്ടിലിൽകിടന്ന് വി.സി.ആർ ഓൺ ചെയ്തു. ഒരു കാർട്ടൂൺ പടം. കാർട്ടൂൺ കാണാൻ പണ്ടു താല്പര്യമായിരുന്നു. ഇപ്പോൾ ഒന്നിലും താല്പര്യമില്ലാതായിരിക്കുന്നു. ടി.വി ഓഫാക്കി കണ്ണടച്ചു കിടന്നു.

"അയ്യാ.."

ആയയുടെ വിളികേട്ടു. കണ്ണു തുറന്നു. അവരുടെ കൈയിൽ അന്നത്തെ പോസ്റ്റുണ്ടായിരുന്നു. കടയിൽപോയപ്പോൾ എടുത്തതായിരിക്കും. ആദ്യം കണ്ണിൽപെട്ടത് ഉമ്മയുടെ എഴുത്തായിരുന്നു. ഉടനെ പൊട്ടിച്ചു.

എന്റെ പൊന്നുമോൻ അവുള്ള അറിയാൻ,

നീ ബിശേഷം അറിഞ്ഞില്ലേ? ഫാത്തിമ മറ്റോന്റെ കൂടെ പോയി. രായ്ക്കുരാമാനം ആരോടും അറിയാതെയാണ് പോയത്. അന്തിപ്പാതിരക്ക് ഓൻ കാറുമായി ഗേറ്റിൽ കാത്തു നിന്നു. ആങ്ങളയോടുപോലും പറയാതെ ഓളങ്ങ് എറങ്ങിപ്പോവുകയും ചെയ്തു. ആ ബിവരം അറിഞ്ഞപ്പളാ പാവം കോയക്കുട്ടി തളന്നു വീണത്. അന്നു രാത്തിരിതന്നെ കയിഞ്ഞു. ഞാൻ പോയീരുന്നു. ആയിശുമ്മാന്റെ കണ്ണീരു കണ്ടാൽ സഹിക്കൂലാ. എന്നോട് ഏറിയ മാപ്പും പറഞ്ഞു. ഞാൻ എന്നെക്കൊണ്ട് ആവുമ്പോലെ സമാധാനിപ്പിച്ചു. ഓക്ക് കുഞ്ഞനെ കാണാൻ ആശയുണ്ട്. മൂന്നാംമാസത്തിൽ കണ്ടതല്ലേ? പൂതി ഇല്ലാതിരിക്കുമോ? ആ കരച്ചിലുകണ്ട് ഞാനങ്ങ് തളർന്നു. കണക്കുതീർക്കണമെന്നുവെച്ചുകൂടിയാണ് ചെന്നത്. അവരുടെ മനംമുട്ട് കണ്ടപ്പോൾ ഞാനെല്ലാം മറന്നു. മക്കള് തലതിരിഞ്ഞാ ഉമ്മയും ബാപ്പയും എന്തുചെയ്യും?

ആ കുരുത്തംകെട്ടോള് ഓളെ പാട്ടിനുപോട്ടെ. അത് നല്ലതിനാന്നു കരുതി സമാധാനിക്കാം. നിനിക്ക് നല്ല തങ്കംപോലത്തെ കുട്ടീനെ ഉമ്മ കണ്ടുബെച്ചിട്ടുണ്ട്. ഞമ്മളെ കാദരാജീന്റെ മോള്. പഠിപ്പും പത്രാസും കൊറവാണെങ്കിലും മുന്തിയ തറവാട്ടുകാരാ. പൈശക്കും കൊറവില്ല.

പഠിപ്പും പത്രാസുമുള്ളതിന്റെ തണ്ട് കണ്ടില്ലേ? പൊന്നും മിന്നും കണ്ടിട്ടല്ലല്ലോ നീ ഫാത്തിമയെ കെട്ടിയത്. നിനിക്ക് പെണ്ണിനെ പറ്റിയെന്നു പറഞ്ഞപ്പോൾ ഉമ്മ വേറൊന്നും നോക്കീലാ. കയിഞ്ഞതോർത്ത് തലപുണ്ണാക്കീട്ട് എന്തുണ്ട് കാര്യം?

എടാ, ഉമ്മാക്ക് നീ ഒറ്റമോനാ. അക്കാര്യം മറക്കരുത്. നിന്നെ കാണാതെ ഉമ്മാന്റെ ഖൽബ് പെടയുകയാ. വരുന്ന കാര്യം എന്തായി?

ബീടര് ചൊടിച്ചു പോയേന് ഉമ്മാനോടാ ഈററ? ഓളെ നിർത്തേണ്ടിടത്ത് നിർത്താഞ്ഞിട്ടല്ലേ? കയിഞ്ഞതൊന്നും ആലോചിച്ച് മനസ്സു പുണ്ണാക്കാതെ എന്റെ മോൻ ഇബിടംവരെ ഒന്ന് വന്നിട്ടുപോ. മടക്കത്തപാലിൽ നീ വരുന്ന വിവരത്തിനുള്ള കത്തും കാത്ത് ഉമ്മ ഇരിക്കും.

എന്ന്,

പിരിശത്തിൽ സലാം.

ഉമ്മ.

ഉമ്മയുടെ നാടൻ മാപ്പിള ശൈലിയുള്ള കത്തുവായിച്ചപ്പോൾ ഉമ്മ മുന്നിൽ നില്ക്കുന്നതായി തോന്നി. അക്ഷരത്തെറ്റോടെയാണെങ്കിലും ഉമ്മ സ്വന്തമായി കത്തെഴുതും. പഴയ നാലാംക്ലാസ്സുകാരിയായ ഉമ്മയ്ക്ക് വായിക്കാനും ഇഷ്ടംതന്നെ. ഫാത്തിമ ഒളിച്ചോടിയ വിവരം മുമ്പേ അറിഞ്ഞിട്ടും ഉമ്മയുടെ കത്തു വായിച്ചപ്പോൾ ദു:ഖം ഇരട്ടിച്ചു. ഇത്ര കട്ടിയായിരുന്നോ അവളുടെ ഉള്ള്? എട്ടുംപൊട്ടും തിരിയാത്ത ഒരു നാടൻപെണ്ണായിരുന്നില്ലേ ഫാത്തിമ? എന്നിട്ടിപ്പോൾ? ഉമ്മയുടെ കത്ത് കൈയിലിരുന്നു വിറച്ചു.

തൊട്ടാവാടിയും നാണംകുണുങ്ങിയുമായിരുന്നു ഫാത്തിമ. ആദ്യമായി പ്ലെയിനിൽ കയറിയപ്പോൾ അവൾ പേടികൊണ്ട് വിറച്ചിരുന്നു. ഇവിടെ അവൾക്ക് ഒട്ടും ഇഷ്ടപ്പെട്ടിരുന്നില്ല. മനുഷ്യനെ കാണുന്നതേ പേടി. വീട്ടിൽ വിരുന്നുകാരെത്തിയാൽ അടുക്കളയിലൊളിക്കും. കുറ്റപ്പെടുത്തി എന്തെങ്കിലും പറഞ്ഞാൽ കണ്ണു നിറയും. ഇങ്ങോട്ടെന്തെങ്കിലും എതിർത്തു പറയാൻപോലും അറിയില്ല. വളരെ പാടുപെട്ടാണ് അവളുടെ ഭീതിയും നാണവും മാറ്റിയത്. കൂടെ കൊണ്ടു നടന്ന് സാവകാശം ഓരോന്നായി പഠിപ്പിച്ചു. പ്രസവത്തിനു നാട്ടിൽ പോകുമ്പോഴും അവൾ വലുതായൊന്നും മാറിയിരുന്നില്ല. ഒറ്റയ്ക്ക് നാട്ടിൽപോകാൻ വയ്യ. പ്രസവം ഇവിടെ വേണ്ടതാനും. ആസ്പത്രിയെന്നു കേൾക്കുമ്പോൾ വിറയൽ. ഉമ്മ അടുത്തില്ലെങ്കിൽ കുട്ടി പുറത്തു വരില്ല എന്ന മട്ടിലായിരുന്നു സംസാരം.

"നിന്റെ ഉമ്മയെന്താ പേറ്റിച്ചിയാ?"

പരിഹസിക്കുമ്പോൾ മൂലക്കിരുന്നു കരയും. അങ്ങനെയാണ് മനസ്സില്ലാമനസ്സോടെ പരിചയക്കാരുടെ കൂടെ അവളെ നാട്ടിലേക്കയച്ചത്. ഏഴാംമാസത്തിൽ അയക്കണമെന്ന് എല്ലാവരും പ്രത്യേകിച്ച് എഴുതിയിരുന്നു. പോയപ്പോൾ എട്ടുമാസം കഴിഞ്ഞിരുന്നു.

ഷറഫ് സഹോദരനെപ്പോലെ ആയിരുന്നു. വിഷമഘട്ടങ്ങളിൽ രണ്ടുപേരും പരസ്പരം വളരെയേറെ സഹായിച്ചിട്ടുണ്ട്. അതുകൊണ്ടാണ് പ്രസവം കഴിഞ്ഞ് നാട്ടിൽനിന്ന് ഫാത്തിമയെ കൊണ്ടുവരാൻ അവനെ ഏല്പിച്ചത്. ഫാത്തിമയുടെ ബാപ്പ എതിർത്തപ്പോൾ പുച്ഛിച്ചു തള്ളി. അത്ര വിശ്വാസമായിരുന്നു അവനെ. കൈയിൽ എയർബാഗും തൂക്കി മോനേയും തോളത്തിട്ട് ഷറഫും പിന്നാലെ നാണിച്ച് തലകു

നിച്ച് ഫാത്തിമയും ഇറങ്ങി വരുന്നത് കണ്ടപ്പോൾ മനസ്സ് അല്പസമയത്തേക്ക് ചഞ്ചലപ്പെട്ടോ എന്നു തോന്നി. പെട്ടെന്ന് മനസ്സിനെ അടക്കി. വളരെയേറെ നിർബന്ധിച്ചിട്ടാണ് അവൻ ഫാത്തിമയെക്കൊണ്ടു വരാമെന്നു സമ്മതിച്ചത്. ഉൾനാട്ടുകാരാണ്. അവർ തെറ്റിദ്ധരിക്കും. ഫാത്തിമ ചിലപ്പോൾ വരാൻ കൂട്ടാക്കിയില്ലെന്നു വരും. നീ ഒരാഴ്ചത്തെ ലീവെടുത്ത് പോകാൻ നോക്കൂ. എന്നൊക്കെ പറഞ്ഞ് അവൻ ഒഴിഞ്ഞു മാറാൻ ശ്രമിച്ചതാണ്. ഒരാഴ്ചത്തേക്ക് ലീവു കിട്ടാൻ പ്രയാസമില്ലായിരുന്നു. പോയിവരാനുള്ള ഭീമമായ ചെലവോർത്താണ് അക്കാര്യം പതുക്കെ അവന്റെ ചുമലിൽവെച്ചുകൊടുത്തത്. അവനാണെങ്കിൽ ഏതായാലും നാട്ടിൽ പോകുന്നുമുണ്ട്. പിന്നെന്തിനാ വെറുതേയൊരു പാഴ്ച്ചെലവ്? വളരെ കഷ്ടപ്പെട്ടാണ് പഠിച്ചത്. കഷ്ടപ്പാട് ഏറെ സഹിച്ചിട്ടാണ് ഗൾഫിലെത്തിയത്. എങ്ങനെയെങ്കിലും കുറേ പണമുണ്ടാക്കി നാട്ടിൽ പ്രമാണി ആകണമെന്ന് എപ്പോഴും ആഗ്രഹിച്ചിരുന്നു. പണത്തിനു പിന്നാലെ പാഞ്ഞതുകൊണ്ട് ഇപ്പോൾ ജീവതം തന്നെ ഇല്ലാതായി.

"ഇതാ നിന്റെ പനന്തത്ത. പാറിപ്പോകാതെ നോക്കിക്കോളണേ."

എയിർപോർട്ടിൽവെച്ചു കണ്ടപ്പോൾ അവൻ തമാശയായി പറഞ്ഞിരുന്നു. അതിന്ന് നേരായി മാറിയിരിക്കുന്നു. തത്ത പറന്നു പോയി. കൂടൊഴിയുകയും ചെയ്തു. ആ കൂട്ടിൽ മറ്റൊരു തത്തയെ കൊണ്ടിടാനാണ് ഉമ്മ പറയുന്നത്. വേണ്ട. കൂട് തല്ക്കാലം ഒഴിഞ്ഞുകിടക്കട്ടെ. ഇനിയും പൊല്ലാപ്പിനു വയ്യ. സ്വന്തം സ്വഭാവം വെച്ചു നോക്കുമ്പോൾ ഇനിയും തത്തകൾ പാറിപ്പോകാനാണ് സാധ്യത.ശമ്പളവർദ്ധന, വിദേശയാത്ര തരമാക്കുക, അതിനായി മുതലാളിയെ പ്രീണിപ്പിക്കുക തുടങ്ങിയ കാര്യങ്ങളിലായിരുന്നു ശ്രദ്ധ മുഴുവൻ. അതിനിടയിൽ വീട്ടുകാര്യങ്ങൾക്ക് സമയം കിട്ടിയില്ല. അത് ഏറ്റെടുക്കാൻ ഷറഫ് സന്തോഷത്തോടെ തയാറായപ്പോൾ ഭാരമിറക്കി വെച്ച ആശ്വാസമായിരുന്നു. അതിനിടയിൽ ഇങ്ങനെ ഒരു ചതിയുണ്ടെന്ന് സംശയിച്ചതേയില്ല. മനസ്സ് പതറാൻ തുടങ്ങിയപ്പോഴാവും അവൾ ഷറഫിനെ പറഞ്ഞയക്കാൻ നിർബന്ധിച്ചത്. അവളേക്കാൾ അവനെ ആയിരുന്നു വിശ്വാസം. മദ്യപിച്ച് ലക്കുകെട്ട് കിടന്നതൊക്കെ അഭിനയമായിരുന്നോ? എന്തെല്ലാം കള്ളക്കഥകളാണ് അവൻ പറഞ്ഞൊപ്പിച്ചത്. എല്ലാം വിശ്വസിച്ച് അവന്റെ രക്ഷകനായി. എല്ലാവരും എതിർത്തിട്ടും ആ നിലയിൽ അവനെ വീട്ടിൽ കയറ്റി താമസിപ്പിക്കാൻ മടി തോന്നിയില്ല.

"കുടിയന്മാര് ഉമ്മയേയും പെങ്ങളേയും തിരിച്ചറിയില്ല. ബോധമില്ലാതെ എന്തെങ്കിലും കാട്ടിക്കൂട്ടിയാൽ ആകെ വഷളാകും. അപ്പോ എന്നെ കുറ്റം പറയരുത്."

ഫാത്തിമയുടെ വാക്കുകൾ കാതിൽ മുഴങ്ങുന്നു.

അവനങ്ങനെയൊന്നും ചെയ്യില്ല.

അതു പറയുമ്പോൾ എന്ത് ആത്മവിശ്വാസമായിരുന്നു!

“എന്തെങ്കിലും ചെയ്തിട്ടു പറഞ്ഞാലും നിങ്ങളിതേ പറയൂ.”

ഫാത്തിമ പിറുപിറുത്തത് കേട്ടില്ലെന്നു ഭാവിച്ചു.

മണ്ണുംചാരി നിന്നവൻ പെണ്ണുംകൊണ്ടുപോയി എന്ന പഴമൊഴി ഇവിടെ നേരായി മാറിയിരിക്കുന്നു. അവൻ പറഞ്ഞതുപോലെ തത്ത പാറിപ്പോയി. കൂടൊഴിഞ്ഞു. കൂടിന്റെ വാതിൽ അറിഞ്ഞുകൊണ്ടു തുറന്നുകൊടുത്തതല്ലേ? അതാണ് ശരി.

അവളുടെ കരച്ചിൽ കണ്ടില്ലെന്നു ഭാവിച്ച് തനിച്ചാക്കി പോയതാണ് അവളെ തകർത്തത്. മോനെ കൊണ്ടുപോകരുതായിരുന്നു. ഒറ്റപ്പെട്ടെന്നു തോന്നിയപ്പോൾ അവളുടെ സമനിലതെറ്റി. പിന്നെ എന്തൊക്കെയാ കാട്ടിക്കൂട്ടിയത്? പെട്ടെന്നു തോന്നിയ അരിശത്തിനാണ് അവളോടൊന്നും പറയാതെ രണ്ടുനാളത്തേക്കെന്നു പറഞ്ഞ് ഇറങ്ങി ഹോട്ടലിലെത്തിയത്. തിരിച്ചും മറിച്ചും ആലോചിച്ചപ്പോൾ വിഷമം തോന്നി. അവളോടൊന്നുകൂടി സംസാരിച്ച് സംശയം തീർക്കാം, എല്ലാം മറക്കാം എന്നൊക്കെ കരുതിയാണ് ഉടനെ തിരിച്ചു വീട്ടിലെത്തിയത്. അപ്പോൾ അവിടെ കണ്ട കാഴ്ച ഒരു ഭർത്താവും സഹിക്കുന്നതല്ല. അവന്റെ മാറിൽ തലചായ്ച്ച് വിങ്ങിക്കരയുകയാണ് ഫാത്തിമ. അവനാകട്ടേ സ്നേഹപൂർവ്വം അവളെ തലോടി ആശ്വസിപ്പിക്കുന്നു. അതോടെ ഒത്തുതീർപ്പിനുള്ള വഴി അടഞ്ഞതായി തോന്നി. മൂന്നുമാസം വീട്ടിൽ തനിച്ചായിരുന്നപ്പോൾ ഇവർ എന്തൊക്കെ കാണിച്ചിട്ടുണ്ടാകും. എന്ന ചിന്ത മനസ്സിലൂറിയതോടെ സ്നേഹത്തിന്റെ കണികപോലും ഹൃദയത്തിൽ ബാക്കിയില്ലാതായി. അറപ്പും വെറുപ്പുമായിരുന്നു അവളോട്. പിന്നീട് രണ്ടാമതൊന്നാലോചിക്കാതെ മകനേയുംകൂട്ടി യാത്ര പുറപ്പെട്ടു. എങ്ങോട്ടേക്കെന്നില്ലാതെ. ഫാത്തിമയെ ഒരു പാഠം പഠിപ്പിക്കണമെന്നേ ഉദ്ദേശിച്ചിരുന്നുള്ളു. അവൾ കണ്ണീരൊഴുക്കി വീട്ടിനകത്തു കഴിയുമെന്നായിരുന്നു ധാരണ. ഏകദേശം ഒരു തീരുമാനത്തിലെത്താൻ കഴിഞ്ഞപ്പോഴാണ് തിരിച്ചെത്തിയത്. പഴയതുപോലൊരു ജീവിതം ഏതായാലും വയ്യ. മകന്റെ ഉമ്മയായിപ്പോയില്ലേ. പരമാവധി ക്ഷമിക്കാം. അവൾ തെറ്റു തിരുത്താൻ തയാറായാൽ മാപ്പുകൊടുക്കുകയാവാം.

പക്ഷേ അവളുടെ മട്ടും ഭാവവും തീരുമാനങ്ങളെല്ലാം മാറ്റി മറിച്ചു. മുടിമുറിച്ച് ചുണ്ടത്തു ലിപ്സ്റ്റിക്കു പുരട്ടി പച്ചപ്പരിഷ്കാരിയായി നടക്കുന്ന ഫാത്തിമയെ കണ്ടപ്പോൾ അറപ്പാണ് തോന്നിയത്. ഭർത്താവിനെ കരുതിക്കൂട്ടി അപമാനിക്കുന്ന രീതിയിലായിരുന്നു അവളുടെ പെരുമാറ്റം. അയാളെ കണ്ട ഭാവംപോലുമില്ല. മോനോടും അതേ അവഗണന. ഷറഫിനെ ഫോൺചെയ്തു വരുത്തി കൂടെ ഇറങ്ങിപ്പോകുമ്പോൾ അവളുടെ മുഖത്ത് പകരം വീട്ടുന്ന സംതൃപ്തി. മണിക്കൂറുകളോളം ഫോണിൽ സംസാരം. അതിനിടയിൽ അഫ്സൽ എന്തോ ചോദിച്ചപ്പോൾ അവൾ അവനെ തള്ളി താഴെയിട്ടു. അതോടെയാണ് ക്ഷമകെട്ട

ത്. സലാമിനെ വിവരം അറിയിച്ചതു പറഞ്ഞപ്പോഴും അവൾക്ക് കൂസലില്ല. എന്നും വൈകുന്നേരം ഷറഫ് കാറുമായി എത്തും. രണ്ടുപേരും സർക്കീട്ടിനിറങ്ങിയാൽ നേരമിരുട്ടിയാലാണ് തിരിച്ചെത്തുക. ഒരുദിവസം മോനേയും കൂട്ടി ഇറങ്ങുന്നതു കണ്ടപ്പോൾ പൊട്ടിത്തെറിച്ചു. അതുവരെ ആരോടും പറയാത്ത അസഭ്യമാണ് അവളെ പറഞ്ഞത്. അഫ്സൽ കരഞ്ഞു ബഹളം കൂട്ടുന്നത് കണ്ടില്ലെന്നു നടിച്ച് അവൾ ഇറങ്ങിപ്പോയപ്പോൾ അവളോടുണ്ടായിരുന്ന സ്നേഹത്തിന്റെ അവസാനത്തെ കണ്ണിയുമറ്റു.

അന്ന് പാതിരാവിലാണ് അവൾ തിരിച്ചെത്തിയത്. ഉറക്കംവരാതെ മുറിയിൽ ഉലാത്തുന്നതിനിടയിലാണ് അവൾ വാതിൽ തുറന്നതറിഞ്ഞത്. അപ്പോൾ സഭ്യത മറന്നു. അവളുടെ മുടിക്കു കുത്തിപ്പിടിച്ച് നാലു പൊട്ടിച്ചുകൊടുത്തിട്ട് തള്ളി താഴെയിട്ടു. എന്നിട്ടും അരിശം അടങ്ങിയില്ല.

"എടീ തേവടിശ്ശികൾക്ക് രാപാർക്കാനുള്ളതല്ല എന്റെ വീട്. എന്റെ മോനെക്കരുതി മാത്രമാണ് ഞാൻ ഇത്രയുംനാൾ ക്ഷമിച്ചത്. ഇനി ക്ഷമിച്ചാൽ ചാവുന്നത് എന്റെ പുരുഷത്വമാണ്. മതി നാളെ നാട്ടിലേക്കു തിരിച്ചോളൂ. നിന്റെ വീട്ടുകാരുടെ സമ്മതത്തോടെ എന്തുവേണമെങ്കിലും ആയിക്കോ. ഇവിടെ വേണ്ട."

അവളെ കിടപ്പുമുറിയിലിട്ടു പൂട്ടിയാണ് പിറ്റേന്ന് ഓഫീസിലേക്കു പോയത്. ഫോണെടുത്ത് പുറത്തുവെയ്ക്കാനും മറന്നില്ല. നാട്ടിലേക്കുള്ള ടിക്കറ്റ് ഓക്കെ ആക്കിയിട്ടാണ് തിരിച്ചെത്തിയത്. സംഗതി ഇരുചെവി അറിയുന്നതിനു മുമ്പേ പിറ്റേന്നു പുലർച്ചേയുള്ള ഫ്ളൈറ്റിനു തന്നെ അവളെ നാട്ടിലേക്കു കയറ്റിഅയക്കുകയും ചെയ്തു. ഷറഫിനെ വിവരമറിയിക്കാൻ പോലും അവൾക്ക് അവസരം കൊടുത്തതുമില്ല. മോനില്ലതെ നാട്ടിലേക്കു പോവില്ലെന്ന് പോകാൻനേരം അവൾ നിർബന്ധം പിടിച്ചതാണ്.

നിന്നെപ്പോലെ സ്വഭാവഗുണമില്ലാത്ത ഒരുത്തിയുടെകൂടെ വളർന്നാൽ അവന്റെ ജീവിതം നരകമാകും. എന്റെ മോനെ ഞാൻ വളർത്തും. ബലാൽക്കാരമായാണ് അവളെ കാറിൽ പിടിച്ചു കയറ്റിയത്.

അവളുടെ സാധനങ്ങളിൽ കണ്ണിൽപെട്ടതെല്ലാം പെട്ടിയിൽകുത്തിനിറച്ച് കാറിൽ വെച്ചുകൊടുത്തു. കുറച്ചു പണവും വെയ്ക്കാൻ മറന്നില്ല. ആദ്യം അല്പം അമ്പരന്നെങ്കിൽ ഉടനെ അവൾ സമനില വീണ്ടെടുത്തു. കരഞ്ഞതുപോലുമില്ല. അവളെ കൈനീട്ടി സ്വീകരിക്കാൻ ആളുള്ളപ്പോൾ അവളെന്തിനു വിഷമിക്കണം? അവളുടെ പ്ലെയിൻ പറന്നുയരുന്നതുവരെ എയർപോർട്ടിൽതന്നെ നിന്നു. വിമാനം ആകാശത്തിലേക്കുയർന്നപ്പോൾ മനസ്സിലെ കിളി അങ്ങ് കണ്ണെത്താദൂരത്തിലേക്ക് പറന്നുപോയതുപോലെ തോന്നി.

നാട്ടിലെത്തുമ്പോൾ അവൾ അവനെ മറക്കും. മോനെ കാണണ

മെന്നു തോന്നുമ്പോൾ എല്ലാം മറന്ന് അവൾ തിരിച്ചുവരാൻ തയാറാകും എന്നായിരുന്നു കരുതിയത്. അവളെ ഒരു പാഠം പഠിപ്പിക്കണം. തെറ്റുകൾതിരുത്താനും വിട്ടുവീഴ്ച ചെയ്യാനും അവൾ തയാറാകും. അവളുടെ വീട്ടുകാർ അവളുടെ കുറ്റങ്ങൾക്ക് കൂട്ടുനില്ക്കില്ലെന്നും അറിയാമായിരുന്നു. ഭർത്താവിനെ വെറുക്കാൻ അവൾക്കാവുമെന്ന് സ്വപ്നത്തിൽപോലും കരുതിയതല്ല. സ്ത്രീയല്ലേ. വിട്ടുവീഴ്ചയക്ക് തയാറാവുകതന്നെ ചെയ്യും. അപ്പോൾ അവളെ വേണ്ട രീതിയിൽ ശിക്ഷിക്കണം. പഴയ സ്വാതന്ത്ര്യമൊന്നും തിരിച്ചു വന്നാൽ അവൾക്കു നല്കില്ല. വീട്ടിനകത്ത് അടച്ചിടും അവളെ. സ്വപ്നങ്ങൾ നെയ്തു കൂട്ടി. അവൾ എല്ലാം മുൻകൂട്ടി കണ്ടിരിക്കണം. അതുതന്നെയാണ് ഒരു മടക്കത്തിന് തയാറാവാതെ പുതിയ ജീവിതം തിരഞ്ഞെടുത്തത്.

മൊഴി ആവശ്യപ്പെടുകൊണ്ടുള്ള നോട്ടീസു കിട്ടയപ്പോൾ കുറച്ചൊന്നുമല്ല ഞെട്ടിയത്. പിന്നെ വാശിയായിരുന്നു. പോയിത്തുലയട്ടെ അവൾ. വീട്ടിനകത്ത് കയറ്റാൻ കൊള്ളില്ല. ഉമ്മയോടുപോലും ആലോചിക്കാതെ ഒരാഴ്ചക്കുള്ളിൽ മൊഴി തയാറാക്കി അയച്ചു കൊടുത്തു. ചെയ്തത് പമ്പരവിഡ്ഢിത്തരമായിപ്പോയെന്ന് ഇപ്പോഴാണ് തോന്നുന്നത്. ഒഴിവാക്കി എന്ന് അയാൾ പറയാത്തിടത്തോളംകാലം അവർക്ക് ഒന്നിച്ചു ജീവിക്കാൻ കഴിയില്ലായിരുന്നു. അവളിതിനൊക്കെ അനുഭവിക്കാനിരിക്കുന്നതേയുള്ളൂ. റാണിയായിട്ടാണ് അവളെ വാഴിച്ചത്. വീട്ടിലും മനസ്സിലും. എന്നിട്ടും ചതിച്ചപ്പോൾ പിടിവിട്ടുപോയി. ഇതിലും നല്ല പൂങ്കൊമ്പ് കാണുമ്പോൾ ഒരു പിടിക്കാനായി അവൻ ഈ കൊമ്പ് വിടും. ഫാത്തിമ തന്നോടു കാണിച്ചതുപോലെ ഷറഫിനോടു കാണിച്ചാൽ വെട്ടി നുറുക്കും അവൻ. അതു കാണാനും ഇടയാകും. കല്യാണം കഴിഞ്ഞാൽ രണ്ടുംകൂടെ ഇവിടത്തനെയാണല്ലോ എത്തുക എന്നോർത്തപ്പോൾ ആധിയായി. വല്ലിടത്തുംവെച്ച് കാണാനിടയായാൽ സഹിക്കാനാവില്ല.

അവന്റെ ഓഫീസിലേക്ക് ഉടനെ ഫോൺ ചെയ്തു. അവൻ രാജി വെച്ചുപോയ വിവരം അപ്പോഴാണ് അറിഞ്ഞത്. ബോംബെയിലാണത്രേ ഇപ്പോൾ. അത്രയും സൗജന്യം അവൻ കാണിച്ചല്ലോ. നന്ദി. എങ്കിലും സ്വന്തം സ്വത്തായി കരുതിയ ഫാത്തിമ അവന്റെ കിടപ്പറ പങ്കിട്ട് അവന്റേതു മാത്രമായി..........ഓർക്കുന്തോറും തല പുകഞ്ഞു.

അഫ്സലിനെ സ്വന്തമായി കരുതാൻ തയാറുള്ള ഒരുത്തിയെ കല്യാണം കഴിച്ചാലോ? അതേ, അങ്ങനെയാണ് ഫാത്തിമയോട് പ്രതികാരം ചെയ്യേണ്ടത്. ഇനിയുമിങ്ങനെ നീറിനീറി ഒറ്റക്കിവിടെ കഴിയാനാവില്ല. അവളെ മറക്കാനും വെറുക്കാനും കഴിയണമെങ്കിൽ കൂട്ടിനു മറ്റൊരു പെണ്ണുണ്ടാകുന്നതാണ് നല്ലത്. ഉമ്മ പറഞ്ഞതുപോലെ വലിയ പഠിപ്പും പത്രാസുമൊന്നുമില്ലാത്ത ഒരുവളാകും നല്ലത്. മനസ്സ് ശുദ്ധമായിരിക്കണം. പറഞ്ഞാൽ അനുസരിക്കുന്നവളാകണം. പഴയ തെറ്റുകൾ

ഇനിയൊരിക്കലും ആവർത്തിക്കില്ല.

നാട്ടിൽ വരുന്ന വിവരത്തിന് ഉമ്മയ്ക്ക് ഉടനെ എഴുതണം. വിവാഹത്തെക്കുറിച്ചും സൂചിപ്പിക്കാം. തീരുമാനം നാട്ടിൽ ചെന്നിട്ടു മതി. അങ്ങനെ ഒരു തീരുമാനത്തിലെത്തിയപ്പോൾ മനസ്സു തണുത്തു. കണ്ണുമുറുകെ അടച്ചു ഉറങ്ങാനൊരു ശ്രമം നടത്തി.

എട്ട്

മോനെ പാലുകൊടുത്ത് ഒരു വിധം ഉറക്കി. വയസ്സ് മൂന്നായെങ്കിലും ഉറങ്ങണമെങ്കിൽ തോളത്തിട്ടുകൊണ്ടു നടക്കണം. വല്ലാത്ത ക്ഷീണം തോന്നി. മോന്റെ വാശിനിമിത്തം ഉച്ചയ്ക്ക് ഉണ്ണാനും കഴിഞ്ഞില്ല. അവനും ഒന്നും കഴിച്ചില്ല. അവന്റെ കരച്ചിലും വാശിയും കണ്ടതോടെ വിശപ്പു കെട്ടു. മേശപ്പുറത്തെ പാത്രങ്ങളൊന്നും എടുത്തുമാറ്റാതെയാണ് അവന്റെ കരച്ചിൽ മാറ്റാൻ ശ്രമിച്ചത്. ഇനി വൈകിട്ടാകട്ടെ. മോനെ ഉണർത്താതെ അവന്റെ അടുത്തു കയറി കിടന്നു. വയറിൽ കിടന്ന് രണ്ടാമത്തവൻ അതോ അവളോ ഇപ്പഴേ തൊഴിയും ഇടിയും തുടങ്ങിയിരിക്കുന്നു. മാസം അഞ്ചു കഴിഞ്ഞു. അതിന്റെ അസ്വസ്ഥതകൾ വേണ്ടുവോളമുണ്ട്. അതിന്റെ കൂടെ വീട്ടുജോലികളും മോനെ നോക്കലും എല്ലാംകൂടി താങ്ങാനാവുന്നില്ല. എപ്പോഴും തളർച്ച.

ആദ്യത്തെ പുന്നാരമൊന്നും ഇപ്പോൾ ഷറഫിനില്ല. ഫാത്തിമ കൂടെയില്ലെങ്കിൽ മരിച്ചുകളയും. ജീവന്റെ ജീവനാണ്. എന്തൊക്കെ നാട്യങ്ങളായിരുന്നു. ആദ്യമൊക്കെ തറയിലും താഴത്തും വെയ്ക്കാതെ തന്നെയാണ് കൊണ്ടുനടന്നത്. കഴിഞ്ഞതൊന്നും ഓർത്തു ദുഃഖിച്ചിരിക്കാൻ അവസരം തന്നതേയില്ല. ഓഫീസ് വിടുന്നതും നേരെ വീട്ടിലെത്തും. ഉടനെ അവളേയുംകൊണ്ട് നഗരം കാണാനിറങ്ങും. മിക്കദിവസവും രാത്രി ഭക്ഷണം പുറത്തു നിന്നായിരിക്കും. അടുക്കളയിൽ കൂടെ നിന്നു സഹായിക്കും. പ്രസവത്തിനു നാട്ടിലയക്കില്ലെന്നായിരുന്നു ആദ്യം പറഞ്ഞിരുന്നത്. പോകണമെന്നു വലിയ മോഹവും ഇല്ലായിരുന്നു. അതുകൊണ്ട് നിർബന്ധിച്ചതുമില്ല. എങ്ങനെ ഉമ്മയുടെയും ആങ്ങളമാരുടേയും മുഖത്തു നോക്കും? സമയമടുത്തപ്പോൾ നാട്ടിലയക്കാൻ

ധൃതി ഷറഫിനുതന്നെ ആയിരുന്നു. നിർബന്ധിച്ചപ്പോൾ പോകാതിരിക്കാൻ കഴിഞ്ഞില്ല.

ഈയിടെയായി ഷറഫ് ആളാകെ മാറിയിരിക്കുന്നു. എന്തിനും ഈറ. എന്തെങ്കിലും മിണ്ടിപ്പോയാൽ അതുപിടിച്ചാണ് പിന്നത്തെ വഴക്ക്. കുറച്ചുകാലമായി എപ്പോഴും ക്ഷീണം. മോനാണെങ്കിൽ ഏതുനേരവും കരച്ചിലും വാശിയും. വീട്ടുജോലികളും ചെയ്യണം. രാത്രിയാകുമ്പോൾ വല്ലാതെ തളർന്നിരിക്കും. കട്ടില് കാണുന്നതുംകണ്ണുകളിൽ മയക്കം. മൂക്കത്ത് അരിശവുമായിട്ടാണ് ഷറഫ് വീട്ടിലെത്തുന്നത്. അവൾ കിടക്കുന്നത് കണ്ടാൽ മുഖം കൊട്ടപോലെ വീർക്കും. മോന്റെ നിർത്താതെയുള്ള കരച്ചിലുകൂടി ആകുമ്പോൾ കലിതുള്ളും.

“ഒന്നു പ്രസവിച്ചതല്ലേ? എന്നിട്ടും ഒരു കുട്ടിയെ വേണ്ടപോലെ നോക്കാനാവില്ലെന്നുവെച്ചാൽ?”

എന്നാണ് ചോദ്യം. അഫ്സലിന് വാശി ഒട്ടുമില്ലായിരുന്നു. അവനെ നോക്കാൻ ആയയുമുണ്ടായിരുന്നു. നാവിൻ തുമ്പിലെത്തുന്നത് വിഴുങ്ങുകയാണ് പതിവ്. ചില കുട്ടികൾക്ക് വാശിയും കരച്ചിലും ഏറും. എന്നുകരുതി അവരെ ഉപേക്ഷിക്കാൻ പറ്റുമോ? കുറച്ച് ക്ഷമയൊക്കെ വേണ്ടേ? കുട്ടികളും പ്രാരാബ്ധവുമൊക്കെ ആയാൽ പഴയതുപോലെ പ്രേമിച്ചു നടക്കാനാവുമോ? മറക്കാനും പൊറുക്കാനും കഴിഞ്ഞാലേ ദാമ്പത്യം മുന്നോട്ടു കൊണ്ടു പോകാനാവൂ. ഇതൊന്നും പറഞ്ഞാൽ ഷറഫിന്റെ തലയിൽ കയറില്ല. കൈയിൽ കിട്ടില്ലെന്ന് ബോദ്ധ്യമുണ്ടായിരുന്നപ്പോൾ ഫാത്തിമ കരളിന്റെ കരളായിരുന്നു, ഉയിരായിരുന്നു. ഒരു നിമിഷം കാണാതിരുന്നാൽ ഹൃദയം പിളരുമായിരുന്നു. കൈയിൽ കിട്ടിയപ്പോൾ കൊതിയും മതിയും തീർന്നു. ഓ ഇത്രയേ ഉണ്ടായിരുന്നുള്ളു. ഇതിനുവേണ്ടിയായിരുന്നോ ഈ പാടൊക്കെപ്പെട്ടത് എന്നൊരു ചിന്ത ഈയിടയായി ഷറഫിനുണ്ട്. കാമുകിയും ഭാര്യയും തമ്മിൽ വ്യത്യാസമില്ലേ? ഇതൊക്കെ ആരോടു പറയാൻ? ആവുന്നതുപോലെ എല്ലാ കാര്യങ്ങളും ചെയ്തുകൊടുക്കുന്നുണ്ട്. എന്നിട്ടും പിണക്കം ബാക്കി.

ഇത്തവണ പ്രസവത്തിന് നേരത്തേ നാട്ടിൽ പോകണം. കൂടെവരാൻ ആവില്ലെന്ന് ഇപ്പോഴേ ഷറഫ് ഒഴിഞ്ഞു പറഞ്ഞിട്ടുണ്ട്. പഴയതുപോലുള്ള തന്റേടമൊന്നു ഇപ്പോഴില്ല. അഷറഫിന് എഴുതി നോക്കണം. അവൻ വരാതിരിക്കില്ല. ഇത്താത്തയോട് അവനിന്നും കൂറുതന്നെ. ചോദിച്ചിട്ടുവേണം എഴുത്തിടാൻ. അല്ലെങ്കിൽ ഇനി അതു പറഞ്ഞാവും പിണക്കം.

എല്ലാം ഉപേക്ഷിക്കാൻ തയാറായിട്ടാണ് ഷറഫിന്റെ കൈയ് പിടിച്ചത്. അതുകൊണ്ടുതന്നെ ആരോടുമില്ല പരിഭവം. ഇനിയുമൊരു പറിച്ചുനടൽ ആവില്ല. സഹിച്ചും പൊറുത്തും ഇത്തിൾക്കണ്ണിപോലെ പറ്റിപ്പിടിച്ചു കൂടുകതന്നെ. അത് ഷറഫിനും നന്നായി അറിയാം. അതുകൊണ്ടാണ്

വാക്കുകൾക്ക് മൂർച്ചയേറുന്നത്. അന്ന് ആ കരുത്തും തന്റേടവും എങ്ങനെ ഉണ്ടായി എന്നോർത്ത് ഇപ്പോൾ അത്ഭുതപ്പെടാറുണ്ട്. സലാമ്ക്കയെപ്പോലും അറിയിക്കാതെയാണ് വിവാഹം വേർപിരിയാനാഗ്രഹിക്കുന്നു എന്നു പറഞ്ഞ് വക്കീൽ നോട്ടീസ് അയപ്പിച്ചത്. വേണ്ട സഹായങ്ങൾ ചെയ്തു തരാൻ ഷറഫ് തൃശൂരുള്ള സുഹൃത്തിനു എഴുതിയിരുന്നു. ഇക്കാക്ക കോളേജിലേക്കിറങ്ങിയാൽ ഷോപ്പിംഗിനെന്നും പറഞ്ഞ് പുറത്തിറങ്ങും. ഷറഫിന്റെ സുഹൃത്ത് നിശ്ചിതസ്ഥലത്ത് കാത്തുനില്ക്കുന്നുണ്ടാവും. വക്കീലിനെ കാണാൻവേണ്ട ഏർപ്പാടുകളൊക്കെ അയാൾ ചെയ്തുതന്നു. അത്രയുംവേഗം സംഗതി ശരിയാകുമെന്ന് സ്വപ്നത്തിൽപോലും കരുതിയതല്ല. ഒരാഴ്ചക്കകം അവളെ മൊഴിചൊല്ലിയതായി അറിയിച്ചു കൊണ്ടുള്ള റജിസ്റ്റർ ചെയ്ത കത്തുകിട്ടി. അതിനുശേഷമേ ഇക്കാക്കയെപ്പോലും അറിയിച്ചുള്ളു. വക്കീൽ നോട്ടീസയച്ച വിവരം പറഞ്ഞതേയില്ല. അദ്ദേഹം സ്വന്തം ഇഷ്ടപ്രകാരം മൊഴി ചൊല്ലിയതാണെന്നാണ് ഇക്കാക്കയും ധരിച്ചത്. അപ്പോഴേക്കും ഷറഫ് തൃശൂരെത്തിയിരുന്നു. പിന്നെ എല്ലാം പ്ലാനനുസരിച്ചു നടന്നു.

ഇക്കാക്കയും ഭാര്യയും അന്ന് ഒരു കല്യാണത്തിനുപോകുമെന്ന് നേരത്തേ അറിയാമായിരുന്നു. കുട്ടികളേയും കൂടെക്കൊണ്ടുപോകാൻ നിർബന്ധിച്ചു. ഒറ്റയ്ക്കാക്കിപോകാൻ അവർക്ക് ഒട്ടും മനസ്സില്ലായിരുന്നു. നിർബന്ധിച്ചിട്ടാണ് സമ്മതിച്ചത്. രാത്രി പന്ത്രണ്ടടിച്ചപ്പോൾ ഷറഫ് കാറുമായി എത്തി. ജോലിക്കാരി തള്ള നല്ല ഉറക്കം. അവരെ ഉണർത്താതെ അടുക്കളവഴിയാണ് പുറത്തിറങ്ങിയത്. അടുക്കളവാതിൽ പുറത്തുനിന്ന് പൂട്ടി താക്കോൽ മുൻവശത്തെ ജനലിൽകൂടി അകത്തേക്കിട്ടു. നേരെ എറണാകുളത്തുള്ള ഷറഫിന്റെ സുഹൃത്തിന്റെ വീട്ടിലേക്കാണ് ചെന്നത്. രജിസ്റ്ററിനുള്ള ഏർപ്പാടൊക്കെ അയാൾ നേരത്തേ ചെയ്തിരുന്നു. അതുകൊണ്ട് രാവിലെതന്നെ വിവാഹം രജിസ്റ്റർ ചെയ്യാൻ സാധിച്ചു. ഷറഫിന്റെ സുഹൃത്തുക്കൾ എന്തിനും തയാറായി കൂടെ ഉണ്ടായിരുന്നു. പള്ളിയിലെ രജിസ്റ്ററിൽ പേരുചേർത്ത് നിക്കാഹ് കഴിച്ചുകിട്ടാനാണ് കുറച്ചു താമസം നേരിട്ടത്. പ്രമുഖന്മാർ കൂടെ ഉണ്ടായിരുന്നതുകൊണ്ട് എല്ലാം ഒരുവിധം ശരിയായി. എന്നാലും ഒരാഴ്ച എടുത്തു. പുറത്തിറങ്ങാതെ ഒളിച്ചായിരുന്നു താമസം. അവിടന്ന് നേരെ ഡൽഹിക്കാണ് പോയത്. അവിടന്ന് കാശ്മീർ. എല്ലാം മറന്നുകൊണ്ടുള്ള രണ്ടാം മധുവിധുവിനിടയിലും മനസ്സ് ചിലപ്പോൾ പതറിയിരുന്നു. ബാപ്പയെ ഓർത്തായിരുന്നു ആധി.

ഡെൽഹിക്ക് പ്ലെയിൻ കയറിയതിനുശേഷം വിവരങ്ങൾ ഇക്കാക്കയെ അറിയിച്ചാൽ മതി എന്നു തീരുമാനിച്ചിരുന്നു. ബോംബെയിലെ അഡ്രസ്സ് കാശ്മീരിൽവെച്ചാണ് അയച്ചുകൊടുത്തത്. കല്യാണത്തിന് സമ്മതമാണെന്ന് അറിയിച്ച ഉടനെ ഷറഫ് ദുബായിവിട്ടു. ബോംബെയി

ലെത്തി ജോലിയിൽ ജോയിൻചെയ്ത് താമസസ്ഥലവും ശരിയാക്കിയിട്ടാണ് ഷറഫ് തൃശൂരിലെത്തിയത്.

മധുവിധുകഴിഞ്ഞ് ബോംബെയിലെത്തിയപ്പോഴാണ് ബാപ്പ മരിച്ച വിവരത്തിനുള്ള കമ്പി കണ്ടത്. തളർന്നുപോയി. ഒന്നു കരയാൻപോലുമാകാതെ മനസ്സ് വിങ്ങിപ്പൊട്ടി. ഉടനെ അനിയത്തിയെ ഫോണിൽ വിളിച്ചുനോക്കി. ആരും ഫോണെടുത്തില്ല. അവൾ നാട്ടിലായിരിക്കും. കട്ടിലിൽ കിടന്ന് പൊട്ടിക്കരഞ്ഞു. കമ്പി ഷറഫും കണ്ടതാണ്. പക്ഷേ ഒന്നും പറഞ്ഞില്ല. സമാധാനിപ്പിച്ചതുമില്ല. അവൾ കരയുന്നത് കണ്ട് അടുത്തെത്തി.

“ഫാത്തിമ കരഞ്ഞതുകൊണ്ട് ബാപ്പയെ തിരിച്ചുകിട്ടുമോ? എല്ലാം നേരിടാൻ തയാറായിട്ടല്ലേ നീ എന്റെ കൂടെ ഇറങ്ങിത്തിരിച്ചത്? ഇനി പഴയതും ചിക്കിപ്പരത്തി ജീവിതം നരകമാക്കരുത്. പോയതുപോയി. പുതിയജീവിതം ഏതായാലും കരഞ്ഞുകൊണ്ട് തുടങ്ങണ്ട.”

വാക്കുകൾക്ക് ഒട്ടും മയമില്ലായിരുന്നു.

“എന്നാലും ഞാൻ കാരണമല്ലേ എന്റെ ബാപ്പ മരിച്ചത്....എറണാകുളത്തുണ്ടായിരുന്നിട്ടും എനിക്കെന്റെ ബാപ്പയെ ഒരുനോക്ക് കാണാൻ കഴിഞ്ഞില്ലല്ലോ. ബാപ്പാക്ക് ഒരസുഖവുമില്ലായിരുന്നു. ഞാൻ കാരണമാണ്....”

“ആയുസ്സെത്തിയാൽ ആരായാലും മരിക്കും. അതിന് നിമിത്തങ്ങളുണ്ടായേക്കാം. അതോർത്ത് കരയാൻ തുടങ്ങിയാൽ അതിനേ നേരമുണ്ടാവുകയുള്ളു. എനിക്ക് കരച്ചിൽ ഇഷ്ടമില്ല. മതി. നല്ല വിശപ്പുണ്ട്. കുളിച്ച് അടുക്കളയിൽ കയറാൻ നോക്ക്.”

സ്വരം കടുക്കുന്നത് കണ്ടപ്പോൾ കരച്ചിലടക്കി. ഉള്ള് നന്നായി നോവുകയും ചെയ്തു. ഫാത്തിമയോട് ഇത്തരം കടുത്ത വാക്കുകൾ ആരും പറയാറില്ലായിരുന്നു. എല്ലാം നീ ആയിട്ട് വരുത്തിവെച്ചതാണ്. വരുന്നത് അനുഭവിക്കാൻ മനസ്സിനെ ഒരുക്കിക്കോളൂ. ഉള്ളിലിരുന്ന് ആരോ പറയുന്നതായി തോന്നി.

ഷറഫ് ഓഫീസിലേക്കിറങ്ങുമ്പോഴാണ് അടക്കിവെച്ച കണ്ണീർ പുറത്തേക്കൊഴുക്കുന്നത്. ഒറ്റക്കിരുന്ന് മനസ്സുതുറന്ന് കരയും. ബാപ്പ മുന്നിൽ വന്നു നില്ക്കുന്നതായി തോന്നും.

“ഇനിയെങ്കിലും ഓളോട് മര്യാദക്ക് നടക്കാൻ പറ”

ബാപ്പയുടെ വാക്കുകൾ കാതിൽ മുഴങ്ങും.

“എന്നോട് പൊറുക്ക് ബാപ്പാ.. ബാപ്പയുടെ മകൾ അറിഞ്ഞുകൊണ്ട് ഒരു തെറ്റും ചെയ്തതല്ല. ചെയ്യാത്ത തെറ്റിനു ശിക്ഷ വിധിച്ചപ്പോൾ സമനില തെറ്റി. പിന്നീട് ചെയ്തതെല്ലാം അരുതാത്തതായിരുന്നു. നാട്ടിൽ താമസിച്ച് ഉമ്മയുടെയും ബാപ്പയുടെയും മാനംകെടു

ത്താൻ മനസ്സു തയാറായതുമില്ല. പിന്നെ ഒരു വഴി ഇതേ ഉണ്ടായിരുന്നുള്ളു. പൊറുക്കണം എന്നോട്."

ആരോടെന്നില്ലാതെ മാപ്പിനു തേടി. കരഞ്ഞു കണ്ണുകൾ കലങ്ങി. മുഖം കടുത്തു. കാണുമ്പോൾ ഷറഫിന് അരിശം.

മുഷിഞ്ഞിരിക്കുന്നത് അന്നേ ഇഷ്ടമല്ല. മുഖം കടുത്തിരിക്കുന്നതു കണ്ടാൽ ആദ്യം വായിൽതോന്നിയത് വിളിച്ചുപറയും. പിന്നീട് ക്ഷമ ചോദിക്കൽ. നിർബന്ധിച്ച് പുറത്തേക്കു വിളിച്ചുകൊണ്ടു പോകും. അപ്പോഴൊക്കെ ഷറഫിനു ഫാത്തിമയെന്നുവെച്ചാൽ ഒരുതരം ഭ്രാന്തായിരുന്നു. കിട്ടാക്കനി കിട്ടിയതുപോലെ. എത്ര ആസ്വദിച്ചാലും തീരാത്ത ആർത്തി. ഉള്ള് കരയുമ്പോഴും പുറമേ ചിരിക്കണം. കാലക്രമേണ ആ ജീവിതവുമായി ഇണങ്ങി. ഇണങ്ങാതെ വേറെന്തുണ്ട് വഴി? ഉമ്മയെ ചെന്നു കാണണമെന്ന് അതിയായ മോഹമുണ്ട്. പക്ഷേ, എങ്ങനെ പോകും? ആങ്ങളമാർ അടിച്ചു പുറത്തിറക്കില്ലേ? അഷറഫിന് ഒരു കത്തയച്ചിരുന്നു. അതിന് അവൻ അയച്ച മറുപടി കരള് കുത്തിക്കീറി. ആ പടി ചവിട്ടിയാൽ വെട്ടിത്തുണ്ടമാക്കുമെന്നാണ് അവൻ എഴുതിയത്. അവനു സലാമിക്കയെപ്പോലെ ക്ഷമയില്ല. വെട്ടൊന്ന് തുണ്ടം രണ്ട് എന്ന പ്രകൃതമാണ്. നാട്ടിൽച്ചെന്ന് അവർക്ക് എന്തിന് മാനക്കേടുണ്ടാക്കണം? ഫാത്തിമ ഒരുമ്പെട്ടവളാണെന്ന് നാട്ടുകാർ മുദ്രകുത്തിയിരിക്കും. ആ പേരിനി മായില്ല. ഇനിയുള്ള ജീവിതം ഈ നഗരത്തിൽ ഷറഫിനെ മാത്രം ആശ്രയിച്ചുള്ളതാണ്.

ഷരീഫ മടങ്ങി എത്തിയ വിവരമറിഞ്ഞപ്പോൾ അവളെ ഒന്നു കാണാൻ തിടുക്കമായി. കെഞ്ചിപ്പറഞ്ഞിട്ടാണ് ഷറഫ് സമ്മതിച്ചത്.

"ബാപ്പയെ കൊന്ന് ആ കോന്തന്റെ കൂടെ സുഖിക്കാൻ ഇത്താത്താക്ക് മനസ്സു വന്നില്ലേ? ഉമ്മയുടെ കിടപ്പ് കണ്ടിട്ടില്ലല്ലോ. ഒന്നും കാണണ്ട. സ്വന്തം സുഖം മാത്രമല്ലേ നോക്കിയുള്ളു. ഇനിയും അതുമതി. അയാൾ മാത്രമേ ഇനി ഉണ്ടാവുകയുള്ളു. എന്നെ കാണാൻ വരരുത്."

ഷെരീഫ കടുപ്പിച്ചു പറഞ്ഞപ്പോൾ സഹിക്കാൻ കഴിഞ്ഞില്ല. കരഞ്ഞുകൊണ്ടാണ് കാറിലെത്തിയത്. ഷറഫ് കാറിലിരിക്കുന്നുണ്ടായിരുന്നു.

"കണക്കിന് കിട്ടിയില്ലേ? ഞാനപ്പഴേ പറഞ്ഞതല്ലേ പോവണ്ടെന്ന്."

ഷറഫിന്റെ വാക്കുകളിൽ രോഷം.

ഇക്കാക്ക മാത്രമാണ് സമാധാനിപ്പിച്ചുകൊണ്ട് എഴുതിയത്.

ഞങ്ങളെയെല്ലാം കണ്ണീരുകുടിപ്പിക്കുന്ന പണിയാണ് നീ ചെയ്തത്. ഞങ്ങളുടെ സ്നേഹത്തിന് നീ യാതൊരു വിലയും കല്പിച്ചില്ല. നിനക്ക് അയാളെ കല്യാണം കഴിക്കണമെന്നുണ്ടായിരുന്നെങ്കിൽ എന്നോടെങ്കിലും പറയാമായിരുന്നു. ബാപ്പയെ ഞാൻ പറഞ്ഞു സമ്മതിപ്പിക്കുമാ

യിരുന്നു. ഇങ്ങനെ ഒരു സീനുണ്ടാക്കി സ്വയം മാനം കെടേണ്ട ആവശ്യ മില്ലായിരുന്നു. നീ കാരണം കുടുംബത്തിന്റെ മാനം പോയി. ഞങ്ങൾക്ക് എല്ലാമെല്ലാമായ ബാപ്പയും പോയി. കഴിഞ്ഞത് കഴിഞ്ഞു. വേലിചാടിയ പശു മതിലുചാടി എന്ന പേരും കേൾപ്പിക്കരുത്. ഇനിയെങ്കിലും ഒരു പേരുദോഷം കൂടി കേൾപ്പിക്കരുത്. നീ തിരഞ്ഞെടുത്തതാണ്. സുഖവും ദു:ഖവും നീതന്നെ അനുഭവിക്കുക. ഉമ്മ ജീവിച്ചിരിപ്പുണ്ടെന്ന് ഓർത്താൽ നന്ന്.

അതു വായിച്ച് അന്നു മുഴുവൻ കരഞ്ഞു. ഓഫീസിൽ നിന്നെത്തിയ ഷറഫ് കരഞ്ഞുതുടുത്ത കണ്ണുകളും വീർത്ത മുഖവും കണ്ട് പതിവിലേറെ ഉറഞ്ഞുതുള്ളി.

"വീട്ടുകാരെ പിരിയാൻ ഇത്ര പാടായിരുന്നെങ്കിൽ എന്തിനിതി നൊക്കെ ചാടിപ്പുറപ്പെട്ടു? നീ സമ്മതമാണെന്ന് അറിയിച്ചിട്ടല്ലേ ഞാൻ വന്നത്? എന്നിട്ടിപ്പോൾ എന്നെ കാണുമ്പോൾ മുഖം വലിച്ചു കയറ്റുന്ന തെന്തിന്? കരച്ചിലും പിഴിച്ചിലും എനിക്കൊട്ടും ഇഷ്ടമല്ലെന്ന് ഞാൻ പലതവണ പറഞ്ഞു. ഞാനറിയാതെ വീട്ടിലേക്ക് കത്തയക്കരുത്. ഇനിയും ഇത് തുടർന്നാൽ എന്റെ രൂപം മാറും."

വീട്ടിലേക്കു കത്തയക്കണമെങ്കിൽ മുൻകൂട്ടി സമ്മതം വാങ്ങണം. വായിച്ചിട്ടേ പോസ്റ്റ് ചെയ്യൂ. ഇങ്ങോട്ടു വരുന്ന കത്തുകളും കാണിച്ചു കൊടുക്കണം. ഇക്കാക്കയും ഭാര്യയുമാണ് വല്ലപ്പോഴും വിശേഷങ്ങൾ എഴുതുന്നത്.

ആദ്യമൊക്കെ ഇടഞ്ഞുനിന്ന ഷരീഫ കുറച്ചുകാലം കഴിഞ്ഞ പ്പോൾ വൈരം മറന്നു. ഇടയ്ക്ക് വരും. പക്ഷേ, അവളെ അങ്ങോട്ടു വിളി ക്കുന്നത് ഷറഫിന് ഇഷ്ടമല്ല. അങ്ങോട്ടു പോകാനും സ്വാതന്ത്ര്യമില്ല. എപ്പോഴും സംശയം. ചോദ്യംചെയ്യൽ. ഓഫീസിലെത്തിയാൽ ഉടനെ ഫോൺ വിളിക്കും. എൻഗേജ്ഡ് ആയാൽ കലിതുള്ളിക്കൊണ്ടുള്ള ക്രോസ്‌വിസ്താരമാണ്. ആരോടായിരുന്നു ഇതുവരെ പുന്നാരം? എന്തു പറയും? ചിലപ്പോൾ ഫോൺ അടിച്ചിട്ടേ ഉണ്ടാവില്ല. പറഞ്ഞാൽ ബോദ്ധ്യമാകണ്ടേ?

"അബ്ദുള്ളയെപ്പോലെ പാവം ഒരുത്തനെ വിട്ട് എന്റെ കൂടെ ഇറ ങ്ങിപ്പോന്നവളല്ലേ നീ. എന്നെക്കാൾ നല്ല ഒരുത്തനെ കിട്ടിയാൽ ഇറങ്ങി പ്പോവില്ലെന്ന് എന്താ ഉറപ്പ്?"

കരളുപിളർക്കുന്ന വാക്കുകളായിരുന്നു അത്. വലവീശി എടുത്തിട്ട് ഇങ്ങനെ പറയാൻ സാധിക്കുന്നല്ലോ എന്നോർത്ത് മനസ്സ് നീറും. ചെയ്തത് അബദ്ധമായിരുന്നു എന്ന് ആദ്യംമുതലേ തോന്നിത്തുടങ്ങി. ഇറക്കാനും തുപ്പാനും വയ്യാത്ത അവസ്ഥ. അഫ്സലിന്റെ ഓർമ്മയും മനസ്സ് നോവിപ്പിച്ചു. ആരോടും ഒന്നും പറയാൻ കഴിഞ്ഞില്ല. വിവര ങ്ങൾക്ക് ഇക്കാക്കയ്ക്ക് കത്തുകൾ അയക്കാറുണ്ട്. ഗർഭമാണെന്നറി

ഞ്ഞപ്പോൾ പ്രസവത്തിനു നാട്ടിൽചെല്ലാൻ ഇക്കാക്ക എഴുതി. ഉമ്മയെക്കൊണ്ടും എഴുതിപ്പിച്ചു. ഉമ്മക്ക് നിന്നോട് ഒരു വിരോധവുമില്ല. എവിടെയാണെങ്കിലും സുഖമാണെന്നു കേട്ടാൽ മതി.....എന്ന ഉമ്മയുടെ വാക്കുകൾ മനസ്സു കുളിർപ്പിച്ചു. അതിനുശേഷമാണ് പ്രസവത്തിനു നാട്ടിൽ പോകാൻ തീരുമാനിച്ചത്.

നാട്ടിൽനിന്നു വരുന്നവരുടെ കൈയിൽ ഉമ്മ എണ്ണയും കുഴമ്പും അച്ചാറുകളും കൊടുത്തയച്ചു. അതൊക്കെ നൊമ്പരം ഏറ്റാനേ ഉതകിയുള്ളു. ചെയ്ത തെറ്റിന്റെ കാഠിന്യം കാലം മനസ്സിലാക്കിത്തന്നിരുന്നു. നാട്ടിൽപോകുന്ന ദിവസമടുക്കുന്തോറും മനസ്സ് വെന്തുനീറി. ഉമ്മയുടെ മുഖത്തെങ്ങനെ നോക്കും? ആ കാലിൽ വീഴാൻപോലും ഫാത്തിമ യോഗ്യയല്ല. നാട്ടുകാർ കുത്തുവാക്കുകൾ പറയുമ്പോൾ ഉമ്മയുടെ ദു:ഖം ഇരട്ടിക്കില്ലേ? പോകാതിരുന്നാലോ? പലപ്പോഴും തോന്നിയതാണ്. ഇപ്പോൾ പോയില്ലെങ്കിൽ ഇനി ഒരിക്കലും നാടു കാണാൻ ആവില്ലെന്ന് മനസ്സു പറഞ്ഞുകൊണ്ടിരുന്നു. എല്ലാവരോടും തെറ്റുകൾ ഏറ്റുപറഞ്ഞ് മാപ്പിരക്കാനുള്ള ഒരു സന്ദർഭം പടച്ചവൻ തന്നിരിക്കുന്നതായിട്ടാണ് തോന്നിയത്. നാട്ടിൽപോകുമ്പോൾ എല്ലാവർക്കും നിറയെ സമ്മാനങ്ങൾ വാങ്ങണം. പുതിയാപ്ല മോശക്കാരനല്ലെന്ന് അവരും അറിയട്ടെ. പക്ഷേ, ഇക്കാര്യം ഷറഫിനോടു പറഞ്ഞപ്പോൾ തട്ടിക്കയറി.

“ഇത് ദുബായി അല്ല. സാധനങ്ങൾക്ക് തീപിടിച്ച വില. അവിടെ കിട്ടുന്നതിന്റെ പാതി തുകപോലും കിട്ടുന്നുമില്ല. അവിടെ നല്ലൊരു ജോലിയായിരുന്നു.”

അവസാനത്തെ വാക്കുകളിൽ നിരാശ.

അഫ്സലിനെ പ്രസവിക്കാൻ നാട്ടിലേക്കു പോകാൻ തീരുമാനിച്ചതുമുതൽ സാധനങ്ങൾ വാങ്ങിക്കൂട്ടാൻ തുടങ്ങിയിരുന്നു. രണ്ടുവലിയ തോൽപെട്ടി നിറയെ സാധനങ്ങളുമായാണ് നാട്ടിലേക്കു തിരിച്ചത്. നാട്ടുകാർക്കും ബന്ധുക്കൾക്കും കൈയ് നിറയെ സമ്മാനങ്ങൾ. ഉമ്മയുടെയും ബാപ്പയുടെയും മുഖത്ത് അഭിമാനം. ഉമ്മ മരുമകന്റെ മെഹബ് പറയുന്നത് കേൾക്കുമ്പോൾ കവിളത്ത് ചുവപ്പ്. ദുബായിലായിരുന്നപ്പോൾ ഒന്നിനും മുട്ടില്ലായിരുന്നു. ശമ്പളം അലമാരയിൽ വെച്ച് താക്കോൽ ഏല്പിക്കും. ആവശ്യമുള്ളതെടുത്ത് ചെലവാക്കാം. ആരേയും കണക്കു ബോധിപ്പിക്കേണ്ട. ഇപ്പോൾ ഓരോ നയാപൈസക്കും കണക്കു കാണിക്കണം.

ഷറഫ് അറിയാതെ രണ്ടു സ്വർണ്ണവളകൾ അടുത്ത ഫ്ളാറ്റിലെ സ്ത്രീയെക്കൊണ്ട് വില്പിച്ചു. അതുമായി ഷരീഫയെയുംകൂട്ടി ഷോപ്പിംഗിനിറങ്ങി. ഉമ്മയ്ക്കും അനിയനും ഇക്കാക്കയ്ക്കും സമ്മാനങ്ങൾ വാങ്ങി. ഷറഫ് പറഞ്ഞിട്ടാണെന്നാണ് ഷരീഫയോട് പറഞ്ഞത്.

നാട്ടിൽപോകുമ്പോൾ ഷറഫുംകൂടെ വന്നിരുന്നു. ഒറ്റക്കയക്കാൻ

ധൈര്യമില്ലെന്ന് ഇടയ്ക്കിടെ പറഞ്ഞുകൊണ്ടിരുന്നു. ഇറങ്ങാതെ കാറിൽത്തന്നെ ഇരിക്കുന്നത് കണ്ട് ഉമ്മ വന്ന് നിർബന്ധിച്ചു. അഷ റഫും കൂടി വന്ന് ക്ഷണിച്ചപ്പോഴേ ഇറങ്ങിയുള്ളു. പ്രസവം കഴിഞ്ഞാൽ കൊണ്ടുപോകാനെത്തും. വേറെ ആരുടെയുംകൂടെ അയക്കരുതെന്ന് കണിശമായി പറയുന്നത് കേട്ടപ്പോൾ അഷറഫിന്റെ മുഖം കടുത്തു. എന്തോ പറയാനും ഭാവിച്ചതാണ്. പണിപ്പെട്ടാണ് സംസാരം മാറ്റിയത്.

ഉമ്മയുടെ വെറുപ്പൊക്കെ മാറിയിരുന്നു. കുളികഴിഞ്ഞതും അവ ളേയും കൂട്ടി ബാപ്പയുടെ ഖബറിടത്തിലെത്തി. മുസലിയാരെ വിളിച്ച് ദുആ ചെയ്തു. അതുകഴിഞ്ഞ് വീട്ടിലെത്തിയതും ഉമ്മ നാട്ടുവിശേഷങ്ങ ളുടെ കെട്ടഴിച്ചു. കരച്ചിലും ചിരിയും വേദനയും സന്തോഷവും പങ്കിട്ടു. മനസ്സിലെ ഭാരം ഇറക്കിവെച്ചതുപോലെ തോന്നി.

മോൻ കരഞ്ഞപ്പോൾ ഫാത്തിമ എഴുന്നേറ്റു.

ഒൻപത്

കുട്ടികൾക്കും ഭർത്താവിനുമുള്ള ഉച്ചഭക്ഷണം പാത്രങ്ങളിൽ അടയ്ക്കുന്നതിനിടയിൽ ഫാത്തിമ അകത്തേക്കു നോക്കി വിളിച്ചു.

"മോനൂ, കാപ്പികുടിക്കാൻ വന്നേ. ബാപ്പാനേം വിളി. ഹാരീ നീ ഇതുവരെ റെഡിയായില്ലേ?"

ആരും വിളികേട്ടില്ല. വന്നതുമില്ല. ദോശക്കല്ലിൽ മാവൊഴിക്കുന്നതിനിടയിൽ ഒരിക്കൽകൂടി വിളിച്ചു.

"ദാ, ഇങ്ങോട്ടു വരുന്നുണ്ടോ? ദോശ തണുക്കും."

ഭർത്താവ് പതിവുപോലെ മുഖം വലിച്ചു കയറ്റികൊണ്ട് ഗൗരവത്തിൽ വന്നിരുന്നു. ചൂടുള്ള ദോശയുടെ പുറത്ത് സാമ്പാർ വിളമ്പി. ചമ്മന്തിപ്പാത്രം അടുത്തേക്കു നീക്കിവെച്ചു. അയാൾ ദോശ കൈകൊണ്ട് കുത്തി നോക്കിയിട്ട് അരിശപ്പെട്ടു.

"ദോശ ഒട്ടുന്നു. എനിക്കു വേണ്ട."

ഫാത്തിമ നല്ലതുപോലെ നെയ്പുരട്ടി മൊരിഞ്ഞ മറ്റൊരു ദോശപ്ലെയ്റ്റിലിട്ടു. പ്ലെയ്റ്റ് തട്ടി ദൂരെ മാറ്റിയിട്ട് അയാൾ കയർത്തു.

"നീയെന്താ ദോശ ചുട്ടു പഠിക്കുകയാണോ?"

"ടോസ്റ്റ് തരട്ടെ?"

അയാൾ ഒന്നും മിണ്ടാതെ എഴുന്നേറ്റ് കൈയ് കഴുകി.

മക്കൾ ബാപ്പയെ അനുകരിച്ച് എഴുന്നേൽക്കാൻ ഭാവിക്കുന്നത് കണ്ട് ഫാത്തിമ കയർത്തു:

"മര്യാദയ്ക്ക് അവിടെയിരുന്ന് തിന്നെടാ. നീയൊക്കെ ആരാന്നാ വിചാരം? നൈസാമോ? ഏതു നേരവും അടുക്കളയിൽകിടന്ന് വെന്തു നീറിയാലും കുറ്റം ബാക്കി. ഞാനെന്താ നിങ്ങളെ പണിക്കാരിയാ?"

"മമ്മിയെന്തിനാ വെറുതേ തൊള്ളയിടുന്നത്? ഇവിടാർക്കും വേണ്ട നിങ്ങളെ തല്ലിപ്പൊളി ദോശ"

"പിന്നെ രാജകുമാരന് എന്താണോ വേണ്ടത്?"

ഫാത്തിമയുടെ ശബ്ദം കടുത്തു. അത് കണക്കാക്കാതെ ഇളയമകൻ ചോദിച്ചു.

"ഈ കുന്ത്രാണ്ടം തന്നെയാ ലഞ്ചിനും വെച്ചത്?"

"അല്ല, നിന്റെ ഉമ്മാന്റെ തല."

"മതി നല്ല ടേസ്റ്റായിരിക്കും. ഉഗ്രൻ ബ്രെയിനാ."

സഹിക്കാൻ കഴിയാതെ ഫാത്തിമ ചുട്ടകം വലിച്ചെറിഞ്ഞ് മക്കളെ വായിൽതോന്നിയത് വിളിച്ചു പറഞ്ഞു. ബഹളം കേട്ടെത്തിയ ഷറഫ് കയർത്തു.

"ഇതെന്താ ചന്തയോ? രാവിലേ തുടങ്ങിയോ വട്ട്? സ്വൈരം തരില്ല അല്ലേ?"

തികട്ടിവന്ന കരച്ചിൽ ഫാത്തിമ വിഴുങ്ങി. കൂടെ ഒരു കുടം കണ്ണീരും. ഇപ്പോൾ ഫാത്തിമ സ്വൈരക്കേടായിരിക്കുന്നു. മിണ്ടിയാൽ കുറ്റം. മക്കളും അതുകണ്ട് ഓരോന്നു കാണിക്കുമ്പോഴാണ് പിടിവിട്ടു പോകുന്നത്. ചെയ്തതെറ്റിനുള്ള ശിക്ഷ അനുഭവിച്ചു തീർക്കാതെ മരണംപോലും സ്വീകരിക്കുമെന്ന് തോന്നുന്നില്ല. ഉറക്കെ ഒരു വാക്കുപോലും പറഞ്ഞ് ഫാത്തിമയെ വേദനിപ്പിക്കാത്ത ഒരാളെ നോവിച്ചതിന്റെ ഫലം തന്നെ. ഫാത്തിമ കൊടുക്കുന്നതെന്തും അമൃതായിരുന്നു അദ്ദേഹത്തിന്. ഒരിക്കൽ മാത്രമാണ് ഫാത്തിമയുടെ നേരെ കൈ ഓങ്ങിയത്. ശകാരിച്ചത്. എല്ലാം ഈ ദുഷ്ടൻ കാരണം. എരിതീയിലിട്ട് നീറ്റാൻ തുടങ്ങിയിട്ട് നാളുകളൊരുപാടായി. ആട്ടിയെറിഞ്ഞിട്ടും ഇറങ്ങിപ്പോകാൻ ഇന്ന് ഫാത്തിമയ്ക്കാവുന്നില്ലല്ലോ!

കരഞ്ഞുകലങ്ങിയ കണ്ണുകളുമായി കസേരയിലിരിക്കുന്ന ഫാത്തിമയെ കണ്ടതായിപ്പോലും ഭാവിക്കാതെ ബാപ്പയും മക്കളും ഇറങ്ങിപ്പോയി. കരളിൽ കത്തിക്കുത്തേറ്റതുപോലെ തോന്നി ഫാത്തിമയ്ക്ക്. തന്നത്താൻ ശപിക്കയല്ലാതെ വേറെ നിവൃത്തിയൊന്നുമില്ലല്ലോ. പതിവുപോലെ സ്വയം ആശ്വസിപ്പിച്ചു. മനസ്സ് കൈപ്പിടിയിൽ ഒതുങ്ങിയപ്പോൾ അടുക്കളയിലെത്തി. നിന്നുതിരിയാൻ ഇടമില്ല അടുക്കളയിൽ. ഒരു ജനലുള്ളത് ആണിയടിച്ചു ഭദ്രമാക്കിയിരിക്കുന്നു. ഫാത്തിമ പുറം ലോകം കാണണ്ട. ആദ്യം താമസിച്ച ഫ്ളാറ്റിലെ അടുക്കള വിശാലമായിരുന്നു. പുറത്ത് വീതിയുള്ള ബാൽക്കണി. കാറ്റും വെളിച്ചവും ഇഷ്ടംപോലെ. അതിനുനേരെ മുന്നിലുള്ള ഫ്ളാറ്റിൽ അവിവാഹിതനായ ഒരു ചെറുപ്പക്കാരനായിരുന്നു താമസം. അവിടെ ആരാണ് തമസമെന്ന് അവൾക്ക് അറിയില്ലായിരുന്നു. അടുക്കളയിൽ നിന്നു മുഷിയുമ്പോൾ ബാൽക്കണിയിൽ ചെന്നുനില്ക്കുക പതിവായിരുന്നു. ആ ചെറുപ്പക്കാരനെ കാണാനാണ് ബാൽക്കണിയിൽ നിൽക്കുന്നതെന്നു പറഞ്ഞ് അവഹേളിച്ചപ്പോൾ കുറച്ചൊന്നുമല്ല നൊന്തത്. എന്നിട്ടും താണുവീണ് മാപ്പു

പറഞ്ഞു. ബാൽക്കണിയുടെ വാതിൽ കൊട്ടി അടച്ചിട്ടും തൃപ്തിയാവാതെ ഫ്ളാറ്റു മാറുകയാണ് ഉണ്ടായത്. അന്നേ ഇറങ്ങിപ്പോവേണ്ടതായിരുന്നു. കഴിഞ്ഞില്ല. ഇപ്പോഴത്തെ അടുക്കള ഖബറുപോലെ. രാവും പകലും ലൈറ്റിടണം. ഉഷ്ണകാലത്ത് ചുട്ടു പുകയും. എന്നിട്ടും പരാതി ഒന്നും പറയാറില്ല. പറഞ്ഞിട്ടു കാര്യവുമില്ല.

ബെല്ലടി കേട്ട് വാതിൽ തുറന്നു. വിചാരിച്ചതുപോലെ ആയതന്നെ. രണ്ടുമണിക്കൂറെന്നാണ് കണക്ക്. എട്ടുമുതൽ പത്തുവരെ. പത്തടിച്ചാൽ ഉടനെ ജോലി മതിയാക്കി അടുത്ത ഫ്ളാറ്റിലേക്ക് ഓടും. അയൽക്കാരി മറാഠിയാണ്. സമയത്തിനു ചെന്നില്ലെങ്കിൽ മുഴുത്ത ചീത്ത വിളിക്കും. ശമ്പളത്തിൽ കുറവും വരുത്തും. ഫാത്തിമയ്ക്ക് ഹിന്ദി ഇപ്പോഴും നല്ല വശമില്ല. അതുകൊണ്ട് എന്നും താമസിച്ചേ തള്ള എത്തൂ. എന്തെങ്കിലും പറഞ്ഞാൽ കണകുണാന്ന് പറഞ്ഞുകൊണ്ടേയിരിക്കും. അതുകൊണ്ട് ഒന്നും മിണ്ടാറില്ല. പാത്രം കഴുകലും തൂത്തുതുടയ്ക്കലും കഴിച്ച് ഓടുന്നതു കണ്ടാലും ഒന്നും പറയാറില്ല. തുണികൂടി കഴുകാമെന്നായിരുന്നു കരാർ. മിക്കദിവസവും തുണി കഴുകാൻ തള്ള നിൽക്കാറില്ല. കഴുകിയാൽ വൃത്തിയാവാത്തതുകൊണ്ട് നിർബന്ധിക്കാറുമില്ല.

"ആയാ, കിച്ചൺ സാഫ് കരോ."

"ജി മാജി."

രാവിലത്തെ തിരക്കു കഴിഞ്ഞാൽ കാര്യമായ ജോലിയൊന്നുമില്ല. രാവിലെ ഇറങ്ങിയാൽ ബാപ്പയും മക്കളും വൈകിട്ടേ എത്തൂ. അതുകൊണ്ട് ഊണിന്റെ പണിയുമില്ല. രാവിലെ ബാക്കിയുള്ളതു കഴിക്കുകയാണ് അവളുടെ പതിവ്. വൈകുന്നേരമേ പിന്നെ അടുക്കളയിലിറങ്ങാറുള്ളൂ. രാത്രി എല്ലാവർക്കും ചോറു മതി. ഇറച്ചിയും മീനും നിർബന്ധം. പച്ചക്കറിയും വേണം. എല്ലാം ചൂടോടെ വിളമ്പണം. രാവിലെ വെറുതെയിരിക്കുമ്പോൾ ജോലി തീർക്കാമെന്നുവെച്ചാൽ ആവില്ല. വൈകുന്നേരം അവൾ അടുക്കളയിൽ ഇറങ്ങുന്നതു കണ്ടാലേ അവർക്ക് അന്നമിറങ്ങൂ. അവർ അപ്പോൾ ടിവിയുടെ മുന്നിൽ രസിച്ചിരിക്കുകയായിരിക്കും.

രാവും പകലും ടിവിയും സർക്കീട്ടുമായി കഴിഞ്ഞിരുന്ന ഒരു കാലമുണ്ടായിരുന്നു ഫാത്തിമയ്ക്ക്. വല്ലപ്പോഴുമാണ് അടുക്കളയിൽ കയറുന്നത്. എങ്കിലും ആർക്കും ഒരു പരാതിയുമില്ലായിരുന്നു. ആയയുടെ കറികൾ അവൾക്കുംകൂടി മടുക്കുമ്പോഴാണ് അടുക്കളയിൽ കയറുക. അവളുണ്ടാക്കുന്നത് ബാപ്പയും മോനും ആസ്വദിച്ച് കഴിക്കുമെങ്കിലും നിനക്കെന്താ അടുക്കളയിൽ കയറി എന്നുമിങ്ങനെ രുചിയായിട്ട് വല്ലതും ഉണ്ടാക്കി തന്നൂടേ എന്ന് ഒരിക്കലും ചോദിച്ചിട്ടില്ല.

കണ്ണു നിറഞ്ഞു. അവളെത്തന്നെ ശ്രദ്ധിച്ചു നില്ക്കുകയായിരുന്ന ആയ ചോദിച്ചു.

"ക്യാ ഹുവാ മാജി?"

"കുച് നഹി. സിർദർദ്."

"ആപ് അന്തർ ജാക്കർ ആരാം കീജിയേ."

ആയയുടെ ഔദാര്യം സ്വീകരിച്ച് കിടപ്പുമുറിയിലേക്കു നടന്നു. ഒന്നു കുളിച്ചാൽ സുഖം കിട്ടുമായിരിക്കും. ഏഴുപതിനായിരം തവണ കുളിച്ചാലും ഫാത്തിമയുടെ പാപക്കറ മായില്ല. ചെയ്ത എല്ലാ പാപങ്ങളും തലയിൽ ഭാരമായി കുന്നുകൂടി കിടക്കുകയാണെന്നു തോന്നുന്നു. എന്നും രാവിലെ എഴുന്നേൽക്കുന്നത് തലപൊളിയുന്ന വേദനയുമായാണ്. പരിഭവം പറയാൻ ആരുണ്ട്? ഫാത്തിമയുടെ വേദന പങ്കിടാൻ ആർക്കുമില്ല താല്പര്യം. കൂട്ടിൽ നിന്നിറങ്ങിയിട്ട് ന്യായം പറഞ്ഞിട്ടെന്താകാര്യം? ബാപ്പ എപ്പോഴും പറയുമായിരുന്നു. ഫാത്തിമയ്ക്കുള്ള ശിക്ഷ വിധിച്ചത് അവൾതന്നെ. ജീവപര്യന്തം ശിക്ഷ അനുഭവിച്ചു തീർക്കുകതന്നെ. അതു കുറയ്ക്കാൻ മുകളിലിരിക്കുന്നവൻതന്നെ കരുണ കാണിക്കണം.

കുളി കഴിഞ്ഞപ്പോൾ മനസ്സും തണുത്തു. ഇരിപ്പുമുറിക്ക് ഒരു ചെറിയ ബാൽക്കണിയുണ്ട്. ഷറഫ് വീട്ടിലുള്ളപ്പോൾമാത്രമേ ആ വാതിൽ തുറക്കാറുള്ളൂ. അവൾ ആ വഴിക്ക് പോകാറേ ഇല്ല. കഷ്ടകാലത്തിന് അപ്പുറത്തെ ബാൽക്കണിയിൽ ഏതെങ്കിലും പുരുഷന്റെ നിഴൽ കണ്ടാൽ വഴക്കിന് അതുമതി.

"വേലിചാടിപ്പശു മതിലുകണ്ടാൽ ചാടാതിരിക്കുമോ?"

കേട്ടു തഴമ്പിച്ച ചോദ്യമാണെങ്കിലും ഓരോ തവണയും ആ ചോദ്യം കരള് കുത്തിക്കീറും.

ബാൽക്കണിയുടെ വാതിൽ തുറന്നപ്പോൾ അകത്തേക്കടിച്ച തണുത്ത കാറ്റ് മനസ്സിലും കുളിരു നിറച്ചു. കസേരയിൽ ചെന്നിരുന്നു. ഒരു വേലിയേ ഫാത്തിമ ചാടിയുള്ളൂ. അതാവട്ടേ പിഴയ്ക്കുകയും ചെയ്തു. വീഴ്ചയുടെ ഒടുങ്ങാത്ത വേദന അനുഭവിച്ചു തീർക്കുകയാണ്. ഫാത്തിമയെ നോട്ടപ്പുള്ളിയെപ്പോലെയാണ് ഷറഫ് കാത്തുസൂക്ഷിക്കുന്നത്. ഷറഫ് അറിയാതെ ആരോടും മിണ്ടരുത്. ഫോൺ പൂട്ടിയിട്ടാണ് ആപ്പീസിലേക്കിറങ്ങുക. സ്വന്തം അനിയത്തിയെപ്പോലും നേരിട്ടു വിളിക്കാനുള്ള സ്വാതന്ത്ര്യമില്ല. ആവശ്യം പറഞ്ഞാൽ വിളിച്ചുതരും. ഷരീഫയുടെ ശബ്ദം തിരിച്ചറിഞ്ഞാൽ ഫോൺ കൈയിൽ തരും. സെൻസറിംഗിനെന്നപോലെ അടുത്തുതന്നെ ഇരിക്കും.

സ്വയം വരുത്തിവച്ചതല്ലേ, അനുഭവിച്ചോ.

ഷരീഫയുടെ വാക്കുകളിൽ പുച്ഛം.

പരാതി ഒന്നും പറയാറില്ല. മോനുവിനെ പ്രസവിക്കാനാണ് അവസാനമായി നാട്ടിൽ പോയത്.

മോനുവിനു വയസ്സു പത്തായി. ആദ്യതവണ ചെന്നപ്പോൾ അപസ്വരങ്ങൾ വീട്ടിലറിയിക്കാതെ കഴിച്ചു. രണ്ടാമത്തെ തവണ പക്ഷേ ഒന്നും ഒളിക്കാനായില്ല. അറിഞ്ഞതൊക്കെ ഷരീഫ എല്ലാവരോടും പറഞ്ഞിരുന്നു. ഉമ്മയ്ക്കൊഴികെ ഫാത്തിമയോട് ആർക്കും ദയവൊന്നും തോന്നിയതുമില്ല. മക്കളുടെ പിഴവുകൾ പൊറുക്കാൻ ഉമ്മമാർ എപ്പോഴും തയാർ. ഉമ്മ ഫാത്തിമയെ സ്നേഹം കൊണ്ടുമൂടി. അതുവരെ ഉണ്ടായ

മുറിവുകൾ ഉണക്കിയിട്ടാണ് ഫാത്തിമ തിരിച്ചെത്തിയത്. അതുകൊണ്ടാണ് ഇത്രയും നാൾ പിടിച്ചുനില്ക്കാനായതും. ഉമ്മയുടെ സാന്ത്വനത്തിനായി കേഴുകയാണ് മനസ്സ്. പറയാൻ ധൈര്യമില്ലെന്നുമാത്രം.

കഴിഞ്ഞതവണ കണ്ടപ്പോൾത്തന്നെ ഉമ്മ വല്ലാതെ അവശയായിരുന്നു. മുടിയൊക്കെ നരച്ച് പെട്ടെന്ന് പ്രായം കൂടിയതുപോലെ. ഉമ്മയുടെ ആ മുഖം പുതിയതായി തോന്നി. ചുറുചുറുക്കോടെ ഓടിനടക്കുന്ന ഉമ്മയുടെ രൂപമായിരുന്നു മനസ്സിൽ. അവൾ ഷറഫിനോടൊന്നിച്ചു പോന്നതോടെ ഉമ്മയുടെ സന്തോഷവും അവസാനിച്ചു. ബാപ്പയായിരുന്നു ഉമ്മയുടെ ഏകഅത്താണി. അവൾ കാരണം ആ അത്താണി ഉമ്മയ്ക്ക് നഷ്ടപ്പെട്ടു. എന്നിട്ടും ഉമ്മ അവളെ കുറ്റപ്പെടുത്തി ഒന്നും പറഞ്ഞില്ല. എത്ര ശ്രമിച്ചിട്ടും സ്വന്തം വേദനകൾ മൂടി വെയ്ക്കാൻ അവൾക്കായതുമില്ല. ആദ്യതവണ ചെന്നപ്പോൾ ഉമ്മ ഇടഞ്ഞുതന്നെയാണ് നിന്നത്. അവളുടെ സ്ഥിതി അറിഞ്ഞതിനുശേഷമാണ് അയഞ്ഞത്. വരാനുള്ളതു വന്നു. അല്ല, നീയായിട്ട് വരുത്തിവെച്ചതാണ്. ഇനി കിട്ടിയതു കൊണ്ട് പൊരുത്തപ്പെട്ട് സഹിച്ചും പൊറുത്തും കഴിയുക. ഉമ്മ നിരന്തരം പറഞ്ഞുകൊണ്ടിരുന്നു. അങ്ങനെയാണ് എന്തിനോടും സമരസപ്പെട്ടു പോകാൻ മനസ്സു വഴങ്ങിയത്.

രണ്ടാമത്തെ പ്രസവത്തിൽ ഏറെ കഷ്ടപ്പെട്ടു. കുട്ടിയോ തള്ളയോ എന്നുപോലും ഡോക്ടർ സംശയം പ്രകടിപ്പിച്ചു. സിസേറിയൻ വേണ്ടി വന്നു. പ്രസവം നിർത്താതെ നിവൃത്തിയില്ലെന്ന് ഡോക്ടർ പറഞ്ഞപ്പോൾ ആരും എതിർത്തതുമില്ല. അവളപ്പോൾ അബോധവസ്ഥയിലായിരുന്നു. ഷറഫ് ബോംബെയിലായിരുന്നു. ചോദിക്കാതെ പ്രസവം നിർത്തിയെന്നു പറഞ്ഞ് ആകെ ക്ഷോഭിച്ചു.

“ഇനി ഇഷ്ടംപോലെ ആരുടെകൂടേയും അഴിഞ്ഞാടി നടക്കാമല്ലോ.” ഉമ്മയുടെ മുന്നിൽവെച്ചു പറഞ്ഞപ്പോൾ തുണി അഴിച്ച് അപമാനിച്ചതുപോലെ തോന്നി. ഒന്നും മിണ്ടാതെ വായും പൊളിച്ചിരിക്കാനേ ആയുള്ളൂ.

“വേണ്ടാത്ത പണിയായിപ്പോയി മോളേ, ആ അവുള്ളേന്റെ പൂപോലത്തെ മനസ്സാ നീ നുള്ളിക്കീറിയത്. പടച്ചോൻ പൊറുക്കട്ടെ.” ഷറഫ് പോയപ്പോൾ കണ്ണീരോടെയാണ് ഉമ്മ പറഞ്ഞത്.

അദ്ദേഹം രണ്ടാമതും വിവാഹം കഴിച്ച കാര്യവും ഉമ്മ പറഞ്ഞാണ് അറിഞ്ഞത്.

സുന്ദരിയൊന്നുമല്ലെങ്കിലും നല്ല അടക്കവും ഒതുക്കവും ഉള്ളകുട്ടി. അഫ്സലിനെ അവന്റെ ഉമ്മയെക്കാൾ നന്നായി അന്വേഷിച്ചോളാമെന്ന് വാക്കും തന്നിട്ടുണ്ട്. നിങ്ങളെല്ലാം കല്യാണത്തിനു വരണം.

എന്ന് ഉമ്മയ്ക്ക് പ്രത്യേകം എഴുതിയിരുന്നത്രേ.

എങ്ങനെ പോകും? ആരും പോയില്ല.

ഉമ്മയുടെ വാക്കുകൾ ഇടറി.

മനസ്സിലെ മുറിവുകൾ അപ്പോഴൊക്കെയും വീണ്ടുംവീണ്ടും നീറി.

എല്ലാവരും എന്തുകൊണ്ട് അവളെ മാത്രം കുറ്റപ്പെടുത്തുന്നു? വീട്ടിൽ താമസിപ്പിച്ചിരിക്കുന്ന സുഹൃത്ത് മാന്യനല്ല. പലവട്ടം പറഞ്ഞിട്ടും ചെവിക്കൊള്ളാത്ത ആൾ പെട്ടെന്ന് മാറി. എന്തിനും അവളെ സംശയം. കുറ്റപ്പെടുത്തൽ. അവളുടെ വാക്കുകൾ ചെവിക്കൊള്ളാൻ തയ്യാറായതുമില്ല. ഷറഫിന്റെ കൂടെ ഇറങ്ങിത്തിരിക്കണമെന്ന് അപ്പോഴൊന്നും ആഗ്രഹിച്ചതല്ല. അദ്ദേഹമായിരുന്നു അവൾക്ക് ഉലകം. അങ്ങനെയുള്ള ആൾ അവളെ ഒറ്റക്കാക്കി മകനേയുംകൂട്ടി വീടുവിട്ടിറങ്ങിയപ്പോൾ സമനില തെറ്റി. പിന്നീട് കാണിച്ചതെല്ലാം മണ്ടത്തരങ്ങളായിരുന്നു. അവഹേളിക്കപ്പെട്ട ഒരു പെണ്ണിന്റെ പ്രതികാരം. അങ്ങനെ കാണാൻ പക്ഷേ അദ്ദേഹത്തിനു കഴിഞ്ഞില്ല. ഒരു പുരുഷനും കഴിയില്ലായിരിക്കും. ഫാത്തിമ ചീത്തയായിരുന്നു എന്നു മുദ്ര കുത്തിയപ്പോൾ ഒന്നിനും മടിയില്ലാതായി.എടുത്തുചാട്ടത്തിന്റെ കയ്പ് അനുഭവിച്ചു തീർക്കുകതന്നെ.

മാജീ......

ആയയുടെ വിളികേട്ട് തല ഉയർത്തി. മുഖത്ത് ജോലി കഴിഞ്ഞു പോകാനുള്ള തിടുക്കം.

"കൽ ജൽദി ആനാ."

വാതിലടയ്ക്കുമ്പോൾ പതിവുപോലെ ഓർമ്മപ്പെടുത്തി.

വെറുതേയാണെന്നറിയാം. എന്നാലും നിത്യേന ആവർത്തിക്കും. ബോംബെയിൽ ചേക്കേറിയിട്ട് കൊല്ലങ്ങളായി. എന്നിട്ടും ഹിന്ദിവശമായിട്ടില്ല. പുറംലോകവുമായി ബന്ധമില്ലാതെ എങ്ങനെ ഭാഷവശമാകും? ആയ പോയപ്പോൾ ബാൽക്കണിയുടെ വാതിലടച്ചുപൂട്ടി താക്കോൽ യഥാസ്ഥാനത്തുവെച്ചു. വഴക്ക് ഒഴിവാക്കാൻ പരമാവധി ശ്രമിക്കാറുണ്ട്. എന്നാലും നിത്യേന വൈകിട്ട് വഴക്കിന് എന്തെങ്കിലും ഒരു കാരണമുണ്ടാകും. വല്ലാത്ത വിശപ്പുതോന്നിയപ്പോൾ അടുക്കളയിലെത്തി. തലേന്ന് രാത്രിയിലും ഒന്നും കഴിച്ചതല്ല. ഇറച്ചിക്കറിക്ക് ഉപ്പ് കൂടിയെന്നു പറഞ്ഞായിരുന്നു രാത്രിയിലെ ലഹള. പറയാനുള്ളതൊക്കെ പറഞ്ഞുകഴിഞ്ഞപ്പോൾ അവർ നന്നായി വെട്ടിവിഴുങ്ങി എഴുന്നേറ്റുപോയി. അവളുടെ വിശപ്പാകട്ടെ കെട്ടുപോവുകയും ചെയ്തു. ഇടക്കിടെയുള്ള പട്ടിണിയും മാനസികപിരിമുറുക്കവും കാരണമായിരിക്കാം അൾസറിന്റെ ഉപദ്രവം കാര്യമായിട്ടുണ്ട്. വയറുവിശന്നാൽ വേദന, നിറയെ കഴിച്ചാലും വേദന, വായ്ക്കു രുചിയുള്ള ഒന്നും കഴിക്കാൻ വയ്യെന്നായിരിക്കുന്നു. ഡോക്ടറെ കാണിക്കണമെന്ന് ഇതുവരെ ആർക്കും തോന്നിയിട്ടില്ല. വേണ്ട. പുണ്ണ് ഏറട്ടെ. അങ്ങനെയെങ്കിലും ആയുസ്സൊന്നു കുറഞ്ഞുകിട്ടിയാൽ മതിയെന്നാണ് ഇപ്പോഴത്തെ പ്രാർത്ഥന.

ആയ അടുക്കള വൃത്തിയാക്കിവെച്ചിരിക്കുന്നു. ബാക്കിവന്ന ദോശയും ചമ്മന്തിയുമൊന്നും കണ്ടില്ല. അവർ കഴിച്ചിരിക്കും. വിശപ്പുള്ളവർ കഴിക്കട്ടെ. ഫ്രിഡ്ജ് തുറന്ന് ഒരു ഗ്ലാസ് തണുത്ത പാൽ കുടിച്ചു. ഒരു പഴവുംകൂടി കഴിച്ചപ്പോൾ വയറു നിറഞ്ഞു. ഇനി ഉച്ചയ്ക്കും ഒന്നും വേണമെന്നില്ല. മണി പന്ത്രണ്ടടിക്കുന്നത് കേട്ട് കട്ടിലിൽ കയ

റിക്കിടന്നു. രാത്രി ഓരോന്നോർത്ത് കിടന്നതുകാരണം ഉറക്കം വന്നതേയില്ല. ഈയിടെയായി ഉറക്കമില്ലാത്ത രാവുകളാണ് കൂടുതൽ.

അഫ്സലിന്റെ കത്താണ് ഇപ്പോൾ ആകെയുള്ള ആശ്വാസം. അവനിപ്പോൾ കോളേജിലെത്തിയിരിക്കുന്നു. ഉമ്മയ്ക്ക് കത്തെഴുതരുതെന്ന് ബാപ്പ വിലക്കിയിരുന്നെങ്കിൽ അവനൊരിക്കലും എഴുതില്ലായിരുന്നു. ഫാത്തിമയെ വേദനിപ്പിക്കുന്നതൊന്നും അദ്ദേഹം അന്നും ചെയ്യാറില്ല. തിരക്കുകൊണ്ട് നട്ടംതിരിയുന്ന ആൾ അവൾക്കൊരു അസുഖം വന്നാൽ എങ്ങനെയെങ്കിലും സമയമുണ്ടാക്കി ഡോക്ടറെ കാണിക്കും. ഇടയ്ക്കിടെ ഫോൺ വിളിച്ച് മരുന്നു കഴിക്കാൻ ഓർമ്മിപ്പിക്കും. ഒരു തവണ പൊറുത്തിരുന്നെങ്കിൽ......ഫാത്തിമയുടെ ജീവിതം ഈ വിധം നരകമാവില്ലായിരുന്നു. രണ്ടുപേരും തെറ്റുകാരാണ്. പെണ്ണായതുകൊണ്ട് ഫാത്തിമയുടെ തെറ്റുമാത്രം എല്ലാവരും പെരുപ്പിച്ചു കാണുന്നു. ഒന്നും ഓർക്കരുതെന്ന് എന്നും കരുതും. എന്നാലും മനസ്സു പിടിവിട്ടുപോകും. ഇപ്പോഴത്തെ ഭാര്യ നല്ല സ്ത്രീയാണെന്ന് അഫ്സലും എഴുതിയിരുന്നു. അവനേയും ബാപ്പയേയും നന്നായി അന്വേഷിക്കാറുണ്ട്. അവന് സന്തോഷമാണ് എന്നൊക്കെ എഴുതാറുണ്ട്. അഫ്സലിന്റെ എഴുത്തുവരാൻ തുടങ്ങിയതോടെയാണ് ഷറഫ് കൂടുതൽ അകന്നത്. അഫ്സലിന്റെ കത്തു കാണുമ്പോഴേ മുഖം കറുക്കും. എല്ലാ കത്തുകളും കാണിച്ചു കൊടുക്കാറുണ്ട്. മറുപടിയും വായിച്ചു നോക്കിയിട്ടേ പോസ്റ്റ് ചെയ്യാറുള്ളൂ. എന്നാലും അതേചൊല്ലി വഴക്കിടാതെ സമാധാനമില്ല.

ഓഫീസിലേക്കെന്നും പറഞ്ഞ് ഇറങ്ങിയിട്ട് ഇടയ്ക്ക് പതുങ്ങി വീട്ടിൽ കയറി വരുക ഈയിടെ തുടങ്ങിയ പതിവാണ്. വീട്ടിലുണ്ടോ എന്നറിയാനുള്ള അടവാണ്. ഒരു ദിവസം മനസ്സ് വല്ലാതെ ഇളകിയപ്പോൾ ഷരീഫയെ ഒന്നു ചെന്നു കാണണമെന്നു തോന്നി. രണ്ടാമതൊന്നാലോചിക്കാതെ ഒരു ടാക്സി പിടിച്ചു പുറപ്പെട്ടു. പോയ അതേ ധൃതിയിൽ തിരിച്ചെത്തുകയും ചെയ്തു. വാതിൽ കാവൽ നില്ക്കുന്ന ഷറഫിനെ കണ്ട് വല്ലാതായി. ഒറ്റയ്ക്ക് ഒരിടത്തും ഇറങ്ങരുതെന്ന താക്കീതോർത്ത് ഞടുങ്ങി. കണ്ടതും പിടിച്ച് വലിച്ച് അകത്തിട്ട് പൊതിരെ തല്ലി. അടുത്ത വീട്ടുകാരി കാണുകയും ചെയ്തു. എന്തെങ്കിലും പറയാനുള്ള അവസരംപോലും തന്നില്ല.

"പഴയ പരിപാടി തുടങ്ങാനാ ഭാവം? ഞാൻ അബ്ദുള്ളയെപ്പോലെ മണ്ടനല്ല. അവനുള്ളപ്പോഴല്ലേ നീ എന്റെകൂടെ തെണ്ടി നടന്നത്? പക്ഷേ, എന്നെ അതിനു കിട്ടില്ല."

ഷരീഫയുടെ വീട്ടിൽപോയതാണെന്നു പറഞ്ഞിട്ട് കേട്ടതേയില്ല. അവസാനം മകനെക്കൊണ്ട് ഷരീഫയെ വിളിപ്പിച്ചു. എന്നിട്ടും പിണക്കം മാറിയില്ല. പറയാതെ പോയതെന്തിന് എന്നായിരുന്നു ചോദ്യം. കുട്ടികളുടെ മുന്നിലിട്ടാണ് അപമാനിച്ചത്. എന്നും അതാണ് പതിവ്. കുട്ടികളും ഇപ്പോൾ വിലവെയ്ക്കാതായിരിക്കുന്നു. തർക്കുത്തരം പറയാനും അവർക്ക് മടിയില്ലാതായിരിക്കുന്നു. നല്ലതുതന്നെ; ചെയ്ത തെറ്റിനുള്ള

ശിക്ഷ ഇവിടെവെച്ചുതന്നെ അനുഭവിച്ചു തീർത്താൽ പരലോകമെങ്കിലും നന്നായി കിട്ടും. കല്യാണം കഴിയുന്നതുവരെ ഒരു നേരത്തെ നിസ്കാരം മുടക്കാറില്ല. ദിവസവും രാവിലെ എഴുന്നേറ്റ് ഖുറ്ആൻ ഓതാതെ പഠിക്കാൻപോലും ബാപ്പ സമ്മതിക്കാറുമില്ല. ദുബായിലെത്തിയ ആദ്യനാളുകളിൽ എല്ലാം ചിട്ടയായിത്തന്നെ ചെയ്തിരുന്നു. സുഖവും സൗകര്യവും ഏറിയപ്പോൾ പടച്ചവനെ മറന്നില്ലേ? എല്ലാ ചിട്ടകളും തെറ്റി. ഇവിടെ എത്തിയതിനുശേഷവും ഒന്നിനും വലിയ ചിട്ടയൊന്നുമില്ലായിരുന്നു. തോന്നുമ്പോൾ നിസ്കരിക്കും. ഇന്നിപ്പോൾ എവിടേയും തുണയില്ലാതായപ്പോൾ പടച്ചവനെ മുറുകെ പിടിക്കുന്നു. നിസ്കാരം ഒരുനേരംപോലും മുടക്കാറില്ല. ചെയ്തത് തെറ്റാണെങ്കിൽ പൊറുത്തുതരണേ എന്നു തേടാത്ത ദിവസങ്ങളുമില്ല. അതിനും പരിഹസിക്കാറുണ്ട്.

"പടച്ചോനെ സോപ്പിടണ്ട. നീ ചെയ്തതിനൊക്കെ അവിടെ രേഖകളുണ്ട്."

കുട്ടികളെ ഖുറ്ആൻ പഠിപ്പിക്കണമെന്ന വിചാരംപോലുമില്ല. വല്ലാതെ ശല്യപ്പെടുത്തിയപ്പോൾ ഒരു വയസ്സൻ മൗലവിയെ വെച്ചിരുന്നു. അയാൾ പോയതോടെ പഠിത്തവും തീർന്നു.

"വയസ്സൻ മൗലവിമാരെ കിട്ടണ്ടേ?"

എന്നാണ് ചോദ്യം. അതും അവൾക്കിട്ടുള്ള കുത്താണ്. ചെറുപ്പക്കാരെ വീട്ടിൽ കയറ്റിയാൽ ഫാത്തിമ വശീകരിച്ചെടുക്കും. ഫാത്തിമ ചീത്തയാണ്, അന്യപുരുഷന്മാരെ വളച്ചെടുക്കാൻ നടക്കുന്നവളാണ്. എന്തെല്ലാം അവൾ കേട്ടു! മതിയായി. എന്നിട്ടും ഇറങ്ങിപ്പോകാൻ സാധിക്കുന്നില്ല. അവളുടെ കാലുകൾക്കുള്ള ചങ്ങല അവൾ തന്നെ പണിതതല്ലേ? അതെങ്ങനെ പൊട്ടിക്കും? അവളുണ്ടാക്കിയ അപമാനം സഹിക്കാനാവാതെ ബാപ്പ പോയി. ഇനി ഉമ്മയെക്കൂടി അങ്ങോട്ടയക്കണോ? പിന്നെ ആരുണ്ടൊരു തുണ? ഇതെല്ലാം ഷറഫിനും അറിയാം. ചവിട്ടിമെതിച്ചാലും സഹിക്കയല്ലാതെ ഫാത്തിമയ്ക്കു നിവൃത്തിയില്ല. ആ ധാരണ തിരുത്തിക്കുറിക്കണമെന്ന് ഈയിടെ എന്നും തോന്നാറുണ്ട്. എല്ലാം കളഞ്ഞിട്ട് ഉമ്മയുടെ കൂടെ ചെന്നു താമസിക്കണം. ആരും അവളെ ഇറക്കിവിടില്ല. ആ വീട് അവൾക്കും അവകാശപ്പെട്ടതല്ലേ?

ഈയിടെയായി ഉമ്മ കിടപ്പിലാണെന്ന് ആങ്ങളമാർ രണ്ടുപേരും എഴുതിയിരുന്നു. അഷറഫിന്റെ കല്യാണത്തിനുപോലും പോകാൻ കഴിഞ്ഞില്ല. അവൻ പുതിയ വീടുവെച്ചു. ഉമ്മ ഒറ്റക്കായതുകാരണം മാറിത്താമസിച്ചിട്ടില്ല. ആ വീടുവിട്ട് എങ്ങോട്ടും പോകാൻ ഉമ്മ ഒരുക്കമല്ല. പറമ്പിൽ പണിയെടുപ്പിക്കുന്നതും തേങ്ങ പറിപ്പിക്കുന്നതും ഇപ്പോഴും ഉമ്മതന്നെ. തീരെ വയ്യെങ്കിലേ ഉമ്മ കിടക്കുകയുള്ളൂ.പാത്തൂത്തയ്ക്കും വയസ്സായിത്തുടങ്ങി. നാട്ടുകാരും ബന്ധുക്കളുമൊക്കെ സഹായത്തിനുണ്ടെങ്കിലും ഉമ്മയ്ക്കും ഒറ്റപ്പെട്ടതായി തോന്നുന്നുണ്ടാകും. ബാപ്പയുടെ മയ്യത്തുപോലും കാണാനുള്ള യോഗമുണ്ടായിരുന്നില്ല. ഒരു മകൾക്ക്

ഇതിൽ കൂടുതൽ എന്തുശിക്ഷയാണ് കിട്ടാനുള്ളത്? ഇനിയുള്ള കാലം ഉമ്മയേയും ശുശ്രൂഷിച്ച് നാട്ടിൽത്തന്നെ കൂടിയാലെന്താ? മക്കൾക്കുവേണമെങ്കിൽ കൂടെ വരാം? അത്യാവശ്യസൗകര്യങ്ങളൊക്കെ ഇപ്പോൾ അവിടെയുമുണ്ട്. വരുമോ അവർ? ഷറഫ് സമ്മതിക്കുമോ? വെറുതേ മോഹിക്കാമെന്നുമാത്രം. അവളുടെ വീട്ടുകാർ അയാൾക്കിന്നും ശത്രുക്കളാണ്. അവർക്ക് അബ്ദുള്ളയോടാണ് കൂറ് എന്നാണ് പരാതി. അവൾ നാട്ടിൽ പോകാനിറങ്ങുന്നതുതന്നെ അദ്ദേഹത്തെ കാണാനാണെന്നാണ് ഷറഫിന്റെ പക്ഷം.

"നിന്റെ മനസ്സിൽ ഇപ്പോഴും അവനല്ലേ നായകൻ? ഞാൻ വില്ലനല്ലേ?"

എന്നാണ് ചോദ്യം. അതു നേരാണെന്ന് ചിലപ്പോൾ തോന്നാറുണ്ട്. അദ്ദേഹത്തെക്കുറിച്ച് ആലോചിക്കുമ്പോൾ മനസ്സിൽ നിറവ്. ഷറഫിന്റെ കുത്തുവാക്കുകളും പരാതികളും അദ്ദേഹത്തെക്കുറിച്ചുള്ള ഓർമ്മ കൂടുതൽ മികവുറ്റതാക്കുന്നു. ഷറഫ് ഇത്തിരി സ്നേഹവും അലിവും കാണിച്ചിരുന്നെങ്കിൽ മനസ്സിൽനിന്ന് അദ്ദേഹത്തെ എന്നേ തുടച്ചു മാറ്റാമായിരുന്നു? പഴയതൊക്കെ മറന്നിട്ടാണ് ഷറഫിന്റെ കൂടെ ഇറങ്ങിത്തിരിച്ചത്. പക്ഷേ മറക്കാൻ അനുവദിക്കില്ലെന്നുവെച്ചാൽ? പഴയകാര്യം ചിക്കിപ്പരത്താത്ത ഒരു രാവുപോലുമില്ല. രണ്ടുപേരും അവളോടു തെറ്റുചെയ്തു. ഒരു പാവം പെണ്ണാണ് ക്ഷമിച്ചുകളയാം എന്നു രണ്ടുപേർക്കും തോന്നിയില്ല. കൂട്ടിയും കിഴിച്ചും നോക്കിയാൽ എന്തുണ്ട് നേട്ടം? വേദന മാത്രം. വേദന പങ്കുവെയ്ക്കാൻപോലും ഇന്ന് ഒരാളും കൂടെയില്ല. പ്രായത്തേക്കാൾ മനസ്സിന് ക്ഷീണം ബാധിച്ചിരിക്കുന്നു. ജീവിതം മതിയായെന്ന തോന്നൽ നാൾക്കുനാൾ ഏറുകയാണ്. ഒന്നിനോടുമില്ല മമത. ഈ പെരുമാറ്റം തന്നെയായിരിക്കാം ഷറഫിനെയും മടുപ്പിക്കുന്നത്. അയാൾക്കുവേണ്ടത് കാമുകിയായ ഫാത്തിമയെയാണ്. അണിഞ്ഞൊരുങ്ങി അയാളെ മാത്രം കാത്തിരിക്കുന്ന ഫാത്തിമ. ഷറഫിനല്ലാതെ മറ്റാർക്കും അവിടെ സ്ഥാനമുണ്ടാകാൻ പാടില്ല. അയാൾ ഓഫീസിൽനിന്ന് എത്ര വൈകി എത്തിയാലും അവൾ ഉണ്ണാതെ, ഉറങ്ങാതെ കാത്തിരിക്കണം. ഒന്നു മയങ്ങിപ്പോയാൽ, വാതിൽ തുറക്കാൻ താമസിച്ചാൽ ഒക്കെ അയാൾ അരിശപ്പെടും. അയാളുടെ കാര്യങ്ങളിൽ അവൾക്ക് ഒട്ടും താല്പര്യമില്ല എന്ന പരാതി കേട്ടു മടുത്തു. പണ്ട് ഓഫീസ് പാർട്ടികളിൽ മാത്രമേ മദ്യം കഴിച്ചിരുന്നുള്ളൂ. ഈയിടെയായി എന്നും മദ്യപിച്ചിട്ടാണ് വീട്ടിലെത്തുന്നത്. അതിനും കുറ്റം അവൾക്കുതന്നെ. വീട്ടിൽ സ്വൈരമില്ലാത്തതുകൊണ്ട് മദ്യപിക്കുന്നു.

"നീ എപ്പോഴും അവനേയും ധ്യാനിച്ചല്ലേ ഇരിപ്പ്? എന്നെ ആർക്കു വേണം? ഞാൻ അടുത്തെത്തിമ്പോഴേക്ക് നീ മഞ്ഞുകട്ടയാകുന്നു. എനിക്കു ജീവിതം മടുത്തിട്ടില്ല. എന്റെ ആദ്യത്തെ വിവാഹമാണ്."

കുത്തുവാക്കുകൾ ഇപ്പോൾ മനസ്സിനെ നീറ്റാറില്ല. അയാളെ കാണുമ്പോൾ ശരീരം കൂടുതൽ തണുത്തുറയുമെന്നുമാത്രം. ഇരുട്ടത്തു മാത്രം സ്നേഹം കാണിച്ചാൽ മനസ്സു കേൾക്കണ്ടേ. "ആ പേര് നിങ്ങ

ളിനി പറയരുത്. ആ പേരു പറയാൻ എനിക്കും നിങ്ങൾക്കും അർഹത യില്ല. നമ്മൾ രണ്ടുപേരുംകൂടി അദ്ദേഹത്തെ ചതിച്ചു."

ഒരിക്കൽ സഹികെട്ടപ്പോൾ പറയാതിരിക്കാൻ കഴിഞ്ഞില്ല. അന്ന് ശരീരം ശരിക്കും നൊന്തു. പക്ഷേ മനസ്സൊട്ടും നൊന്തില്ല. ഒരുതരം കുമ്പസാരമായിരുന്നു അത്. ഈ രീതിയിൽപോയാൽ കുടുംബത്തിന്റെ തായ് വേരിനു ഇളക്കംതട്ടാൻ അധികനാൾ വേണ്ടിവരുമെന്നു തോന്നു ന്നില്ല. അതിനുവേണ്ടി കാത്തിരിക്കണമോ എന്ന ചോദ്യമാണ് ഇപ്പോൾ മനസ്സു നിറയെ. ഇല്ല, മക്കളെ പിരിഞ്ഞ് വീണ്ടുമൊരു ജീവിതം....... ആ വില്ല. എന്തും സഹിച്ച് ചടഞ്ഞുകൂടുകതന്നെ.

പെട്ടെന്നു വയറുവേദന അസഹ്യമായി. വേദനയ്ക്കുള്ള ഗുളിക കൈയെത്തിച്ചെടുത്തു വായിലിട്ടു. ജഗ്ഗിൽനിന്നു വെള്ളം കുടകുടെവാ യിലൊഴിച്ചു. ശരീരമാസകലം പടർന്നു. ശരീരം തളരുന്നു...അറിയാതെ മയക്കം കണ്ണുകളെ മൂടി.

ഉറക്കെയുള്ള മണിമുഴക്കം കേട്ടാണ് കണ്ണു തുറന്നത്. നിർത്താതെ യുള്ള മണിയൊച്ച വല്ലാതെ ഭയപ്പെടുത്തി. എവിടെയാണ്? ആരാണ് മണി മുഴക്കുന്നത്? പിന്നീട് സ്ഥലകാലബോധമുണ്ടായി ഷറഫ് എത്തി യിരിക്കുന്നു. ഇന്നത്തേക്ക് വഴക്കിനുള്ള.........

പത്ത്

ഷറഫും കുട്ടികളും പോയപ്പോൾ ആശ്വാസമാണ് തോന്നിയത്. ഈയിടെ എന്നും ഇങ്ങനെയാണ്. ഒറ്റക്കിരിക്കാനാണ് ഇഷ്ടം. ബാൽക്കണിയിലെ കസേരയിലിരുന്നപ്പോൾ തളർച്ച. എന്നും രാവിലെ നേരത്തേ ഉണരാറുള്ളതാണ്. ഇന്നുണർന്നപ്പോൾ വൈകി. കഠിനമായ വയറുവേദന കാരണം രാത്രി മുഴുവൻ കിടക്കയിൽ കിടന്നു പുളയുകയായിരുന്നു. അതു വകവെയ്ക്കാതെ ഷറഫ് ശൃംഗാരത്തിനു വന്നപ്പോൾ സഹികെട്ട് എന്തൊക്കെയോ പുലമ്പി.

"ഞാൻ അടുത്തുവരുന്നതുപോലും നിനക്കിപ്പോൾ സഹിക്കാൻ കഴിയുന്നില്ല അല്ലേ? അതാണ് നിത്യവും രാത്രിയാവുമ്പോൾ വിട്ടുമാറാത്ത വയറുവേദന. എല്ലാം ഞാൻ അറിയുന്നുണ്ട്. നിന്റെ പഴയ ഭർത്താവിന്റെയത്ര പോരായിരിക്കും."

മദ്യത്തിൽകുഴഞ്ഞ വാക്കുകൾ. എന്തൊക്കെയോ വിളിച്ചു കൂവണമെന്നുണ്ടായിരുന്നു. പക്ഷേ ഒന്നും മിണ്ടാതെ പിടഞ്ഞെഴുന്നേറ്റ് മാറികിടക്കുകയാണുണ്ടായത്. വേദനസംഹാരി രണ്ടു ഡോസ് കഴിക്കുകയും ചെയ്തു. അതോടെ മയങ്ങിപ്പോയി. നേരം വെളുത്തപ്പോൾ കണ്ണുതുറക്കാൻപോലും വിഷമം. എന്നിട്ടും പിടഞ്ഞെഴുന്നേറ്റു. ബാപ്പയും മക്കളും ഇറങ്ങുന്നതുവരെ എങ്ങനെയോ പിടിച്ചു നിന്നതാണ്.ഭക്ഷണം ഒട്ടും വേണ്ട. അതിന്റെ തളർച്ചയും ഉണ്ട്. വേദന അധികമായിട്ട് ദിവസങ്ങൾ ഏറെയായി. വേദന അഭിനയമാണെന്നാണ് ഷറഫ് പറയുന്നത്. ഒരു ഡോക്ടറെ കാണിക്കാനുള്ള സന്മനസ്സുപോലും ഇതുവരെ കാണിച്ചില്ല.

"എല്ലാം എന്റെ നാട്യമാണ്. സമ്മതിച്ചു. എന്റെ പഴയ ഭർത്താവായിരുന്നെങ്കിൽ നാട്യമാണെന്നറിഞ്ഞുകൊണ്ടുതന്നെ ഡോക്ടറെ

കാണിച്ചേനെ. ആ മനസ്സ് നിറയെ സ്നേഹമായിരുന്നു."

സങ്കടം സഹിക്കാൻ കഴിയാതെ പറഞ്ഞുപോയി.

"അതിനെന്താ പൊന്നാര അനിയത്തിയും ഭർത്താവും ഓടിയെത്തി ഡോക്ടറെ കാണിച്ചില്ലേ?"

"അവരൊക്കെ മനുഷ്യരാണ്. അന്യരുടെ വേദന മനസ്സിലാക്കാൻ കഴിവുള്ളവർ."

"ഞാൻ മനുഷ്യനല്ല. കാട്ടാളനാണ്. നീയും നിന്റെ ആൾക്കാരും ആ രീതിയിലാണ് എന്നോട് പെരുമാറുന്നത്. നിന്നെ തലയിലേറ്റാൻ തുനിഞ്ഞപ്പോൾ ഇത്രയൊന്നും ഓർത്തില്ല. മതിയായി."

വായിൽത്തോന്നിയത് വിളിച്ചു പറഞ്ഞുകൊണ്ടിരുന്നു. തലയണ കൊണ്ട് മുഖമടച്ച് കരച്ചിലടക്കി കിടന്നു. കൂടുതലെന്തെങ്കിലും പറഞ്ഞാൽ ശരീരം നോവും.

അസുഖമാണെന്ന് കേട്ട് ഓടിയെത്തി ഷരീഫ ഡോക്ടറെ കാണിച്ചതാണ് കുറ്റമായത്. രണ്ടാഴ്ച മുമ്പു നടന്ന സംഭവമാണ്. എങ്കിലും ഒന്നും മനസ്സിൽ നിന്നു മായുന്നില്ല. പെട്ടെന്നു വയറുവേദന അധികമായി. ആയ മാത്രമേ അപ്പോൾ വീട്ടിലുണ്ടായിരുന്നുള്ളൂ. അവർ തിളച്ച വെള്ളം വാട്ടർബോട്ടിലിൽ നിറച്ച് ചൂടുപിടിച്ചു തന്നു. എന്നിട്ടും ഒട്ടും കുറഞ്ഞില്ല. അതിനിടയിലാണ് ഫോണടിച്ചത്. എഴുന്നേൽക്കാൻ വയ്യാത്തതിനാൽ ആയ തന്നെയാണ് ഫോണെടുത്തത്. ശരീഫയാണെന്നറിഞ്ഞപ്പോൾ ഉടനെ എത്തണമെന്നായി. അവൾ വന്നാൽ അതിനെച്ചൊല്ലി ഇത്താത്ത കുത്തുവാക്കുകൾ കേൾക്കേണ്ടിവരുമെന്ന് അവൾക്കുമറിയാം. സുഖമില്ലന്നറിഞ്ഞപ്പോൾ അവൾ ഓടിയെത്തി. വേദനകൊണ്ട് പിടയുന്നത് കണ്ടാണ് അവൾ സമദിനെ ഫോൺചെയ്തു വരുത്തിയത്. സമദ് ഒരു കമ്പനിയിലെ ഉയർന്ന ഉദ്യോഗസ്ഥനാണ്. എപ്പോഴും തിരക്ക്. എന്നിട്ടും ഇത്താത്തയ്ക്കു സുഖമില്ലെന്ന് ഷരീഫ വിളിച്ചു പറഞ്ഞപ്പോൾ ഉടനെ എത്തി. അവർ രണ്ടുപേരും നിർബന്ധിച്ചതുകൊണ്ടാണ് ആസ്പത്രിയിൽ പോയത്. സമദിന് അറിയുന്ന ഡോക്ടറായതുകൊണ്ട് വിശദമായി പരിശോധിച്ച് മരുന്നിനു കുറിച്ചു തന്നു. തല്ക്കാലം പേടിക്കാനൊന്നുമില്ല. പക്ഷേ സൂക്ഷിക്കണം. മരുന്നും ഭക്ഷണവും സമയം തെറ്റാതെ കഴിക്കണം. മനസ്സു വിഷമിപ്പിക്കരുത് എന്നൊക്കെ താക്കീത് ചെയ്തിട്ടാണ് വിട്ടത്.

എക്സറേയുടെയും മറ്റും ബില്ല് സമദ് തന്നെയാണ് കൊടുത്തത്. മരുന്നും വാങ്ങിച്ചുതന്നു. ഷറഫ് വരുന്നതിനുമുമ്പേ അവരെ പറഞ്ഞയക്കാൻ ശ്രമിച്ചതാണ്. ഷരീഫ കൂട്ടാക്കിയില്ല. വൈകുന്നേരംവരെ അവൾ കൂടെ ഇരുന്നു. ചോറും കറികളുമൊക്കെ അവൾതന്നെയാണ് ഉണ്ടാക്കിയത്. വൈകുന്നേരം വരാമെന്നു പറഞ്ഞ് സമദ് ഊണും കഴിച്ച് ഇറങ്ങി. വൈകുന്നേരം നേരത്തേ എത്തുകയും ചെയ്തു. ഷറഫ് ഓഫീസിൽ നിന്നെത്തുമ്പോൾ സമദ് സ്വീകരണമുറയിൽ ഇരിക്കുന്നുണ്ടായിരുന്നു. ഷരീഫ അടുക്കളയിൽ രാത്രിയിലേക്കുള്ള ആഹാരം ഒരുക്കുകയായിരു

ന്നു. ഒന്നും വേണ്ടെന്ന് അവളോട് പറഞ്ഞതാണ്. ഷറഫിനെ നന്നായി അറിയാവുന്നതുകൊണ്ടാണ് തടയാൻ ശ്രമിച്ചത്. മുഖത്തുനോക്കി അപമാനിക്കാനും മടി കാണിക്കില്ലെന്ന് ഉറപ്പായിരുന്നു. പേടിച്ചതുതന്നെ സംഭവിച്ചു. മുഖം കൊട്ടപോലെ ആക്കിക്കൊണ്ടാണ് കയറി വന്നത്. സമദിനോട് ഒന്നും മിണ്ടിയതുപോലുമില്ല. ഷറഫിനെ കണ്ടതും ഷരീഫ യാത്ര ചോദിച്ചു.

"ഇത്താത്തയ്ക്ക് ഒട്ടും സുഖമില്ലെന്ന് ആയ പറഞ്ഞിട്ടാ ഞാൻ വന്നത്. ഡോക്ടറെ കാണിച്ചു. അൾസറാണെന്നാണ് പറഞ്ഞത്. മരുന്നും ഭക്ഷണവും കൃത്യമായി കൊടുക്കണമെന്നു പറഞ്ഞിട്ടുണ്ട്."

ഷരീഫയെ തറപ്പിച്ചൊന്നു നോക്കിയതല്ലാതെ എന്തെന്നോ ഏതെന്നോ ചോദിച്ചില്ല. എന്നിട്ടും സമദ് മുഷിഞ്ഞില്ല.

"ടെൻഷൻ കാരണമാണ് അസുഖം ഏറിയതെന്നാണ് ഡോക്ടർ പറഞ്ഞത്. ടെൻഷൻ കുറയ്ക്കണം."

"എന്നാൽ സ്വന്തം വീട്ടിൽകൊണ്ടുപോയി നിർത്തിക്കോ. ഇവിടെ ഇങ്ങനെയൊക്കെയേ ആവൂ."

"അവർ വരുമെങ്കിൽ കൊണ്ടുപോകാം. എന്റെ ഭാര്യയുടെ ഇത്താത്ത എനിക്കും ഇത്താത്ത തന്നെ."

സമദിന്റെ സ്വരവും കടുത്തു. ഏറ്റുമുട്ടലിനുള്ള ഭാവമാണെന്നു കണ്ടപ്പോൾ ഷരീഫയെ ദയനീയമായി നോക്കി.

"നിങ്ങള് വരുന്നുണ്ടോ? കുട്ടികളെത്തിക്കാണും."

അവൾ .യാത്രപോലും ചോദിക്കാതെ പുറത്തിറങ്ങി. സമദ് പക്ഷേ ചോദിച്ചിട്ടാണ് ഇറങ്ങിയത്.

"സോറി."

ഒരുവിധം പറഞ്ഞൊപ്പിച്ചു.

"സാരമില്ല."

സമദ് സമാധാനിപ്പിച്ചു.

അവർ ഇറങ്ങിയതും ശകാരം തുടങ്ങി.

"സുഖമില്ലെങ്കിൽ ആദ്യം എന്നെയല്ലേ വിവരമറിയിക്കേണ്ടത്? എവിടേയും എന്നെ താഴ്ത്തിക്കെട്ടണമെന്നാണ് നിനക്ക്. അനിയത്തിയുടെ ഭർത്താവിന്റെ സഹതാപം കിട്ടണം. ലോകത്തുള്ള സകലപുരുഷന്മാരുടേയും മനസ്സലിയിക്കാൻ നിനക്ക് പ്രത്യേകം കഴിവുതന്നെ. ഞാൻ നിന്നെ തട്ടിക്കൊണ്ടുവന്ന് അന്യനാട്ടിലിട്ട് അപമാനിക്കുന്നു. കഷ്ടപ്പെടുത്തുന്നു. ഇതല്ലേ നീ നാടു മുഴുക്കെ കൊട്ടിഘോഷിക്കുന്നത്. കാണിച്ചുതരാം നിനക്ക്."

ഉറഞ്ഞുതുള്ളുന്നത് കണ്ടപ്പോൾ അടക്കിനിർത്തിയ അരിശം അണപൊട്ടി.

"ഹേ മനുഷ്യാ ഞാനാരെയും ഫോൺ വിളിച്ചില്ല. അവളിങ്ങോട്ടു വിളിച്ചപ്പോൾ ആയയാണ് ഫോണെടുത്തത്. ഞാൻ വേദന സഹി

ക്കാതെ പിടയുകയാണെന്നു കേട്ടപ്പോൾ അവൾക്കു വരാതിരിക്കാൻ കഴിഞ്ഞില്ല. ഒന്നുമില്ലെങ്കിലും ഞങ്ങളുടെ രണ്ടുപേരുടെയും ചോര ഒന്ന ല്ലേ. ഞാൻ എത്രയോ ദിവസമായല്ലോ ഇവിടെക്കിടന്നു പുളയുന്നു. ഒരു ഡോക്ടറെ കാണിക്കാൻ നിങ്ങൾക്ക് തോന്നിയില്ലല്ലോ. അയാൾ തറവാ ട്ടുകാരനായതുകൊണ്ടാ നിങ്ങളുടെ കൊള്ളിവാക്കു കേട്ടിട്ടും ഒന്നും മിണ്ടാതെ ഇറങ്ങിപ്പോയത്."

"ഞാൻ തറവാട്ടുകാരനല്ല. എനിക്കു സംസ്കാരവുമില്ല. എന്നിട്ടും നീയെന്തിനാ എന്റെകൂടെ ഇറങ്ങിത്തിരിച്ചത്? അന്ന് ഭർത്താവ് ആട്ടിയിറ ക്കിയപ്പോൾ രണ്ടു കൈയ്യും നീട്ടി സ്വീകരിക്കാൻ ഞാനേ ഉണ്ടായിരുന്നു ള്ളു. അത് മറന്നാ നീ പെരുമാറുന്നത്."

"ഒന്നും മറക്കാൻ കഴിയാത്തതാണ് എന്റെ തെറ്റ്. കൂടുതലൊന്നും ഞാൻ പറയുന്നില്ല. ഇനി അന്ത്യശ്വാസം വലിച്ചു കിടന്നാലും മറ്റൊ രാളേയും അറിയിക്കില്ല. ഡോക്ടറെ കാണാനും പോവില്ല. മരുന്നും കഴി ക്കില്ല. പോരേ? തല്ക്കാലം എനിക്കു നല്ല വേദനയുണ്ട്. എനിക്കിപ്പോൾ ഒന്നിനും വയ്യ. കുറച്ചുനേരംകിടക്കുണം."

പുതപ്പുകൊണ്ട് തലവഴി മൂടി.

"അപ്പോ ഞങ്ങളിന്നു പട്ടിണി കിടക്കട്ടെന്നോ?"

ഒന്നും മിണ്ടാൻ തോന്നിയില്ല.

"നീ കാരണം എന്റെ ജീവിതമാണ് നരകമായത്.സ്വൈരമായിട്ടൊ ന്നുറങ്ങിയ നാളു മറന്നു. നാശം."

പിറുപിറുത്തുകൊണ്ട് മദ്യക്കുപ്പിയുമായി ബാൽക്കണിയിലേക്കു നടക്കുന്നത് പുതപ്പിനടിയിൽകൂടി കണ്ടു. എന്നിട്ടും അനങ്ങാതെ കിട ക്കാനാണ് തോന്നിയത്. ഒട്ടും വയ്യായിരുന്നു. കുട്ടികൾ വന്നതും അടുക്ക ളയിൽ കയറി തപ്പുന്നതും അറിഞ്ഞു. ഷരീഫ എല്ലാം റെഡിയാക്കിവച്ചി ട്ടാണ് പോയതെന്നറിയാം. അവർ ഭക്ഷണം കഴിച്ച് കളിക്കാനിറങ്ങി. ഉമ്മ എന്തിനാ കിടക്കുന്നതെന്നുപോലും ചോദിച്ചില്ല. അവർ തിരിച്ചു വന്ന് പഠിക്കാനിരുന്നതും ബാപ്പയും മക്കളും ആഹാരം കഴിക്കുന്നതുമൊക്കെ അവൾ അറിയുന്നുണ്ടായിരുന്നു.

"ഉമ്മാക്ക് വേണ്ടേ?"

മോനു ചോദിച്ചു.

"എടാ മിണ്ടല്ലേ. മമ്മി ഡാഡിയുമായി പിണങ്ങി കിടക്കുകയായിരി ക്കും. എന്തെങ്കിലും ചോദിച്ചാൽ പിന്നെ നമ്മള് കുടുങ്ങും." ഹാരിസ്.

ഷറഫ് ഒന്നും മിണ്ടിയതേയില്ല. ഒന്നു വന്നുനോക്കുകയോ എന്തെ ങ്കിലും വേണമോ എന്നു ചോദിക്കുകയോ ചെയ്തില്ല. തൊണ്ടവരളുന്നു ണ്ടായിരുന്നു. ഒരു ഗ്ലാസ്സ് തണുത്ത പാൽ കിട്ടിയെങ്കിൽ വയറിലെ കാ ളൽ അടങ്ങിയേനെ. എഴുന്നേൽക്കാൻ വയ്യ. ശരീരം തളരുന്നു. കൈ എത്തിച്ച് മേശപ്പുറത്തിരുന്ന ജഗ്ഗിൽ നിന്നു വെള്ളം കുടുകുടെക്കുടിച്ചു. ഗുളിക കഴിച്ചതുകൊണ്ടാകാം പെട്ടെന്നുറങ്ങിപ്പോയി.

മരുന്നു കഴിച്ചപ്പോൾ വേദനയ്ക്ക് ആശ്വാസം കിട്ടിയെങ്കിലും

തളർച്ചയും ക്ഷീണവും വിട്ടുമാറിയില്ല. മനസ്സിനായിരുന്നു കൂടുതൽ തളർച്ച. എപ്പോഴും കിടക്കാനാണ് മോഹം. അതു വകവെയ്ക്കാതെ വീട്ടുജോലികൾ പതിവുപോലെ ചെയ്തു. എന്നിട്ടും ആർക്കുമില്ല തെളിച്ചം.

"മമ്മിന്റെ സൂക്കേടെപ്പളാ മാറുന്നത്?"

മോനു മാത്രം ഇടക്കിടെ ചോദിച്ചു.

"എന്തിനാ മോനേ?"

ആദ്യം കേട്ടപ്പോൾ സന്തോഷത്തോടെ ചോദിച്ചു.

"നല്ലതെന്തെങ്കിലും തിന്നണമെങ്കിൽ മമ്മിന്റെ വയറുവേദന മാറണ്ടേ?"

കേട്ടപ്പോൾ അതുവരെ തോന്നിയ സന്തോഷം കണ്ണീരായി. ഉള്ളം പുകഞ്ഞു.

"മമ്മിയുടെ വേദനകൾ മാറണമെങ്കിൽ ഡാഡിയെ കാണാതിരിക്കണം"

ഷറഫ് എരിതീയിൽ എണ്ണ ഒഴിക്കാനൊരു ശ്രമം നടത്തി. മിണ്ടിയാൽ നാക്കിനു നീളം പത്തുമുഴമെന്ന കുറ്റം. മിണ്ടാതിരുന്നാൽ അതും കുറ്റം.

"ഏതുനേരവും മുഖവും വലിച്ചുകയറ്റി കല്ലുപോലെ നടന്നോളും" എന്നാണ് അപ്പോൾ പരാതി. ഗുളിക കഴിച്ചപ്പോൾ നല്ല കുറവുണ്ടായിരുന്നു. ഗുളിക തീർന്നപ്പോൾ വാങ്ങുന്ന കാര്യം രണ്ടുമൂന്നു വട്ടം ഓർമ്മിപ്പിച്ചു. ഒരു മാസമെങ്കിലും മുടങ്ങാതെ ഗുളിക കഴിക്കണമെന്ന് ഡോക്ടർ പ്രത്യേകം പറഞ്ഞതാണ്. ഒരാഴ്ച കഴിഞ്ഞിട്ടും ഗുളിക കിട്ടിയില്ല. വേദന ഏറി. കൂടുതൽ കെഞ്ചാൻ തോന്നിയതുമില്ല. വേദന സഹിക്കാതായപ്പോൾ ആയയെ പറഞ്ഞയച്ചു മരുന്നു വാങ്ങിപ്പിച്ചു. പണം അലമാരയിൽ നിന്നാണ് എടുത്തത്. വൈകുന്നേരം വന്ന് അലമാര തുറന്നതും ബഹളം തുടങ്ങി.

"ആരാ എന്റെ അലമാരയിൽ നിന്ന് കാശെടുത്തത്?"

"ഞാനാ."

"ആവശ്യമുള്ളത് എന്നോടു ചോദിച്ച് വാങ്ങിച്ചൂടെ? ചോദിച്ചുവാങ്ങുന്നത് കുറച്ചിലായിരിക്കും."

"അങ്ങനെയൊന്നും കരുതിയില്ല. ഒരാഴ്ചയായി മരുന്ന് തീർന്നിട്ട്. പലവട്ടം ഓർമ്മിപ്പിച്ചതാ. തിരക്കിനിടയിൽ മറന്നതായിരിക്കുമെന്നു കരുതിയാ ആയയെക്കൊണ്ട് വാങ്ങിപ്പിച്ചത്. ഇനി ചോദിക്കാതെ എടുക്കില്ല. കുറച്ചു പണത്തിന് സലാമിക്കയ്ക്ക് എഴുതിയിട്ടുണ്ട്. കിട്ടായാൽ എടുത്ത പണം മടക്കിത്തന്നേക്കാം."

"എന്റെ കാടത്തരങ്ങൾ നാട്ടിലും എഴുതി അറിയിച്ചു അല്ലേ? മരുന്നു വാങ്ങാൻപോലും കാശു തരാത്ത ഭർത്താവ് എന്നാണോ എഴുതിയത്?"

"എന്നൊന്നും എഴുതിയില്ല. എന്റെ പേരിൽ എഴുതിവെച്ച പറമ്പിൽ നിന്ന് തേങ്ങ വിറ്റുകിട്ടുന്ന പണം ബാങ്കിലിടുകയാണ്. ആവശ്യംവന്നാൽ അറിയിക്കണമെന്ന് ഇക്ക എഴുതിയിരുന്നു. അതാ പണത്തിനെഴുതിയത്."

"'എന്തിനും നിനക്ക് ന്യായമുണ്ട്. ആദ്യഭർത്താവിനെ ഉപേക്ഷിച്ചതിനും നീ അക്കമിട്ട് കാരണങ്ങൾ നിരത്തിയതല്ലേ?'

"എനിക്കു പറയാനുള്ളത് പറയാനും പാടില്ലേ?"

"പറ.. നാടുമുഴുവൻ കേൾക്കേ വിളിച്ചുപറ. എനിക്കൊരു ചുക്കുമില്ല."

ആ മുഖത്തെ ശത്രുത കണ്ടപ്പോൾ അന്ധാളിച്ചു.

പെട്ടെന്നുള്ള ബെല്ലടി കേട്ടുഞെട്ടി. ഈയിടെയായി ഇങ്ങനെയാണ്. കോളിംഗ്ബെൽ മുഴങ്ങുമ്പോൾ ഞെട്ടിത്തെറിക്കുന്നു. ഒരു ദിവസം ഇതുപോലെ മണി മുഴങ്ങും. ചെന്നു വാതിൽ തുറക്കുമ്പോൾ മുഖംമൂടി അണിഞ്ഞ ഒരാൾ വന്ന് ബലമായി പിടിച്ചുകൊണ്ടു പോകുന്നതായി പലപ്പോഴായി സ്വപ്നം കാണുന്നു. അറച്ചാണ് വാതിൽ തുറന്നത്. ഡോബിയായിരുന്നു. തുണികൾ എണ്ണിക്കണക്കാക്കി പണം കൊടുക്കുമ്പോഴേക്ക് ആയ എത്തി. അലക്കാനുള്ള തുണികൾ അവർതന്നെ എണ്ണിയിട്ടു കൊടുത്തു. സുഖമില്ലാത്തതുകാരണം ആയ ഇപ്പോൾ തിരിക്കു കൂട്ടി ഓടാറില്ല. അത്യാവശ്യം അടുക്കണപ്പണിയിലും സഹായിക്കാറുണ്ട്. അന്യനാട്ടുകാരിയായ ആ തള്ളയ്ക്കുള്ള സഹതാപംപോലും സ്വന്തമെന്നു കരുതിയവർക്കില്ലല്ലോ എന്നോർക്കുമ്പോൾ വേദന ഏറുകയാണ്.

കുളിക്കാൻ കുളിമുറിയിൽ കയറിയപ്പോഴായിരുന്നു. അടുത്ത മണിയടി. നൈറ്റി അഴിക്കാൻ തുടങ്ങുകയായിരുന്നു. പെട്ടെന്നു വാതിൽ തുറന്നു പുറത്തിറങ്ങി. ഓടിചെല്ലുമ്പോഴേക്കും ആയ വാതിൽ തുറന്നിരുന്നു.

ആയയെ തറപ്പിച്ചു നോക്കി.

ടെലഗ്രാം മാജീ......

ഒപ്പിട്ടപ്പോൾ കൈയ് വിറച്ചു. എന്ത് അനിഷ്ടസംഭവമാണോ ആവോ? ഉമ്മ.............വിറച്ചുകൊണ്ടാണ് തുറന്നു വായിച്ചത്. അഫ്സലിന്റെതാണ്. അവൻ നാളെ എത്തുന്നു. എന്തോ ഇന്റർവ്യൂ ഉണ്ടത്രേ. മുഖം തെളിഞ്ഞു. എത്രയോ നാളുകൂടി ഉള്ളം തണുത്തു. കണ്ണിലെ തെളിച്ചം കണ്ടാകണം ആയ ചോദിച്ചു

ബാത്ത് ക്യാ ഹൈ മാജീ?

എന്തു പറയും? ആദ്യവിവാഹത്തിലെ മകൻ വരുന്നെന്നോ?

അവരുടെ മുന്നിലും താഴുകയോ? പരുങ്ങിക്കൊണ്ടു നിന്നപ്പോൾ ഉത്തരം നാക്കിൻതുമ്പിലെത്തി.

"മേരാ ഭായി ആ രഹാ ഹൈ."

അവരുടെ മുഖവും തെളിഞ്ഞു. സ്വന്തം മകനെ സഹോദരനാക്കുക. അതും ഫാത്തിമയുടെ വിധി. ഈ അവസരത്തിൽ ആരു വരുന്നതും സന്തോഷം തന്നെ. ഒരു മാറ്റം അത്യാവശ്യമാണ്. ഇല്ലെങ്കിൽ നീറിപ്പുകഞ്ഞ് ഫാത്തിമ ഇല്ലാതാകും. മുങ്ങിച്ചാകാൻനേരം വൈക്കോൽതുരുമ്പ് കിട്ടിയതുപോലുള്ള സന്തോഷം. കുളിക്കുമ്പോൾ ചുണ്ടിൽ മാപ്പിളപ്പാട്ടിന്റെ ഇശലുകൾ. ആഹാരത്തിനു പതിവില്ലാത്ത രുചി. ആയ പോയപ്പോൾ കട്ടിലിൽ കയറി കിടന്നു. മനസ്സിൽ വീണ്ടും സംശയങ്ങളുടെ നൂലാമാലകൾ.ഷറഫിനെ അറിയിക്കണോ? ഉമ്മയുടെ പരാധീനതകൾ അഫ്സൽ കാണാനിടയാവില്ലേ? അവൻ ആദ്യമായിട്ടാണ് ബോംബെയിൽ വരുന്നത്, ദിക്കും വഴിയുമൊന്നും അറിയില്ല. ഉമ്മയുണ്ടെന്ന ബലത്തിലാണ് ബാപ്പ അവനെ ഒറ്റക്കയച്ചിരിക്കുന്നത്. അവനെ കാണാൻ അവൾക്ക് ഒരവസരം ഒരുക്കിക്കൊടുത്തിരിക്കയാണ് അദ്ദേഹം. രാത്രിയിലാണ് വണ്ടിയെത്തുക. സ്റ്റേഷനിൽ ചെന്നു കൂട്ടിക്കൊണ്ടുവരണം. ഷറഫ് കൂടെവരില്ലെന്ന് ഉറപ്പാണ്. അവളോടു പോകണ്ടെന്നു പറയാനും മടിക്കില്ല. വീട്ടിൽ വിളിച്ചുകൊണ്ടുവന്നാൽ അവനോട് മര്യാദകെട്ടായിരിക്കും പെരുമാറുക. അറിയിക്കാതിരിക്കുന്നതായിരിക്കും ബുദ്ധി.എത്തിയിട്ട് അറിഞ്ഞാൽ മതി. അവനെ വിളിച്ചുകൊണ്ടു വരാൻ ഷരീഫയോട് പറയാം.

ഷരീഫയോട് കാര്യം പറഞ്ഞപ്പോൾ തേങ്ങലടക്കാൻ കഴിഞ്ഞില്ല.

“നിങ്ങളിനി അതോർത്ത് സൂക്കേട് ഏറ്റണ്ട. അവനെ ഞങ്ങള് വിളിച്ചുകൊണ്ടുവന്നോളാം. ഇവിടത്തന്നെ താമസിച്ചോട്ടെ. അവന്റെ കത്തുണ്ടായിരുന്നു.”

“എവിടെയാണ് ഇന്റർവ്യൂ”

“എയർഫോഴ്സിൽ. വളരെ നല്ല കോഴ്സാണെന്നാ കേട്ടത്.”

എന്റെ മോന് അവിടെ അഡ്മിഷൻ കിട്ടണേ.

മനസ്സറിഞ്ഞ് പ്രാർഥിച്ചു.

“ഹലോ..........ഇത്താത്ത കരയുകയാ?”

“അല്ല മോളേ.........സന്തോഷം സഹിക്കാനാവാതെ.........”

സ്വരമിടറി.

“ഞാൻ രാവിലെ അവിടെ വരാം.”

“അയാളോടു പറഞ്ഞിട്ടുവേണം വരാൻ.”

ഷരീഫ ഓർമ്മിപ്പിച്ചു.

ഫോൺവെച്ചതും പൊട്ടിക്കരഞ്ഞു. പാപിയായ ഈ ഉമ്മയെ നീ വെറുത്തില്ലല്ലോ മോനെ........ നിന്റെ ബാപ്പയും. സ്വന്തം സുഖത്തിനു വേണ്ടി പിള്ളയെ കളഞ്ഞിട്ടുപോന്ന മറ്റേതെങ്കിലും ഉമ്മ ഈ ഉലകിൽ വേറെ ഉണ്ടാകുമോ? അവനെന്തു പിഴച്ചു? എന്റെ മകൻ എത്രമാത്രം തീ തിന്നുകാണും? എന്നിട്ടും അവൻ ഉമ്മയെ വെറുക്കുന്നില്ലെന്ന് വിശ്വസിക്കാനാവുന്നില്ല. അള്ളാഹുവിന് ആയിരമായിരം സ്തുതി. വാസ്തവത്തിൽ സ്തുതിക്കേണ്ടത് അവന്റെ ബാപ്പയെയാണ്. മകന്റെ ഉള്ളിൽ

ഉമ്മയെക്കുറിച്ചുള്ള വിഷം കുത്തിവെക്കാത്തതിന്. നിന്റെ ഉമ്മ ചീത്തയാണ്. അന്യനൊരുത്തനുവേണ്ടി നമ്മെ ഉപേക്ഷിച്ചിട്ടുപോയവളാണ്. അങ്ങനെ എന്തെല്ലാം പറഞ്ഞുകൊടുക്കാമായിരുന്നു. ഒന്നും ചെയ്തില്ല. മാത്രമല്ല വളർത്തി വലുതാക്കിയിട്ട് ഉപേക്ഷിച്ചു പോയ ഉമ്മയെ കാണാൻ പറഞ്ഞയച്ചിരിക്കുന്നു. ആ കാലിൽ തൊഴണം. ഈ ബുദ്ധി നേരത്തെ തോന്നിയിരുന്നെങ്കിൽ മനസ്സു നന്നാക്കി തിരിച്ചുചെന്നാൽ സ്വീകരിക്കാൻ തയാറാണെന്ന് നാട്ടിലേക്കയച്ചപ്പോൾ ഇക്കാക്കയ്ക്ക് എഴുതിയിരുന്നു. ഉമ്മയും ബാപ്പയും ആവും മട്ട് നിർബന്ധിച്ചതാണ്. അപ്പോൾ വാശിയായിരുന്നു. ആട്ടിയിറക്കിയ പടിക്കലേക്ക് വിലകെട്ട് കേറിച്ചെല്ലാൻ അഭിമാനം സമ്മതിച്ചില്ല. ചെന്നാൽ പാതാളത്തോളം ചവിട്ടിത്താഴ്ത്തുമെന്ന് ഉറപ്പായിരുന്നു. എങ്കിലും ഇത്രയേറെ അനുഭവിക്കേണ്ടി വരുമായിരുന്നോ? ഇല്ല. ഇത്രയും താഴാൻ അദ്ദേഹത്തിനൊരിക്കലും സാധിക്കില്ല. ഫാത്തിമയുടെ കണ്ണീരു കണ്ടാൽ ആ മനസ്സലിയുമായിരുന്നു. ഇനിയിപ്പോൾ അതൊന്നും ആലോചിച്ചിട്ട് കാര്യമില്ല. നഷ്ടപ്പെടാനുള്ളതൊക്കെ നഷ്ടപ്പെട്ടു. വീണ്ടുമൊരു തിരിച്ചടി താങ്ങാനാവില്ല. ഷറഫും കുട്ടികളും മാത്രമാണ് ഇനിയുള്ള ജീവിതം. അതു മറക്കരുത് എന്ന് ആരോ ഉള്ളിലിരുന്നു താക്കീതു ചെയ്യുന്നതുപോലെ തോന്നി.

സങ്കടം കുറേശ്ശയായി ഒലിച്ചൊലിച്ചില്ലാതാകുന്നതുപോലെ. അഫ്സലിനെ കാണാം. എന്നോർത്തപ്പോൾ മനസ്സിൽ കുളിര്. മുഷിഞ്ഞിരിക്കാതെ മകനെ സ്വീകരിക്കാനുള്ള ഒരുക്കം കൂട്ടണം. എങ്ങനെയാണ് അവനെ സ്വീകരിക്കേണ്ടത്? വർഷങ്ങൾക്കുശേഷം കാണുകയാണ്. അവന്റെ ഇഷ്ടാനിഷ്ടങ്ങളൊക്കെ മാറിയിരിക്കും. എന്നാലും.... അതേ ഉമ്മയുണ്ടാക്കിയ കേക്ക് അവന് വളരെ പ്രിയമായിരുന്നു. എന്നും അവന് കേക്കുണ്ടാക്കിക്കൊടുക്കണമെന്നു പറഞ്ഞ് ശാഠ്യം പിടിക്കുമായിരുന്നു. ദുബായിയിൽ ചെന്നതിനുശേഷമാണ് കേക്കുണ്ടാക്കാൻ പഠിച്ചത്. അടുത്തവീട്ടിലെ മിസിസ് മാത്യൂസാണ് പഠിപ്പിച്ചു കൊടുത്തത്. ആദ്യം പലതവണ പിഴച്ചു. അപ്പോൾ വാശിയേറി. എന്നുമെന്നും ഓരോതരം കേക്കുണ്ടാക്കി ബാപ്പയേയും മകനേയും നിർബന്ധിച്ചു തീറ്റിച്ചു.

കേക്ക് വളരെ നന്നാകുന്നുണ്ട്. എന്നാലും മടുത്തു കേട്ടോ ഇനി വേറെ വല്ലതും ഉണ്ടാക്കാൻ പഠിക്ക്."

അവളെ മുഷിപ്പിക്കാത്ത രീതിയിലാണ് അദ്ദേഹം പറയുക.

കോക്കനട്ട് ബർഫിയും അഫ്സലിനു വളരെ ഇഷ്ടമായിരുന്നു. രണ്ടും ഉണ്ടാക്കുകതന്നെ. വെണ്ണയും മുട്ടയും ഒക്കെ ഉണ്ടോ ആവോ? ഫ്രിഡ്ജ് തുറന്നപ്പോൾ സമാധാനമായി. എല്ലാം ഉണ്ട്. ഇല്ലെങ്കിൽ താഴെ സ്റ്റോറിൽ ചെന്നു വാങ്ങേണ്ടി വരുമായിരുന്നു. ഇന്നവൾ അതിനും തയാറായിരുന്നു. ഉത്സാഹത്തോടെ ജോലി തുടങ്ങി. പഞ്ചസാര അളന്നെടുത്ത് മിക്സിയിലിട്ടു പൊടിച്ചു. വെണ്ണയും പഞ്ചസാരയും മയപ്പെടുത്തിയതിൽ മുട്ട പതച്ചു.മാവും എസ്സൻസും ചേർത്ത് കേക്ക് ടിന്നിൽ ഒഴിക്കുമ്പോഴാണ് ബെല്ലടി കേട്ടത്. ഇത്തവണ ബെല്ലടി കേട്ട് ഞെട്ടിയില്ല.

കേക്ക് മിക്സ് ഓവണിൽ വെയ്ക്കുന്നതിനിടയിൽ ക്ലോക്കിലേക്കു നോക്കി. മണി നാലു കഴിഞ്ഞിരിക്കുന്നു. ഹാരിസായിരിക്കും. ഓടിച്ചെന്ന് കതകു തുറന്നു.

"എത്രനേരായി ബെല്ലടിക്കുന്നു. മമ്മിക്ക് ചെവി കേൾക്കില്ലേ?"

"കേൾക്കാഞ്ഞിട്ടല്ല. കൈയ് ഒഴിവില്ലായിരുന്നു. മമ്മി കേക്കുണ്ടാക്കുകയായിരുന്നു."

"ഇന്നെന്താ വിശേഷം സൂക്കേടൊക്കെ മാറിയോ? ചായ വേഗംതാ. ക്രിക്കറ്റ് മാച്ചുണ്ട്."

ചായ തിളയ്ക്കുന്നതിനിടയിൽ അവൻ പലതവണ തിരക്കു കൂട്ടി.

"വെള്ളം തിളയ്ക്കട്ടെടാ."

"ഒന്നു വേഗം തരുന്നുണ്ടോ?"

അവൻ ചായകുടിച്ച് പുറത്തേക്കിറങ്ങിയപ്പോൾ ഒരു കേക്കുകൂടി ഉണ്ടാക്കി. കോക്കനട്ട് ബർഫിയും ഉണ്ടാക്കി വെച്ചപ്പോൾ സമാധാനമായി. ഷറഫും മോനുവും എത്താറായിരിക്കുന്നു. അവർക്ക് എരിവുള്ളതെന്തെങ്കിലുമാണ് ഇഷ്ടം. ഷറഫിനിഷ്ടമുള്ള ചൈനീസ് നൂഡിൽസ്തന്നെ ഉണ്ടാക്കിക്കളയാം. അതു പാത്രത്തിലാക്കുമ്പോഴേക്ക് മോനുവെത്തി. അവന് ചായകൂട്ടുമ്പോഴേക്ക് ഷറഫിന്റെ ബെല്ലടിയും കേട്ടു. മുഖം നിറയെ ചിരിയുമായാണ് കതകു തുറന്നത്. ഷറഫ് തറപ്പിച്ചൊന്നു നോക്കിയതല്ലാതെ ഒന്നും ചോദിച്ചില്ല. ഡ്രസ്സുമാറി എത്തിയപ്പോഴേക്ക് ചായ എടുത്തു. കേക്ക് രണ്ടും ഊണുമേശമേലായിരുന്നു വെച്ചത്. അതു കണ്ടാകണം ഷറഫിന്റെ മുഖത്ത് സംശയം.

"ഇന്നെന്താ വലിയ ഉന്മേഷത്തിലാണല്ലോ. ആരെ സല്ക്കരിക്കാനുള്ള പുറപ്പാടാ?"

"അഫ്സൽ വരുന്നുണ്ട്."

പറഞ്ഞുകഴിഞ്ഞപ്പോഴാണ് അബദ്ധമായെന്ന് ഓർത്തത്. ഒന്നും പറയേണ്ടെന്ന് ഉറപ്പിച്ചതാണ്. തന്നത്താൻ ശപിച്ചു. വിചാരിച്ചതുപോലെ ഷറഫിന്റെ ഭാവം മാറി. ആ മുഖം നിറയെ വെറുപ്പ്. കണ്ണുകൾ ചുവന്നു. മേശപ്പുറത്തെ പാത്രങ്ങൾ തട്ടിമാറ്റി എഴുന്നേറ്റ് അലറി.

"സുഖക്കേടൊക്കെ നാട്യമാണെന്ന് ഞാൻ പറയുന്നത് വെറുതെയാ? ആദ്യഭർത്താവിന്റെ സന്തതി വരുന്നെന്നറിഞ്ഞപ്പോൾ അവൾക്ക് വേദനയില്ല. മുഖത്തെ തെളിച്ചം കണ്ടില്ലേ? ഞാനും മക്കളും നിനക്കിപ്പോൾ ശത്രുക്കളല്ലേ? ഇതിനകത്തു കയറാൻ സമ്മതിക്കില്ല ഞാൻ കൊല്ലും........."

"ഇതിനകത്ത് കയറ്റില്ലല്ലോ ഞാനവനെ. നിങ്ങളുടെ മുന്നിൽപോലും അവൻ വരില്ല. പോരേ? പക്ഷേ, അവനെ കാണാൻ ഞാൻ ദിവസേന പോകും. ഷരീഫയുടെ വീട്ടിൽ. അതുമാത്രം അരുതെന്ന് പറയരുത്. കാലു ഞാൻ പിടിക്കാം. അവനും പത്തുമാസം എന്റെ വയറ്റിൽ കിടന്നതാണ്."

പറഞ്ഞപ്പോൾ തൊണ്ടയിടറി.

"എന്നിട്ട് അന്നെന്തെ അതൊന്നും ഓർക്കാതെ ഇറങ്ങിത്തിരിച്ചത്? എന്നോട് പകവീട്ടാനോ?"

ഒരുപാട് പറയാനുണ്ടായിട്ടും നാവനക്കിയില്ല. അവളെ കുത്തി നോവിക്കുക ഷറഫിന് ഇപ്പോൾ ഹരമാണ്. പരസ്പരം പൊരുതി മടുത്തു. അഫ്സൽ പോകുന്നതുവരെയെങ്കിലും മൗനവ്രതം അനുഷ്ഠിക്കുകതന്നെ. തികട്ടിവന്ന തേങ്ങലടക്കി. മേശപ്പുറത്ത് തട്ടിക്കമഴ്ത്തിയ പാത്രങ്ങൾ അടുക്കി. ചായ വീണ് മേശപ്പുറമാകെ വൃത്തികേടായിരിക്കുന്നു. മേശവൃത്തിയാക്കിയിട്ട് ഷറഫിന് രണ്ടാമതും ചായ ഇട്ടു കൊടുത്തു. അതു കുടിക്കുന്നതിനിടയിലും അയാൾ അവളെയും കുടുംബത്തെയും അടക്കി ദുഷിച്ചുകൊണ്ടിരുന്നു. അവൾക്ക് എന്നിട്ടും അനക്കമില്ലെന്നു കണ്ടാകണം അവസാനബോംബ് പൊട്ടിച്ചു.

"ഒരു കാര്യം പറഞ്ഞേക്കാം. മകനാണെന്നും പറഞ്ഞ് അവനേയും എഴുന്നള്ളിച്ച് എന്റെ പരിചയക്കാരുടെ ഇടയിലൊന്നും ചെല്ലരുത്."

"അവനതിന്റെ ആവശ്യമില്ല. അവന് അവന്റെ ബാപ്പയുടെ അഡ്രസ്സുണ്ട്. ഇവിടെ അവൻ എന്റെ അനിയനാണ്. പോരേ?"

മുഴുമിക്കാൻ കഴിയാതെ കിടക്കമുറിയിലേക്ക് ഓടി.

"ഞാൻ അഡ്രസ്സില്ലാത്തവനായതുകൊണ്ടാണല്ലോ ഒരുത്തന്റെ കൂടെ അഞ്ചുകൊല്ലം പൊറുത്ത നിന്നെ.........."

അവൾ കൈകൾ ചെവിയിൽ തിരുകി. പൊട്ടിയും കുരുടിയും ആയെങ്കിൽ...........

പതിനൊന്ന്

ഊണുകഴിഞ്ഞ് കിടക്കാൻപോകുന്നതിനുമുമ്പ് താഴെച്ചെന്ന് ലെറ്റർബോക്സിൽ കത്തുകളുണ്ടോന്ന് നോക്കികളയാമെന്ന് ഫാത്തിമയ്ക്കു തോന്നി.നാട്ടിൽ നിന്ന് ഉമ്മയുടെ കത്ത് വരേണ്ട സമയമായിരിക്കുന്നു.

വാതിൽ തുറന്നതും കണ്ടത് അടുത്ത ഫ്ളാറ്റിലെ ഗുജറാത്തി അമ്മൂമ്മയെയാണ്. ഒരിരയെ കിട്ടാനെന്നവണ്ണം കാത്തിരിക്കുകയാണ് അമ്മൂമ്മ. കണ്ടതും ലോഹ്യം തുടങ്ങി. വിഷയം പതിവുപോലെ മരുമകളുടെ കുറ്റംതന്നെ. അവരുടെ മകനും ഭാര്യയും വലിയ ഓഫീസർമാരാണ്. രണ്ടുപേരും രാവിലെ ഇറങ്ങിയാൽ നേരമിരുട്ടിയാലേ തിരിച്ചെത്തുകയുള്ളൂ. കോളേജിൽ പഠിക്കുന്ന രണ്ട് പെൺമക്കളെക്കുറിച്ച് തന്തയ്ക്കും തള്ളയ്ക്കും ചിന്ത ഒട്ടുമില്ലെന്നാണ് അമ്മൂമ്മയുടെ പരാതി. അവർ തോന്നുമ്പോഴാണ് വീട്ടിലെത്തുന്നത്. വിളിച്ചു താക്കീത് ചെയ്യാൻ പറഞ്ഞാൽ അച്ഛനും അമ്മയും കേട്ട ഭാവമേയില്ല. അവരെങ്ങനെ പറയും? അവരും അവർക്ക് തോന്നിയ വിധത്തിലല്ലേ നടക്കുന്നത്. രാത്രി വീട്ടിലെത്തിയാൽ ഉടനെ അണിഞ്ഞൊരുങ്ങി ക്ലബ്, ഡിന്നർ എന്നൊക്കെ പറഞ്ഞ് വീണ്ടുമിറങ്ങും. ഈ വയസ്സിത്തള്ള പറയുന്നത് ചെവിക്കൊള്ളാൻ ആരുണ്ട് മോളെ? ആരെയെങ്കിലും സൗകര്യത്തിനൊത്തു കിട്ടിയാൽ അമ്മൂമ്മ പരാതിക്കെട്ടഴിക്കും. അവരോട് സഹതാപം തോന്നാറുണ്ട്. എന്നാലും ഷറഫിനെ പേടിച്ച് അധികം അടുക്കാറില്ല. അമ്മൂമ്മയെ നല്ലവാക്കു പറഞ്ഞ് സമാധാനിപ്പിച്ച് ഒരു വിധം തടിതപ്പി.

താഴെച്ചെന്ന് ലെറ്റർബോക്സിൽ നോക്കിയപ്പോൾ മൂന്നു കത്തു

കൾ കിട്ടി. എല്ലാം ഷറഫിനായിരുന്നു. നിരാശയോടെ ഒരിക്കൽക്കൂടി പരിശോധിച്ചു. അടിയിലെവിടെയോ ഉടക്കിക്കിടന്ന കത്ത് അപ്പോഴാണ് കൈയിൽ കിട്ടിയത്. അത് അവൾക്കുള്ളതായിരുന്നു. സാധാരണ ഷറഫ് വൈകുന്നേരം വരുമ്പോൾ എഴുത്തെടുക്കുകയാണ് പതിവ്. അവൾ എടുത്തതറിഞ്ഞാൽ മുഷിയും. ഷറഫിനുള്ള കത്ത് അതിൽത്തന്നെയിട്ടു. അവളുടെ കത്തിലെ സ്റ്റാമ്പിലെ തീയതി നോക്കി. വന്നിട്ട് ഒരാഴ്ചയെങ്കിലും കഴിഞ്ഞുകാണും. ഷറഫ് മനഃപൂർവം എടുക്കാഞ്ഞതായിരിക്കും. വന്നുനോക്കാൻ തോന്നിയത് നന്നായി. അഷറഫിന്റെ എഴുത്തായിരുന്നു.

വീട്ടിലെത്തിയതും കവർ പൊട്ടിച്ചു. രണ്ടു കത്തുകളുണ്ടായിരുന്നു. ഒന്ന് ഉമ്മ അവൾക്കായി അഷറഫിനെക്കൊണ്ട് എഴുതിച്ചതാണ് അതാണ് ആദ്യം തുറന്നത്.

എത്രയും പ്രിയപ്പെട്ട ഫാത്തിമാക്ക്.

നീ ഉമ്മാനെ മറന്നോ മോളേ? രണ്ടാമത്തെ പ്രസവം കഴിഞ്ഞ് പോയതല്ലേ നീ. നാടും വീടുമൊക്കെ നിനക്ക് വേണ്ടതായി അല്ലേ? ബാപ്പ ഇതൊന്നും കാണാതേയും കേൾക്കാതേയും നേരത്തെ പോയതു നന്നായി. ബാപ്പയുടെ മയ്യത്തുമുഖംപോലും നിനക്ക് കാണാനുള്ള യോഗമുണ്ടായില്ല. ഉമ്മയെ ഹയാത്തോടെ കാണാൻ ആശയുണ്ടോ നിനക്ക്? ഉണ്ടെങ്കിൽ ഒന്നു വന്നിട്ട് പോകണം. നിന്നെയും ഞാൻ പെറ്റതല്ലേ? നല്ലതായാലും കെട്ടതായാലും പെറ്റതള്ളയ്ക്ക് മക്കളെ മറക്കാനാവുമോ? സ്വന്തം മോനെ മറന്ന നിന്നോട്........

അക്ഷരങ്ങൾ കണ്ണീരിൽ കുതിർന്ന് ബാക്കി വായിക്കാനായില്ല. ഉമ്മ പറഞ്ഞതുപോലെ അഷറഫ് എഴുതിയതാണ്. ഉമ്മയ്ക്ക് ഒട്ടും വയ്യെന്നും നാട്ടിലോളം ചെന്ന് ഉമ്മയെ കാണണമെന്നും അവനും എഴുതിയിരിക്കുന്നു. ഉമ്മയ്ക്ക് ഇനിയെങ്കിലും സമാധാനം കൊടുക്കണമെന്ന് എഴുതിയതു വായിച്ചപ്പോൾ ഉള്ളം ചുട്ടുപഴുത്തു.

ഉമ്മയെ കാണാൻ മോഹമില്ലാഞ്ഞിട്ടാണോ? ആധിയും വ്യാധിയും കാരണം ഉള്ളം പുകഞ്ഞുനീറുകയാണ്. ഇതൊക്കെ എങ്ങനെ പറഞ്ഞു ബോധ്യപ്പെടുത്തും? കുട്ടികൾക്ക് പരീക്ഷ നടന്നുകൊണ്ടിരിക്കയാണ്. കുറച്ചു ദിവസത്തിനകം സ്കൂളടയ്ക്കും. നാട്ടിലേക്കു ടിക്കറ്റ് ബുക്കു ചെയ്യാൻ എത്രയോ തവണയായി ഷറഫിനോട് കെഞ്ചുന്നു. കേട്ട ഭാവമില്ല. ഷരീഫ എല്ലാ വേനലവധിക്കും നാട്ടിലേക്കു പോകാറുണ്ട്. കൂടെ ചെല്ലാൻ ക്ഷണിക്കാറുമുണ്ട്. സമ്മതിക്കണ്ടേ? അഫ്സലിന്റെ ബാപ്പ ദുബായിവിട്ട് ഇപ്പോൾ എറണാകുളത്താണ് താമസം. അതറിഞ്ഞതിനു ശേഷമാണ് നാട്ടിലയക്കാൻ മടിക്കുന്നത്. അതൊന്നും പക്ഷേ തുറന്നു പറയുന്നില്ലെന്നു മാത്രം. ഷറഫ് എല്ലാ കൊല്ലവും അയാളുടെ ഉമ്മയെ കാണാൻ നാട്ടിൽ ചെല്ലാറുണ്ട്.

ഇത്തവണ എങ്ങനെയെങ്കിലും നാട്ടിലോളം ഒന്നു പോകണം. ഇട ഞ്ഞാലും വേണ്ടില്ല. നിർബന്ധിച്ചുതന്നെ പറയണം. അഫ്സൽ വന്നു പോയതിനുശേഷം അകൽച്ച ഏറിയിരിക്കുകയാണ്. മിക്കവാറും ടൂറിലാ യിരിക്കും. ഓഫീസിൽ നിന്നെത്തുമ്പോൾ രാത്രിയാകും. പലപ്പോഴും ലഹരിയിലായിരിക്കും. ആ മുഖം കാണുമ്പോൾ മിണ്ടാൻപോലും പേടി. ഈ സ്ഥിതിയൊന്നു മാറ്റിയെടുക്കണമെന്ന് ഏറെ ദിവസമായി വിചാരി ക്കുന്നു. പലപ്പോഴും ശ്രമിച്ചതുമാണ് അപ്പോഴൊക്കെ മുഴുത്ത തെറി കേൾക്കേണ്ടിയും വന്നു. അതുകാരണം അകന്നു നിൽക്കുകയാണ്. ഇങ്ങനെ പോയാൽ.........വേവലാതി കാരണം ഉറക്കംപോലും കിട്ടുന്നി ല്ല. വാശി മതിയാക്കിയില്ലെങ്കിൽ വീണ്ടുമൊരു തകർച്ച നേരിടേണ്ടിവരു മെന്ന് ഷരീഫ പല വട്ടമായി ഓർമ്മിപ്പിക്കുന്നു. എന്താണാവോ അവള ങ്ങനെ പറയാൻ കാരണം? ഒരിക്കൽ വാശിപിടിച്ചതിന്റെ കയ്പ് ഇതുവ രേയും തീർന്നില്ല. പെണ്ണായാൽ വാശിയും ശാഠ്യവും ഒക്കെ ഉപേക്ഷി ക്കേണ്ടി വരും. അതാണല്ലോ ജീവിതം അവളെ പഠിപ്പിച്ചിരിക്കുന്നത്. അല്പം താണുകൊടുത്തിരുന്നെങ്കിൽ അവളെ രണ്ടുകൈയും നീട്ടി സ്വീകരിക്കാൻ അഫ്സലിന്റെ ബാപ്പ തയാറായിരുന്നു. അവൾ കാലിൽ വീണു മാപ്പു പറയണം. അപ്പോൾ അഭിമാനമായിരുന്നു വലുത്. ഇനിയും അഭിമാനം നോക്കിയിരുന്നാൽ നഷ്ടപ്പെടുന്നത് ജീവിതമായി രിക്കും. അവളുടെ മാത്രമല്ല, മക്കളേയും അതു ബാധിക്കും. അതു കൊണ്ട് താണുകൊടുക്കുകതന്നെ. അവളുടെ ഭാഗത്തും തെറ്റുണ്ട്. ഏതു നേരവും പരാതിയും പരിഭവവും. അതൊക്കെ കളഞ്ഞ് സന്തോ ഷമായിട്ടു നിന്നാൽ ഷറഫ് തീർച്ചായായും മാറാതിരിക്കില്ല. ഇല്ലെങ്കിൽ മാറ്റണം. അവിടെയാണ് പെണ്ണിന്റെ മിടുക്ക് കാണിക്കേണ്ടത്.

ഈയിടെയായി മദ്യപാനം ഏറിയിരിക്കുകയാണ്. അതാണ് ആദ്യം നിർത്തേണ്ടത്. നല്ലവാക്ക് പറഞ്ഞുവേണം അതു മാറ്റിയെടുക്കാൻ. തെറി പറഞ്ഞാൽ മിണ്ടാതിരുന്ന് കേൾക്കാം. ഷറഫിന് ആഹാരകാര്യ ങ്ങളിൽ വലിയ ചിട്ടയാണ്. കോഴിയും ഇറച്ചിയുമൊക്കെ വളരെ പ്രിയമാ ണ്. നല്ല എരിവും പുളിയുമുള്ള കറികൾ വേണം. മുമ്പൊക്കെ എല്ലാം ഷറഫിന്റെ ഇഷ്ടത്തിനൊത്ത് ഉണ്ടാക്കിക്കൊടുക്കാൻ സന്തോഷമായി രുന്നു. ഈയിടെയായി ഒരു കടമ തീർക്കുന്ന മട്ടിലാണ് അടുക്കളപ്പണി ചെയ്യുന്നത്. പിന്നെ കിടക്കാൻ തോന്നിയില്ല. നേരെ അടുക്കളയിൽ ചെന്നു. തലേദിവസം വാങ്ങിയ കോഴി ഫ്രീസറിലിരിക്കുന്നു. അതെ ടുത്ത് വെള്ളത്തിലിട്ടു. ചില്ലിചിക്കനും ഫ്രൈഡ്റൈസുമാകാം രാത്രിയി ലേക്ക്. വൈകുന്നേരത്തെ ചായക്ക് എന്തെങ്കിലും പലഹാരവും ഉണ്ടാ ക്കാം. ഒന്നും ചെയ്യാതെ മുഷിഞ്ഞിരുന്നിട്ടാണ് അസുഖം വിട്ടുമാറാത്ത ത്. ജീവിതം ഒന്നേയുള്ളു. അതിങ്ങനെ വാശി പിടിച്ചും കരഞ്ഞും തീർക്കാനുള്ളതല്ല. ജീവിക്കണം. സന്തോഷമായിട്ടു തന്നെ. തോറ്റു

പിൻമാറാൻ ഫാത്തിമ തയാറല്ല. അതോടെ വേദന മറന്നു. കുട്ടികളെ ത്തുമ്പോഴേക്ക് അടുക്കള ജോലിയൊക്കെ തീർത്തു. അവർക്ക് ചായയും പലഹാരവും കൊടുത്തിട്ട് മേൽകഴുകി സാരിമാറ്റി ഷറഫി നേയും കാത്തിരുന്നു. ഭാഗ്യംകൊണ്ട് അന്ന് പതിവിലും നേരത്തേ എത്തി. പുഞ്ചിരിയോടെ എതിരേറ്റു. അടുത്തിരുന്ന് ചായകൊടുത്തു.

എന്നിട്ടും അവിടെ വലിയ തെളിച്ചമൊന്നുമില്ലായിരുന്നു.

കുപ്പിയുമായി ബാൽക്കണിയിൽ ചെന്നിരുന്നപ്പോൾ ഗ്ലാസ്സുമായി പിന്നാലെ ചെന്നു. ഷറഫിന്റെ മുഖത്ത് അമ്പരപ്പ്.

"എന്താ ഇത്ര തെളിച്ചം? മകൻ വരുന്നുണ്ടോ?"

"നിങ്ങളെ കണ്ടാലും എന്റെ മുഖം തെളിയും. ജീവിതം ഒന്നല്ലേ യുള്ളൂ? നമ്മളെന്തിനാ അതിങ്ങനെ ആർക്കുമില്ലാതാക്കുന്നത്?"

"അതിനും എനിക്കാണോ കുറ്റം?"

"അല്ല. എല്ലാ കുറ്റവും ഞാൻ ഏറ്റോളാം. എന്നാലും ഈ അവസ്ഥ വയ്യ. എന്റെ പക്ഷത്തു നിന്ന് തെറ്റുണ്ടാക്കാതെ ഞാൻ നോക്കിക്കോളാം ഭൂമിയോളം താഴാം. എന്തുവിട്ടു വീഴ്ചക്കും തയ്യാർ. നമുക്കു പഴയതു പോലെ സന്തോഷമായിട്ടു കഴിഞ്ഞുകൂടെ?"

ആശയോടെ ചോദിച്ചു.

വീണ്ടും ഗ്ളാസ്സു നിറച്ചപ്പോൾ വിലക്കി.

"ഇനി മതി."

എതിർത്തില്ല. അത് ധൈര്യം തന്നു. ഊണെടുത്തു വിളിച്ചപ്പോൾ ഉടനെ വന്നു. ബാപ്പയും മക്കളും കളിച്ചു ചിരിച്ച് ആഹാരം കഴിക്കുന്നതു കണ്ടപ്പോൾ മനസ്സു കുളിർത്തു. ഭക്ഷണത്തിന് ആരും കുറ്റമൊന്നും പറ ഞ്ഞില്ലെന്നു മാത്രമല്ല ആസ്വദിച്ചു തിന്നുകയും ചെയ്തു.

"മമ്മിക്ക് എന്നുമിങ്ങനെ രുചിയുള്ളത് വല്ലതും ഉണ്ടാക്കിത്ത ന്നൂടെ?"

മോനു ചോദിച്ചു.

"ഇനി എന്നും പുതിയ റസിപ്പികളായിരിക്കും."

അവനെ ആശ്വസിപ്പിച്ചു.

പാത്രം കഴുകി അടുക്കള വൃത്തിയാക്കി ചെന്നപ്പോൾ ഷറഫ് പുസ്തകം മടക്കിവെച്ച് ഉറങ്ങാനുള്ള പുറപ്പാടായിരുന്നു. ഒന്നും മിണ്ടാതെ അടുത്തു ചെന്നിരുന്നു. ഷറഫ് കൈയ് നീട്ടിയപ്പോൾ സന്തോ ഷത്തോടെ ആ മാറിൽ മുഖമമർത്തി. എത്രയോ നാളുകൾക്കുശേഷ മാണ് അങ്ങനെ സന്തോഷത്തോടെ ആ മാറിൽ തല ചായ്ക്കാൻ കഴി യുന്നത്. അപ്പോൾ മനസ്സ് തെളിഞ്ഞിരുന്നു. ഷറഫ് ആവേശത്തോടെ പുണർന്നപ്പോൾ മനസ്സിലെ അല്ലലെല്ലാം വിയർപ്പായി ഒലിച്ചുപോയി. രാവിലെ ഉണർന്നപ്പോൾ എന്തെന്നില്ലാത്ത ഉന്മേഷം. കുളികഴിഞ്ഞെ

ത്തിയപ്പോഴേക്കും ഷറഫ് ഉണർന്നിരുന്നു. ചായയുമായി എത്തുമ്പോൾ ഷറഫ് ബാൽക്കണിയിലിരുന്ന് പേപ്പർ വായിക്കുകയായിരുന്നു. വളരെ നയത്തിലാണ് തുടങ്ങിയത്. ഉമ്മയുടെ കത്തുകാണിച്ചുകൊടുത്തു. വായിച്ചിട്ട് ചോദിച്ചു:

"നിനക്കു പോണോ?"

"ഞാനൊറ്റക്കില്ല. എല്ലാവരും ഒന്നിച്ചാണെങ്കിൽ പോകാം."

"നാട്ടിൽ ചെല്ലണമെന്ന് ഉമ്മയും എഴുതിയിട്ടുണ്ട്. പോകണമെങ്കിൽ ടിക്കറ്റ് ഇപ്പോഴേ റിസർവ്വ് ചെയ്യണം. ഒരു കാര്യമുണ്ട്. ഞാൻ നിന്റെ വീട്ടിൽ ഒരു ദിവസംപോലും താമസിക്കില്ല. നീ എന്റെ വീട്ടിലും വരണ്ട"

"അതെന്താ അങ്ങനെ? അവിടംവരെ വന്നിട്ട് നിങ്ങളുടെ ഉമ്മയെ കാണാതെ......."

"നിന്നെ കാണുന്നത് ഉമ്മയ്ക്ക് ഇഷ്ടമായെന്നു വരില്ല."

"നിങ്ങളുടെ ഇഷ്ടംപോലെ."

സങ്കടം ഉള്ളിലൊതുക്കിയാണ് പറഞ്ഞത്. ഏറെനാളുകൂടി വീണു കിട്ടിയ സന്തോഷം വിട്ടുകളയാൻ തയ്യാറല്ലത്തതുകൊണ്ട് തർക്കിക്കാൻ നിന്നില്ല.

ഒഴിഞ്ഞ ചായക്കപ്പുമായി അടുക്കളയിലെത്തി. മൂളിപ്പാട്ടും പാടി അടുക്കളപ്പണി ചെയ്യുന്ന മമ്മിയെ കണ്ടാകണം ഹാരിസ് ചോദിച്ചു.

"വാട്ട് ഹാപ്പൻഡ് മമ്മീ'? നാട്ടിൽ നിന്ന് ആരെങ്കിലും വരുന്നുണ്ടോ?"

"വൈ ആർ യു ലുക്കിംഗ് സോ ഹാപ്പി?"

"പരീക്ഷ കഴിഞ്ഞാൽ നമ്മൾ നാട്ടിലേക്കു പോകുന്നു. ഡാഡി ഇന്ന് ടിക്കറ്റ് വാങ്ങിക്കും. വല്ലിമ്മ നിങ്ങളെ കാണാൻ കാത്തുകാത്തിരിക്കുകയാണ്."

"ഓ മൈ ഗോഡ്.....ഐ ഹെയിറ്റ് ദാറ്റ് നാസ്റ്റി പ്ലെയിസ്. ടി.വി പോലുമില്ല."

"അതിനെന്താ നിങ്ങള് ടൗണിൽ അഷറഫ്മാമയുടെ വീട്ടിൽ താമസിച്ചോ. അവിടെ ടി.വിയും വി.സി. ആറുമൊക്കെയുണ്ട്. കുറച്ചുദിവസം സലാം മാമയുടെ വീട്ടിലും കൂടാം. ഷരീഫാന്റിയും കുട്ടികളുമുണ്ടാകും. നല്ല ജോളി ആയിരിക്കും."

"ഐ വിൽ ഗോ വിത്ത് ഡാഡി. ഡാഡി എനിക്ക് കന്യാകുമാരി കാണിച്ചു തരാമെന്ന് ഏറ്റിട്ടുണ്ട്."

"ഓകെ ബാബാ. അതൊക്കെ അപ്പോ ആലോചിക്കാം. നൗ ഹറി അപ്പ്. ഇപ്പഴേ ലേറ്റായി."

എല്ലാവരും ഇറങ്ങിയതും ഉടനെ ഷരീഫയെ വിളിച്ചു വിവരം പറഞ്ഞു.

"ഇത്താത്ത എത്ര ദിവസം കാണും?"

"അറിയില്ല."

"നിങ്ങൾ തിരിച്ചെത്തിയിട്ട് പുറപ്പെട്ടാലോ എന്ന് ആലോചിക്കുകയാണ്."

"അതെന്തിനാ? ഒന്നിച്ചല്ലേ നല്ലത്."

"അളിയന്റെ ദുർമ്മുഖം കാണാൻ വയ്യ. വെറുതെ ഞങ്ങളുടെ ഹോളിഡേ കൂടി ഇല്ലാതാക്കും. ഈ തിരക്കിൽ നിന്നൊന്നു രക്ഷപ്പെടാനാ നാട്ടിലെത്തുന്നത്. നിങ്ങളുടെ മടക്കത്തീയതി അറിഞ്ഞിട്ടേ ഞങ്ങള് ടിക്കറ്റ് വാങ്ങൂ."

"നിന്റെ ഇഷ്ടം."

അവളെ കുറ്റപ്പെടുത്താൻ തോന്നിയില്ല. ഷറഫിന്റെ പെരുമാറ്റം ആ രീതിയിലാണ്. ഷരീഫയോടും സമദിനോടും കടുത്ത വിരോധമാണ്. അവർ നാട്ടിൽച്ചെന്ന് ഷറഫിന്റെ കുറ്റങ്ങൾ പാടി നടക്കുന്നു എന്നാണ് പരാതി. കല്യാണം കഴിഞ്ഞിട്ട് ഇതുവരെ ഒരു രാവുപോലും അവിടെ തങ്ങിയിട്ടില്ല. അവൾ പ്രസവിച്ചു കിടന്നപ്പോൾ രണ്ടുമൂന്നു തവണ വന്നിട്ടുണ്ട്. മുള്ളിൽ ചവിട്ടയതുപോലായിരുന്നു അപ്പോഴൊക്കെയും നില്പ്. പുതിയാപ്ലയെ സൽക്കരിക്കാൻ ഉമ്മ ഒരുക്കുന്ന ചായയും പലഹാരങ്ങളും തൊട്ടുനോക്കുകപോലുമില്ല. അഷറഫിനോടും സലാമ്ക്കയോടും സംസാരിക്കുമ്പോൾ മുഖം നിറയെ ഗൗരവം. ഫോൺ വിളിച്ചാലും അതേ. കടുപ്പിച്ചേ എന്തെങ്കിലും പറയൂ. ഊരും പേരും ചോദിച്ച് ഉറപ്പ് വരുത്തിയിട്ടേ ഫോൺ കൈയിൽ തരൂ.

"എന്താടീ ഇപ്പോഴും സെൻസറിംഗ് ഉണ്ടോ?"

ഒരിക്കൽ സലാമക്ക ചോദിച്ചത് എക്സ്റ്റൻഷൻ ഫോണിൽ കേട്ടിട്ട് ഉണ്ടാക്കിയ പൊല്ലാപ്പിന് കണക്കില്ല.

ഇത്തവണ നാട്ടിൽ ചെന്നാൽ എല്ലാവരുടെയും പിണക്കങ്ങൾ തീർക്കണം. രണ്ടാഴ്ചയെങ്കിലും ഉമ്മയുടെ കൂടെ താമസിക്കണമെന്നാണ് മോഹം. പക്ഷേ ഒന്നും അങ്ങോട്ടു പറയേണ്ട. എപ്പോഴാണ് ഷറഫിന്റെ ഭാവം മാറുകയെന്ന് അറിയില്ല. അവളായിട്ട് എന്തെങ്കിലും പരിപാടിയിട്ടാൽ അതിന് തീർച്ചയായും ദുരർഥം കണ്ടുപിടിക്കാതിരിക്കില്ല. പോകുമ്പോൾ ഉമ്മയ്ക്ക് എന്തെങ്കിലും വാങ്ങിച്ചുകൊണ്ടു പോകണം. കൂടെയുള്ള ദിവസങ്ങളിൽ അവർക്കുവേണ്ടതെല്ലാം ചെയ്തുകൊടുക്കുകയും വേണം. ഒരു കണക്കിൽ ഷറഫ് മാറിനില്ക്കുന്നതുതന്നെയാണ് നല്ലത്. നാലുദിവസം അടുപ്പിച്ചു നിന്നാൽ ഷറഫ് തനിക്കൊണം കാണിച്ചു തുടങ്ങും. പാവം ഉമ്മയ്ക്ക് അതു താങ്ങാനായെന്നു വരില്ല. ഉമ്മയുടെ മുന്നിൽ സന്തോഷം മാത്രമേ കാണിക്കാവൂ. അങ്ങനെയെങ്കിലും അവരുടെ മനസ്സ് തണുക്കട്ടെ.

ഉച്ചഭക്ഷണം കഴിഞ്ഞ് കിടക്കുമ്പോഴാണ് ഷറഫിന്റെ ഫോൺ വന്നത്. ടിക്കറ്റ് കിട്ടിയിരിക്കുന്നു. പരീക്ഷ കഴിഞ്ഞതിന്റെ പിറ്റേന്ന്. പാക്കിംഗ് ഇപ്പോഴേ തുടങ്ങിക്കോ.

"എന്നാ മടക്കം?"

"തീരുമാനിച്ചില്ല."

പിന്നീടെന്തെങ്കിലും ചോദിക്കുന്നതിനുമുമ്പേ ഫോൺ വെച്ചു. പെട്ടെന്ന് മനസ്സൊന്നു കലങ്ങി. ഉമ്മയെ കാണാമല്ലോ. ബാക്കി പിന്നീട്. സ്വയം ആശ്വസിപ്പിച്ചു. ഉടനെ വിവരത്തിന് നാട്ടിലേക്ക് എഴുത്തെഴുതി. എല്ലാവർക്കും പ്രത്യേകം പ്രത്യേകം എഴുതി കവറുകളിലാക്കി. ഷറഫിന്റെ മേശ പരിശോധിച്ചപ്പോൾ സ്റ്റാമ്പ് കിട്ടി. സ്റ്റാമ്പൊട്ടിച്ച കവറുകളുമായി വാതിൽ തുറന്നു. ഇപ്പോൾ പോസ്റ്റ്ബോക്സിലിട്ടാൽ ഇന്നുതന്നെ പോകും. വാതിൽ തുറന്നതും പതിവുപോലെ അമ്മൂമ്മ പിടികൂടി.

"ക്യാ ബാത്ത് ഹൈ ബേട്ടി? മുഖത്തെന്താ ഇത്ര സന്തോഷം?"

"നാട്ടിൽ പോകുന്നു മാജീ."

"ക്യാ?"

"ഹം അഗ്‌ലെ ഹഫ്ത്തെ ഗാവ് ജാത്താ ഹൈ."

മുറി ഹിന്ദി കേട്ടാകണം അമ്മൂമ്മ പല്ലില്ലാത്ത മോണ കാണിച്ച് വെളുക്കെ ചിരിച്ചു.

പന്ത്രണ്ട്

സ്റ്റേഷനടുക്കുന്നതിനുമുമ്പേ സാധനങ്ങൾ ഓരോന്നായി വാതിലിനരികിൽ എത്തിച്ചിരുന്നു. എന്നിട്ടും എല്ലാവരും ഇറങ്ങുമ്പോഴേക്ക് വണ്ടി നീങ്ങാനുള്ള വിസിലടിച്ചു. ചെറിയ സ്റ്റേഷനാണ്, അഞ്ചുമിനിട്ട് തികച്ചും നിർത്തില്ല. കൂലിയെപ്പോലും കിട്ടില്ല. എല്ലാം പല വട്ടം പറഞ്ഞതാണ്. ആരും കേട്ട ഭാവം നടിച്ചില്ല. അവൾ ഒറ്റക്കാണ് പെട്ടികൾ ഓരോന്നായി വലിച്ച് വാതിലിനടുത്ത് എത്തിച്ചത്. അതുകണ്ട് ഒരു ചെറുപ്പക്കാരൻ സഹായിച്ചു. ഷറഫിന്റെ മുഖം മങ്ങുകയും ചെയ്തു. ഏതായാലും ട്രെയിനിൽ നിന്നിറങ്ങിയപ്പോൾ എന്തെന്നില്ലാത്ത ആശ്വാസം. രണ്ടുദിവസത്തെ യാത്ര എല്ലാവരേയും വല്ലാതെ തളർത്തിയിരുന്നു. ഇനിയും പതിനഞ്ചുമൈൽ പോകണം വീട്ടിലെത്താൻ. വീട്ടിനടുത്തുള്ളസ്റ്റേഷനിൽ ലോക്കൽ വണ്ടികളേ നിർത്തുകയുള്ളൂ. ദൂരെ നിന്ന് തിരക്കിട്ടു നടന്നുവരുന്ന അഷറഫിനെ കണ്ടപ്പോൾ സമാധാനമായി. സ്വീകരിക്കാൻ ആളെത്തിയില്ലെങ്കിൽ അതിനും ചീത്ത കേൾക്കേണ്ടി വരുമായിരുന്നു.

അഷറഫ് അളിയന്റെ കൈപിടിച്ചു കുലുക്കിയിട്ട് മരുമക്കളെ മാറോടുചേർത്തു കുശലം ചോദിച്ചു.

"അറിയുമോടാ?"

അവർ വെറുതേ തലയാട്ടി. അവനെ കണ്ടതും സങ്കടം അണപൊട്ടി. കരഞ്ഞുപോകുമെന്നായപ്പോൾ കുനിഞ്ഞു നിന്ന് സാമാനങ്ങൾ എണ്ണിത്തുടങ്ങി.

"ഇതൊക്കെ ആരാ കാറിലെടുത്തു വെയ്ക്കുന്നത്?"

സ്വരമിടറാതെ ഒരുവിധം പറഞ്ഞൊപ്പിച്ചു.

"മമ്മൂട്ടിയുണ്ട്. ഇത്താത്ത ആകെ കോലം കെട്ടല്ലോ."

വെറുതേ അവന്റെ കൈയ് പിടിച്ചമർത്തി.

"ഫാത്തിമാത്താ ഞമ്മളെ മറന്നോ?"

ഓടിയെത്തിയ മമ്മൂട്ടി ചോദിച്ചു.

"നീ ആളങ്ങ് വലുതായിപ്പോയല്ലോടാ. പെണ്ണൊക്കെ കെട്ടിയോ?"

"മക്കള് രണ്ടായി."

മമ്മൂട്ടി നാണിച്ചുകൊണ്ട് പറഞ്ഞു.

"വീട്ടിലെത്തിയിട്ട് മതി ലോഹ്യം പറച്ചില്."

ഷറഫിന്റെ സ്വരം കടുത്തു.

"നേരാ എല്ലാവരും ആകെ തളർന്നിരിക്കുന്നു. വേഗം നോക്ക് മമ്മൂട്ടി. ഏഴ് സാധനങ്ങളുണ്ട്. കാറില് കൊള്ളേ്വാ?'

ഷറഫ് എന്നിട്ടും അഷറഫിനോട് ഒന്നും മിണ്ടിയിതേയില്ല.

ഹൈവേക്കിരുവശത്തും കോൺക്രീറ്റുവീടുകൾ കൂണുകൾപോലെ മുളച്ചുപൊന്തിയിരിക്കുന്നു. ചെറുതും വലുതും ധാരാളം. മുമ്പ് കൈയിലെണ്ണാവുന്ന കെട്ടിടങ്ങളെ ഉണ്ടായിരുന്നുള്ളൂ. മമ്മദാജിയുടെ ഇരുനിലമാളികയായിരുന്നു അന്ന് ഹൈവേയുലുണ്ടായിരുന്ന ഏക ഓടിട്ട കെട്ടിടം. അടുത്തുതന്നെ അയാളുടെ പലചരക്കുകട. അതിനെതിർവശത്താണ് പ്രൈമറി സ്കൂൾ. സ്കൂൾ കെട്ടിടം ഓടുമേഞ്ഞിരിക്കുന്നു. അവൾ പഠിക്കുന്ന കാലത്ത് ഓലഷെഡുകളായിരുന്നു.

"മോനൂ, ദാ അങ്ങോട്ടു നോക്ക് ആ ചെറിയ സ്കൂളിലാ മമ്മി നാലു വരെ പഠിച്ചത്."

അവൻ അതിൽ വലിയ താല്പര്യമൊന്നും കാണിച്ചില്ല.

പക്ഷേ അവളുടെ മനസ്സ് കുട്ടിക്കാലത്തേക്ക് കുതിച്ചു. ബാപ്പയുടെ ചെറുവിരലിൽത്തൂങ്ങി സ്കൂളിലും മദ്രസ്സിലും പോയിരുന്നത് ഈ വഴിയേ ആയിരുന്നു. ബാപ്പയുടെ കഥകളും കേട്ട് നടക്കുമ്പോൾ സ്കൂളെത്തുന്നത് അറിയില്ല. മുതിർന്നപ്പോൾ കൂട്ടുകാരികളുമൊത്തായി യാത്ര. ബാപ്പയും കൂട്ടരും മുന്നിലുണ്ടായിരിക്കും. മുതിർന്നപ്പോൾ ബാപ്പയുടെ കഥകളിൽ കമ്പമില്ലാതായി. അവർക്കു പറയാനും കിണുങ്ങാനും വിഷയങ്ങൾ ഏറെ. വഴിയിൽവെച്ചു ചിരിച്ചു രസിച്ചു നടക്കുന്നത് ബാപ്പയ്ക്ക് ഇഷ്ടമല്ല. അതുകൊണ്ട് ഒച്ച പുറത്തു കേൾക്കാതെയാണ് സംസാരം. കോളേജിലെത്തിയപ്പോൾ ഹോസ്റ്റലിൽ ചേർത്തു. ആഴ്ചതോറും വിളിക്കാനായി സലാമ്ക്ക എത്തും. ഒറ്റയ്ക്കുവരാമെന്നു പറഞ്ഞാൽ ബാപ്പയും ഇക്കയും സമ്മതിക്കില്ല. നാഷണൽഹൈവേയിൽ നിന്നും വീട്ടിലേക്കു തിരിയുന്ന ചുവന്ന ചെമ്മൺപാത കണ്ണിൽപെട്ടപ്പോൾ മനസ്സിൽ കുളിര്. ഇനിയും പത്തു മിനിട്ട് പോയാൽ വീടായി. പഞ്ചായത്താഫീസിനടുത്ത് കോൺക്രീറ്റ് പീടികമുറികൾ ഉയർന്നിരിക്കുന്നു. പക്ഷേ ചെമ്മൺപാതയ്ക്കിരുവശത്തും വിശേഷിച്ച് മാറ്റങ്ങളൊന്നും വന്നിട്ടില്ല. ഇരുവശവും പഴയതു

പോലെ നിറയെ തെങ്ങുകൾ. എങ്ങും പച്ചപ്പ്. കാറ്റിനുപോലും പഴയ അതേ ഗന്ധം. തല പുറത്തേക്കിട്ട് ആ മണം ഉള്ളിലേക്കു വലിച്ചു. പരിസരത്തിൽ മുഴുകിയതുകാരണം വീടെത്തിയത് അറിഞ്ഞതേയില്ല.

വരാന്തയിലെ ചാരുകസേരയാണ് ആദ്യം കണ്ണിൽപെട്ടത്. തൂവെള്ള വേഷം ധരിച്ച ബാപ്പ കസേരയിൽ നിറഞ്ഞിരിക്കുന്നു. ഡോറ് തുറന്ന് ചാടിയിറങ്ങി. എല്ലാ തെറ്റുകളും ഏറ്റുപറഞ്ഞ് മാപ്പിരക്കാൻ മനസ്സുതുടിച്ചു. കോണിപ്പടികൾ തിരക്കിട്ടു കയറാൻ തുടങ്ങിയപ്പോഴാണ് സലാമ്ക്കയെ കണ്ടത്.

"എങ്ങോട്ടാടീ ഓടുന്നത്?"

ചാരുകസേര ഒഴിഞ്ഞിരിക്കുന്നു. അറിയാതെ കണ്ണു നിറഞ്ഞു. ഇക്കയെ ദയനീയമായി നോക്കി. പൊട്ടിപ്പോകുമെന്നു തോന്നിയപ്പോൾ അകത്തേക്കു കുതിച്ചു. നടുവകത്തെ വാതിൽക്കൽ പാത്തൂത്ത.

"ഉമ്മ എവിടെ പാത്തൂത്താ?"

സ്വരമിടറിയോ? പാത്തൂത്ത അകത്തേ മുറിയിലേക്ക് വിരൽചൂണ്ടി. കട്ടിലിൽ മെലിഞ്ഞുണങ്ങിയ ഒരു രൂപം. ഇതെന്റെ ഉമ്മയല്ല. ഉറക്കെ വിളിച്ചു കൂവാൻ തോന്നി. വീടുമുഴുവൻ പാഞ്ഞു നടക്കുമായിരുന്നു ഉമ്മ. അടുക്കളയിലും തൊടിയിലും കിണറ്റുകരയിലും ഉമ്മയുണ്ടാകും. കട്ടിലിൽ കിടക്കുക ഉമ്മയ്ക്കു പതിവുള്ളതല്ല. തരിച്ചു നില്ക്കുന്നതു കണ്ടായിരിക്കണം ഉമ്മ കൈമാടി അടുത്തേക്കു വിളിച്ചു. ഓടിച്ചെന്ന് ആ മാറിൽ വീണു. കരയാൻപോലും അപ്പോൾ ശക്തിയുണ്ടായിരുന്നില്ല. വെറുതേ ഉമ്മയുടെ മാറിൽ മുഖംപൂഴ്ത്തിക്കിടന്നു. അപ്പോൾ അവൾ കുഞ്ഞായി. മനസ്സിലെ കറകളെല്ലാം ഉരുകി ഒലിച്ചുപോകുന്നതായി തോന്നി ഫാത്തിമയ്ക്ക്. സ്വസ്ഥം. ശാന്തം.

"നിന്നെ ഒന്നു കണ്ടല്ലോ."

ഉമ്മ പറഞ്ഞതുംകേട്ട് അവൾ മുഖമുയർത്തി. അപ്പോഴാണ് ഉമ്മയുടെ അവശത തീർത്തും മനസ്സിലായത്.

"എന്നോട് പൊറുക്കുമ്മാ."

ആ കാലിൽ വീണു തേങ്ങി.

"സാരല്ല. കയിഞ്ഞതു കയിഞ്ഞു."

"എന്നാലും ഉമ്മയെ ഇക്കോലത്തിലാക്കീലേ ഞാൻ......"

"എനക്കൊന്നുമില്ലെടീ. രണ്ടീസത്തെ പനികൊണ്ടാ ഈ ക്ഷീണം. രണ്ടുദെവസം മുമ്പുവരെ തൊടിയിലൊക്കെ മണ്ടി നടന്നതാ. അല്ലേ പാത്തൂ?"

അപ്പോഴേക്കും ഷറഫും കുട്ടികളും മുറിയിലെത്തി. ഉമ്മ തട്ടിപ്പിടഞ്ഞെഴുന്നേറ്റ് തട്ടംകൊണ്ട് തല മറച്ചു.

"ഇരിക്ക് പിയ്യാപ്ലേ. ബാ മക്കളേ, ഉമ്മാമ ഒന്നു നല്ലോണം കാണട്ടെ. പുശുപോലെ ഉള്ളേരം കണ്ടതല്ലേ."

കുട്ടികൾ അറച്ചുനിന്നതേയുള്ളൂ.

അവൾ രണ്ടുപേരെയും ഉമ്മയുടെ അടുത്തേക്ക് നീക്കി നിർത്തി. ഉമ്മ രണ്ടുപേരെയും അടുത്തു പിടിച്ചിരുത്തി. ഷറഫ് അപ്പോഴും അന്യന്റെ മട്ടിൽ ഒഴിഞ്ഞുമാറി നില്ക്കുന്നതുകണ്ടാകണം ഉമ്മ പറഞ്ഞു:

"മോളേ പിയ്യാപ്ലക്ക് മോളിലെ അറ തുറന്നുകൊടുക്ക്. ഒട്ടാകെ തളർന്നിട്ടുണ്ടാകും. ബുഷ്റാ ഇബലിക്ക് ചായ കൊടുക്ക് മോളേ. കുട്ട്യേക്ക് പൈക്കുന്നുണ്ടാകും ബേഗം ചെന്ന് കുളി മക്കളെ."

കേൾക്കേണ്ട താമസം രണ്ടുപേരും എഴുന്നേറ്റു. ഷറഫും ആശ്വാസത്തോടെ പുറത്തേക്കു നടന്നു. ചായകുടി കഴിഞ്ഞതും അവരെ മുകളിലെ മുറിയിലേക്കു കൂട്ടിക്കൊണ്ടു പോയി. പെട്ടികളൊക്കെ മമ്മൂട്ടി ആ മുറിയിൽ വച്ചിരുന്നു. അറയ്ക്ക് ഒരു മാറ്റവുമില്ല. കട്ടിലും അലമാരയും മേശയുമെല്ലാം പഴയ സ്ഥാനത്തുതന്നെ. ഷറഫ് ആദ്യമായാണ് ഈ മുറിയിൽ കയറുന്നത്. അവളുടെ അറയാണത്. അവൾ, അഫ്സലിന്റെ ബാപ്പയോടൊത്ത് ആദ്യരാവ് പങ്കിട്ട അറ. ഉള്ളിലെവിടെയോ സൂചി കുത്തിക്കയറുന്ന നൊമ്പരം.

സോപ്പും ടവലും എവിടെ?"

ഷറഫിന്റെ ചോദ്യം പരിസരബോധമുണ്ടാക്കി. പെട്ടി തുറന്ന് സാധനങ്ങൾ ഓരോന്നായി പുറത്തെടുത്തു. എണ്ണയും സോപ്പും ടവലുമായി ഷറഫ് കുളിമുറിയിൽ കയറി. കുട്ടികൾ രണ്ടുപേരും കട്ടിലിൽ നീണ്ടുനിവർന്നു കിടക്കുന്നു. സാധനങ്ങൾ ഓരോന്നായി അലമാരയിൽ അടുക്കുന്നതിനിടയിൽ പറഞ്ഞു:

"ഹാരീ, അടുത്ത മുറിയിൽ കുളിമുറിയുണ്ട്. പോയി കുളിച്ചോളൂ."

"ഫസ്റ്റ് ഞാനാ."

മോനു അങ്ങോട്ടേക്കോടി.

"ഗീസർ ഓൺ ചെയ്തോളൂ. പച്ചവെള്ളത്തിൽ കുളിക്കണ്ട."

മുകളിൽ വലിയൊരു ഹാളും രണ്ടു മുറുകളുമാണ്. അവൾക്കും ഷരീഫയ്ക്കുമായി ബാപ്പ ഉണ്ടാക്കിച്ചതാണ്. രണ്ടിനും കുളിമുറിയുണ്ട്.

ഷരീഫയുടെ അറയിൽചെന്നപ്പോൾ അന്തം വിട്ടുപോയി. ആകെ പരിഷ്കരിച്ചിരിക്കുന്നു.മാർബിൾ തറ ജനലിനും വാതിലിനും ഞൊറിവെച്ച കർട്ടൻ. പുതിയ ഫാഷനിലുള്ള ഇരട്ടക്കട്ടിൽ. കുളിമുറിയും പുതുക്കിയിരിക്കുന്നു. ടൈൽസ് പതിച്ച നിലവും ചുമരുകളും. ബാത്ത് ടബ്ബും കെട്ടിയിരിക്കുന്നു. മുറിയൊക്കെ നന്നാക്കിയിട്ടുണ്ടെന്ന് ഷരീഫ പറഞ്ഞപ്പോൾ ഇത്രയും പ്രതീക്ഷിച്ചില്ല. ഉമ്മയും ബാപ്പയും മരിച്ചതിനുശേഷം നാട്ടിലെത്തിയാൽ സമദ് താമസം ഇവിടെയാണ്. മാറാനുള്ള സാരിയുമായി താഴത്തേക്കിറങ്ങിച്ചെന്നു. ഉമ്മയുടെ മുറിക്കും കുളിമുറിയുണ്ട്. കുളി കഴിഞ്ഞ് സാരിമാറി അടുക്കളയിലെത്തിയപ്പോൾ പാത്തുത്ത പത്തിരി ചുടുന്നു. ബുഷ്റാത്തയും അടുക്കളയിലുണ്ടായിരുന്നു. പാത്രങ്ങൾ ഓരോന്നായി തുറന്നു നോക്കി. മുരിങ്ങയില തേങ്ങ അരച്ചുവെച്ചത്, മീൻ വരട്ടിയത്. പോരാത്തതിന് ഇറച്ചിച്ചാറും കോഴി പൊരിച്ചതും.

മുരിങ്ങയിലക്കറിയും മീൻ വരട്ടിയതും അവൾക്ക് പ്രിയപ്പെട്ടതാണ്.

"എല്ലാം കൂടെ എന്തിനാ പാത്തൂത്താ?"

"പിയ്യാപ്ലയില്ലേ മോളേ? അതും ആദ്യായിട്ട്. ഇറച്ചിയും കോയിയും ഒന്നുമില്ലാഞ്ഞാ ചേപ്രയല്ലേ? മുരിങ്ങച്ചാറ് നിനക്കും മേണ്ടി വെച്ചതാ."

"എന്റെ ഇഷ്ടങ്ങളൊന്നും പാത്തൂത്ത മറന്നിട്ടില്ല അല്ലേ?"

"ഇബിടാരും ഒന്നും മറന്നിക്കില്ല. നീയല്ലേ മോളേ......"

പാത്തൂത്തയുടെ തൊണ്ടയിടറി.

"നാട്ടുവർത്തമാനമൊക്കെ നാസ്ത കഴിഞ്ഞിട്ട്."

ബുഷ്റാത്ത സംസാരം തുടരാൻ അനുവദിച്ചില്ല. മനഃപൂർവമായിരിക്കണം.

എല്ലാവരും ഒന്നിച്ചിരുന്നാണ് ഭക്ഷണം കഴിച്ചത്. ഷറഫ് എല്ലാവരോടും സ്നേഹത്തോടെ പെരുമാറുന്നത് കണ്ടപ്പോൾ മനസ്സ് തണുത്തു.

ഷറഫ് പിറ്റേദിവസം രാവിലെ ഉമ്മയെ കാണാൻ പുറപ്പെട്ടു. കുട്ടികൾ രണ്ടാളും കൂടെപ്പോകാൻ കൂട്ടാക്കിയില്ല. മമ്മിയുടെ തല്ലിപ്പൊളിവീട്ടിൽ രണ്ടുദിവസം തികച്ചു നില്ക്കാനാവില്ലെന്നു പറഞ്ഞവർ ഒറ്റ ദിവസംകൊണ്ട് എല്ലാം ഇഷ്ടപ്പെട്ടു. സലാമ്ക്കയുടെ മൂത്ത രണ്ടു മക്കളും കോളേജിലാണ്. അവർക്കു പരീക്ഷ ആയതിനാൽ ഇക്കയും ബുഷ്റാത്തയും രണ്ടുദിവസത്തിനകം മടങ്ങി. ഇളയവൾ പോകാൻ കൂട്ടാക്കിയില്ല. അവൾക്ക് ഏകദേശം മോനുവിന്റെ പ്രായം. അഷറഫിനു കുട്ടികൾ മൂന്ന്. എല്ലാവരുംകൂടെ മുറ്റത്തും തൊടിയിലും ആടിയോടി നടന്നു.

അഷറഫിന്റെ ഭാര്യയെ ആദ്യം കാണുകയാണ്. അവൾക്കുവേണ്ടി ഒരു പട്ടുസാരി ഷറഫ് കാണാതെ പ്രത്യേകം വാങ്ങിയിരുന്നു. ഉമ്മയ്ക്കും അല്ലറചില്ലറ സാധനങ്ങളൊക്കെ കൊണ്ടുവന്നിരുന്നു. ഫാത്തിമയെ കണ്ടതോടെ ഉമ്മയുടെ അസുഖം പാതിയും മാറി. അവർ പാത്തൂത്തയ്ക്ക് നിർദേശങ്ങൾ കൊടുത്തുകൊണ്ട് അടുക്കളയിലെ പത്തായപ്പുറത്തിരുന്നു. കുട്ടികൾക്കായി പലതരം പലഹാരങ്ങൾ ഉണ്ടാക്കിച്ചു. അവൾക്കിഷ്ടപ്പെട്ട നാടൻ വിഭവങ്ങളും കാച്ചിൽ പുഴുക്ക്, കടുക്ക നിറച്ചത്, മീൻ പത്തിരി,ഓർത്തോർത്ത് ഉമ്മ ഓരോന്നു കണ്ടുപിടിക്കും. ഒരാഴ്ച കഴിഞ്ഞ് അഷറഫും ഭാര്യയും പോകാനിറങ്ങി.

"കുട്ടികള് ഞങ്ങളെ കൂടെപ്പോരട്ടെ ഇത്താത്ത."

അവൻ പറഞ്ഞത് കേട്ടതും അവർ ഹുറേ വിളിച്ചുകൊണ്ട് കൂടെ ഇറങ്ങി.

കുട്ടികൾ പോയപ്പോൾ വീടുറങ്ങി. ഉമ്മ പഴങ്കഥകളുടെ കെട്ടഴിക്കാൻ തുടങ്ങിയാൽ പക്ഷേ നേരം പോകുന്നതറിയില്ല. അവളെ കാണാനായി നാട്ടുകാരും ബന്ധുക്കളും ഇടയ്ക്കിടെ വരും. ഉമ്മ ചായയും പലഹാരങ്ങളും നിരത്തി അവരെയെല്ലാം സൽക്കരിച്ചു.

ചിലർ പഴയ കാര്യങ്ങൾ കുത്തിപ്പൊക്കാനായി വരുന്നവരാണ്. ഭർത്താവിനെ കളഞ്ഞ് ചാടിപ്പോയ ഫാത്തിമയുടെ കഷ്ടപ്പാട് കാണാനായിരുന്നു പലർക്കും താല്പര്യം.

"ഇന്റെ ആദ്യത്തെ മോനിപ്പം ഏടയാ? ഇന്നെ കാണാൻ ബരലുണ്ടോ?"

"പിന്നില്ലാതെ? എല്ലാ കൊല്ലവും വരും."

പകച്ചുനിൽക്കുമ്പോൾ പാത്തൂത്ത രക്ഷയ്ക്കെത്തുന്നു. അല്ലെങ്കിൽ ഉമ്മ നാട്ടുവർത്തമാനം പറഞ്ഞ് വിഷയം മാറ്റുന്നു. ഒരു മാസം കടന്നുപോയത് അറിഞ്ഞതേയില്ല. അതിനിടയ്ക്ക് ഒരു തവണ ഷറഫ് വന്നിരുന്നു. ആൾ വളരെ സന്തോഷത്തിലായിരുന്നു. തിരിച്ചു പോകാനുള്ള ടിക്കറ്റ് ഏർപ്പാടാക്കിയിട്ട് വിവരമറിയിക്കാമെന്നും പറഞ്ഞാണ് പോയത്.

ഊണു കഴിഞ്ഞാൽ ഒന്നു മയങ്ങുക ഉമ്മയുടെ പതിവാണ്. പാത്തൂത്ത അടുക്കളയിലായിരിക്കും. അവൾ വെറുതെ തൊടിയിലിറങ്ങി നടക്കും, പഴയകാര്യങ്ങൾ അയവിറക്കിക്കൊണ്ട്. ഒരു ദിവസം വെറുതെ ഓരോന്നോർത്ത് നടക്കുകയായിരുന്നു.

"ഉമ്മേറ്റ്യാർ എപ്പളാ ഓളീ പോന്നത്?"

ചോദ്യം കേട്ട് തല ഉയർത്തി. പൊളിഞ്ഞ വേലി നന്നാക്കുകയായിരുന്നു നാരാണൻ.

"അടുത്താഴ്ച. എളനീരോന്നും കിട്ടീലാലോ നാരാണാ."

"ഊയ്യോ ഞാനതങ്ങു മറന്നു. ഇപ്പം തരാലോ. ബാപ്പ നട്ട ചെന്തെങ്ങ് നെറയെ കുലച്ചിട്ടുണ്ട്."

നാരാണൻ തളപ്പുണ്ടാക്കി തൈത്തെങ്ങിൽ കയറി. മുടിനരച്ചെങ്കിലും ഉശിരിനു കുറവില്ല. ഇളനീർവെള്ളം കുടിച്ചു കഴിഞ്ഞപ്പോൾ നാരാണൻ കാമ്പിളക്കി ചിരട്ടയിലിട്ടുതന്നു. അതും ആസ്വദിച്ചുകൊണ്ട് ഉമ്മറമുറ്റത്തേക്കു നടക്കുമ്പോഴാണ് ഒരു കാറ് വന്ന് മുറ്റത്തു നിന്നത്. ഇളംനീല ഫീയറ്റിൽ നിന്ന് നന്നായി വസ്ത്രം ധരിച്ച ഒരാൾ ഇറങ്ങി കുനിഞ്ഞുനിന്ന് സാധനങ്ങൾ എന്തോ എടുക്കുകയായിരുന്നതിനാൽ മുഖം കണ്ടില്ല. അടുത്തെത്തിയപ്പോഴാണ് ആളെ കണ്ടത്. അതോടെ കൈയും കാലും തളർന്നു. തലചുറ്റുന്നതുപോലെ.

ഇറങ്ങി ഓടാനാണ് ആദ്യം തോന്നിയത്. എങ്ങോട്ട്? ആ ചോദ്യം അവളെ അവിടെ തളച്ചിട്ടു. അദ്ദേഹം ഒന്നു നോക്കിയിട്ട് ഭാവഭേദമേതുമില്ലാതെ അകത്തേക്കു നടന്നു. പിറകേ ചെല്ലുകയല്ലാതെ വേറെ നിവൃത്തിയില്ലായിരുന്നു. അദ്ദേഹം പരിചയക്കേടൊട്ടുമില്ലാതെ ഉമ്മയുടെ മുറിയിൽ ചെന്നിരുന്നു. അവൾ അടുക്കളയിൽ കൽത്തൂണുപോലെ നിൽക്കുന്നതു കണ്ട് പാത്തൂത്ത പറഞ്ഞു:

"മൂപ്പര് എടയ്ക്ക് ഉമ്മാനെ കാണാൻ ബരാറുണ്ട്. നീ ഇബിടുള്ളത് അറീലാരിക്കും."

അവളുടെ മനസ്സിൽ കൊടുങ്കാറ്റടിക്കുന്നുണ്ടായിരുന്നു. ഇത് ഷറഫ്

അറിയാൻ ഇടയായാൽ അവളുടെ ജീവിതം നരകമാക്കും. കരുതിക്കൂട്ടി ചെയ്തതാണെന്നേ പറയൂ. പത്തായപ്പുറത്ത് ഇരിക്കുമ്പോഴും നെഞ്ച് പടപടെ ഇടിച്ചു.

"ഇങ്ങളിപ്പം ബന്നൂടൈനും. ഓളിബിടെയുണ്ട്. മറ്റേ മൂപ്പരറിഞ്ഞാൽ പുകിലാക്കും."

"ഉണ്ടെന്ന് അറിഞ്ഞിരുന്നെങ്കിൽ വരില്ലായിരുന്നു. കാറിൽ നിന്ന് ഇറങ്ങിയതിനുശേഷമാണ് കണ്ടത്. ഇതുവഴിയേ പോയപ്പോൾ ഇവിടെ ഒന്നിറങ്ങണമെന്നു തോന്നി."

"വന്ന സ്ഥിതിക്ക് കുത്തിരിക്ക്. അഫ്സൽമോന് സുകമല്ലേ"

"ആ. ഇരിക്കുന്നില്ല. പോട്ടെ. പിന്നെ വരാം."

"എന്തെങ്കിലും കുടിച്ചിട്ടു പോകാം. ഇളനീര് വെട്ടാൻ പറ പാത്തൂ."

അദ്ദേഹം അതു കേൾക്കാതെ പുറത്തിറങ്ങി. ഒന്നു കാണാനെന്നവണ്ണം അപ്പോൾ അവൾ വാതിൽക്കലേക്കു നീങ്ങിനിന്നു. അവരുടെ കണ്ണുകൾ ഇടഞ്ഞു. ചെയ്ത തെറ്റ് പൊറുക്കണം. ഫാത്തിമയെ വെറുക്കരുത്. മനസ്സ് മന്ത്രിച്ചുകൊണ്ടിരുന്നു. പക്ഷേ ഒന്നും ഉരിയാടാനായില്ല. തെറ്റു ചെയ്തതുപോലെ അദ്ദേഹം ഉടനെ നോട്ടം പിൻവലിച്ചു. നാരാണൻ നീട്ടിയ ഇളനീർ വാങ്ങാതെ കാറിൽ കയറി. കാർ ദൂരെ മറയുന്നതുവരെ അവൾ തരിച്ചങ്ങനെ നിന്നു. ഉമ്മയുടെ വിളി കേട്ടാണ് അകത്തു ചെന്നത്.

"പിയ്യാപ്ല ഇന്നു ബരാന്നല്ലേ പറഞ്ഞത്? അവുള്ള ബന്ന കാര്യം ഇപ്പംതന്നെ നാടറിഞ്ഞുകാണും. ഇനിയിപ്പോ എന്തൊക്കെ പുക്കാറാണോ ഉണ്ടാക്കുക. എന്റെ മനസ്സിന് ബല്ലാത്ത ബേജാറ്."

"നിങ്ങള് വെറുതെ ഓരോന്നാലോചിച്ച് മനസ്സ് കേടാക്കണ്ട. ആരും അറിഞ്ഞു ചെയ്തല്ലല്ലോ. ഉള്ള കാര്യം പറയാം."

പെട്ടെന്നാണ് ഉമ്മയുടെ മുഖം ശ്രദ്ധിച്ചത്. ശ്വാസം കിട്ടാതെ വിമ്മിട്ടപ്പെടുന്നു. ചുണ്ടുകൾ കോടുന്നു. പെട്ടെന്ന് ഇരുന്ന ഇരിപ്പിൽ കട്ടിലിലേക്കു മറിഞ്ഞുവീണു. ഉറക്കെ വിളിച്ചുകൊണ്ട് ഓടിച്ചെന്ന് ഉമ്മയെ താങ്ങി. വിളി കേട്ട് പാത്തൂത്തയും നാരാണനും എത്തി.

ഉമ്മയെ നേരെ കിടത്തി കാലിൽ ഉഴിഞ്ഞു. കാലിൽ നേർത്ത തണുപ്പ്. അത് മുകളിലേക്കു പടരുന്നതായി തോന്നിയപ്പോൾ കൈകൊണ്ട് തിരുമ്മി ചൂടുപിടിപ്പിച്ചു. 'ഉമ്മാ ഉമ്മാ', പലവട്ടം വിളിച്ചിട്ടും ഉമ്മയ്ക്ക് അനക്കമില്ലാഞ്ഞപ്പോൾ ഒട്ടാകെ തളർന്നു.

"റബ്ബേ, എന്റെ ഉമ്മാക്കെന്തു പറ്റി? നാരാണാ. ഡോക്ടറെ....."

അതിനുമുമ്പേ നാരാണൻ ഡോക്ടറെ വിളിക്കാൻ ഓടിയിരുന്നു. പാത്തൂത്ത ചൂടാക്കിക്കൊണ്ടുവന്ന മൺകിഴികൊണ്ട് ഉമ്മയുടെ കാലിൽ ചൂടുപിടിപ്പിക്കുമ്പോഴാണ് ഡോക്ടറെത്തിയത്.

"ഡോക്ടർ....എന്റെ ഉമ്മ.......സംസാരിച്ചുകൊണ്ടിരിക്കുകയായിരുന്നു........."

ഡോക്ടർ നാഡിപിടിച്ചുനോക്കിയിട്ടു പറഞ്ഞു.

“കുറച്ചു തിളച്ചവെള്ളം തരൂ.”

അതിനിടയിൽ കുഴൽവെച്ച് വിശദപരിശോധന നടത്തി. ബിപിയും നോക്കി. സിറിഞ്ച് തിളച്ചവെള്ളത്തിലിട്ട് മരുന്നു നിറച്ച് കുത്തിവെച്ചു. മരുന്നിന് കുറിച്ചിട്ട് അടുത്തുതന്നെ ഇരുന്നു. അപ്പോഴേക്കും അയൽക്കാരൊക്കെ എത്തിയിരുന്നു. അവൾ ഉമ്മയുടെ കട്ടിലിൽ നിന്ന് അനങ്ങിയതേയില്ല. ഉമ്മയുടെ കൈയ് പിടിച്ചുകൊണ്ട് ഒരേ ഇരിപ്പിരുന്നു. ആരൊക്കെയോ എന്തൊക്കെയോ കുശുകുശുക്കുന്നു.

“ഇത്താത്താ,”

അഷറഫിന്റെ വിളി കേട്ടപ്പോൾ അവൾ ചാടി എഴുന്നേറ്റ് അവനെ കെട്ടിപ്പിടിച്ചു.

“മോനേ.........ഉമ്മ...........ഇത്താത്ത കാരണം ഉമ്മയും.......”

മുഴുമിക്കാനാവാതെ അവന്റെ മാറിൽ വീണു തേങ്ങി.

പതിമൂന്ന്

മോളേ ലേശം കഞ്ഞിയെങ്കിലും കുടിക്ക്. നീ പട്ടിണി കെടന്നാ ഉമ്മാന്റെ ഖൽബിനാ ബേജാറ്."

പാത്തൂത്ത പലവട്ടം വിളിച്ചിട്ടും ഫാത്തിമ അനങ്ങിയില്ല.

"ഇത്താത്ത കുറച്ചുനേരം ചെന്നു കെടന്നോ. ഞാനിവിടെ ഇരുന്നോളാം."

അഷറഫും നിർബന്ധിച്ചു. അവൾക്ക് ഇളകാൻ കഴിഞ്ഞില്ല. ഉമ്മയുടെ കണ്ണിലേക്ക് ഉറ്റുനോക്കിക്കൊണ്ട് ഇരുന്നതേയുള്ളൂ. ഉമ്മയുടെ കൺപോളകൾ അനങ്ങുന്നുണ്ടോ 'അഷറഫേ.........'

വിളി കേട്ട് അവൻ ഓടിയെത്തി.

"നോക്ക് ഉമ്മ കണ്ണനക്കുന്നു."

"നേരാ. ഞാൻ ഡോക്ടറെ വിളിക്കാം"

ഡോക്ടർ ഉമ്മറത്തുതന്നെ ഉണ്ടായിരുന്നു. ഡോക്ടർ ഒന്നുകൂടി കുത്തിവെച്ചു. ഗുളിക തേനിൽ ചാലിച്ച് വായിൽ ഒഴിച്ചു കൊടുത്തു. ഉമ്മ വിഷമമില്ലാതെ ഇറക്കി.

"കുടിക്കാനെന്തെങ്കിലും കൊടുത്തു നോക്കൂ."

പാത്തൂത്ത കൊണ്ടുവന്ന ഹോർലിക്സ് അവൾ സ്പൂൺകൊണ്ട് കുറേശ്ശെയായി വായിലൊഴിച്ചുകൊടുത്തു. അര ഗ്ലാസ് കുടിച്ചപ്പോൾ ഉമ്മ കണ്ണനക്കി. മതിയെന്ന മട്ടിൽ..

"ഇനി പേടിക്കാനില്ല. ഗുളിക നാലുമണിക്കൂർ ഇടവിട്ടു കൊടുക്കണം. ഞാൻ നാളെ രാവിലെ വരാം."

ഡോക്ടർ യാത്ര ചോദിച്ചു. അഷറഫ് ഡോക്ടറെ യാത്രയാക്കാൻ പിറകേ ചെന്നു. അവൾ ഉമ്മയുടെ അരികിലിരുന്ന് നെറ്റി തടവി.

"ഉമ്മ എന്തിനാ ഓരോന്നാലോചിച്ച് മനസ്സ് പുണ്ണാക്കുന്നത്? സമാധാനമായിട്ട് കിടന്നോ."

ഉമ്മ ചുണ്ട് കോട്ടി എന്തോ പറയാൻ ഭാവിച്ചു.

"ഒറങ്ങിക്കോ. നാളെ രാവിലെയാകുമ്പോ എല്ലാം നേരെയാകും."

അവൾ തടഞ്ഞു. ഗുളികയുടെ ബലത്തിലാവാം ഉമ്മയുടെ കണ്ണുകളിൽ മയക്കം. നോക്കിയിരിക്കേ അവർ ഉറങ്ങി. അപ്പോൾ അവളും ആ കാൽക്കൽ തലവെച്ചു മയങ്ങാൻ ശ്രമിച്ചു.

ഉണർന്നപ്പോൾ അവൾ കട്ടിലിൽ ഉമ്മയുടെ അരികിൽ നേരെ കിടക്കുകയായിരുന്നു. ഒരു കൈ ഉമ്മയുടെ മാറിൽ. കണ്ണുതുറന്നപ്പോൾ സലാമ്ക്ക കസേരയിലിരിക്കുന്നു. ഇക്കയാവും അവളെ നേരെ കിടത്തിയത്.

"എപ്പഴെത്തി?"

"പുലർച്ചേ. എന്താ ഉണ്ടായത്?"

"അത്......." മുഴുമിക്കാനാവാതെ അവൾ തേങ്ങി.

ഉമ്മ മുരടനക്കുന്നതു കേട്ട് അവർ രണ്ടുപേരും അങ്ങോട്ടു നോക്കി.

"ഓളോടൊന്നും ചോയിക്കണ്ട."

കൊഞ്ചിച്ചാണെങ്കിലും ഉമ്മ സംസാരിക്കുന്നത് കേട്ടപ്പോൾ രണ്ടുപേരുടെയും മുഖം തെളിഞ്ഞു. പക്ഷേ, ഉമ്മയ്ക്ക് കൈകാലുകൾ അനക്കാൻ വയ്യായിരുന്നു. ആകെ കുഴഞ്ഞതുപോലെ. അരയ്ക്ക് കീഴെ ആയിരുന്നു തളർച്ച. വലത്തേ കൈക്ക് കുറേശ്ശെ അനക്കമുണ്ട്.

"കുളിമുറീ പോണം."

ഉമ്മ പറഞ്ഞു.

"ഇവിടെ കമ്മോഡിലിരുത്തിയാ മതി. പാത്തൂത്തെ ഇങ്ങോട്ടയക്കാം."

പാത്തൂത്തയും അവളുംകൂടി ഉമ്മയെ താങ്ങിപ്പിടിച്ച് കമ്മോഡിലിരുത്തി. ഉമ്മയ്ക്ക് പെട്ടെന്ന് ഭാരം ഏറിയതുപോലെ. അവിടെ ഇരുത്തിത്തന്നെ പല്ലു തേപ്പിച്ചു. തിരിച്ചു കട്ടിലിൽ കിടത്താൻ അഷറഫ് കൂടിവേണ്ടിവന്നു. അവൾ ഉമ്മയ്ക്ക് കഞ്ഞി കോരിക്കൊടുത്തു കൊണ്ടിരുക്കുമ്പോഴാണ് ഷറഫെത്തിയത്.

"പെട്ടെന്ന് എന്തേ ഉണ്ടായത്?"

അവളെന്തോ പറയാൻ തുടങ്ങിയപ്പോൾ ഉമ്മ ഇടയിൽകയറി പറഞ്ഞു.

"ഒന്നുല്ലാ. ഒരു മയക്കംപോലെ വന്നു."

"സ്ട്രോക്കാണെന്നാ ഡോക്ടര് പറഞ്ഞത്."

ഇക്കാക്ക.

കഞ്ഞി കൊടുത്ത് ഉമ്മയെ കട്ടിലിൽ കിടത്തിയിട്ട് അവൾ ഷറഫിന്റെ കൂടെ അകത്തേക്കു ചെന്നു.

"മടക്ക ടിക്കറ്റ് എന്നത്തേക്കാ കിട്ടിയത്?"

"മറ്റന്നാൾ പോണം."

"ഉമ്മയെ ഇങ്ങനെ കണ്ടുകൊണ്ട്........."

"നീ വരണമെന്നില്ല."

"കുട്ടികൾക്ക് സ്കൂൾ തുറക്കുകയല്ലേ?"

"ഉമ്മ കൂടെ വരാമെന്ന് പറഞ്ഞിട്ടുണ്ട്. ബോംബെയിൽ വന്നു കുറച്ചു ദിവസം താമസിക്കണമെന്ന് അവർ കുറെ നാളായി പറയുന്നു. നേരത്തെ തീരുമാനിച്ചതാ. നിന്നോടു പറയാൻ വിട്ടുപോയി."

"അപ്പോ വീട്ടിലാരാ?"

കാവലിന് ആളെ ഏല്പിച്ചിട്ടുണ്ട്."

പരിപാടികളെല്ലാം നേരത്തെ പറഞ്ഞുറപ്പിച്ചിരിക്കുന്നു. ഇതൊന്നും അവൾ അറിയേണ്ടതാണെന്നുപോലും ഷറഫിനില്ല. ഈ സമയത്ത് ഇനി അതിനെചൊല്ലി അങ്കം വേണ്ട. ഇവിടെ നിന്ന് ഉമ്മയെ ശുശ്രൂഷിക്കുകയാണ് തല്ക്കാലത്തെ ആവശ്യം. അതു നടക്കട്ടെ. ഉമ്മ കൂടെ ഉണ്ടെങ്കിൽ കുട്ടികളുടെ കാര്യമോർത്ത് വേവലാതിപ്പെടുകയും വേണ്ട. എങ്കിലും ഏതോ വൻവിപത്ത് വരാൻപോകുന്നതായി തോന്നാതിരുന്നില്ല. ഷറഫ് അവളുടെ നോട്ടത്തിൽ നിന്ന് ഒഴിഞ്ഞുമാറുന്നതുപോലെ, എന്തൊക്കെയോ ചോദിക്കണമെന്നുണ്ടായിരുന്നു. ഉമ്മ വിളിക്കുന്നതു കേട്ട് അങ്ങോട്ടു ചെന്നു.

"അവുള്ള വന്ന കാര്യം നീ പറഞ്ഞോ?"

ഇല്ലെന്നു തലയാട്ടി,

"എന്നാ പറയണ്ട."

"മറ്റുള്ളവർ പറഞ്ഞറിയുമ്പോൾ......."

"നിന്നോടൊന്നും ചോദിച്ചില്ലല്ലോ?"

"ഇല്ല"

"എന്നാ മിണ്ടണ്ട. എപ്പളാ നിങ്ങളെ മടക്കം?"

"അവര് മറ്റന്നാൾ പോവും."

"നീയോ?"

"ഉമ്മയ്ക്ക് ഭേദമായിട്ട്."

"അതൊന്നും വേണ്ട. നീ കൂടി പോ."

"ഷറഫിന്റെ ഉമ്മ കൂടെ പോകുന്നുണ്ട്."

ഉമ്മയുടെ കണ്ണുകളിൽ സംശയം. വീണ്ടും എന്തോ പറയാൻ തുടങ്ങിയപ്പോൾ അവൾ തടഞ്ഞു.

"ഗുളിക കഴിക്കാൻ നേരമായി."

ഗുളിക കൊടുത്ത് അല്പം കഴിഞ്ഞപ്പോൾ ഉമ്മ വീണ്ടും മയക്കമായി. സലാമ്ക്ക മുറിയിലിരിക്കുന്നതുകണ്ട് അവൾ മുകളിലേക്കു ചെന്നു. ഷറഫ് അലമാരയിൽനിന്ന് അയാളുടെയും കുട്ടികളുടെയും സാധനങ്ങൾ പെട്ടിയിലാക്കുകയാണ്.

"ഇന്നുതന്നെ പോണം."

അവളെ കണ്ടപ്പോൾ പറഞ്ഞു.

"നാളെ പോയാപ്പോരെ?"

"അവിടെ കുറച്ചു പണിയുണ്ട്."

അവൾ ഒന്നും മിണ്ടാതെ പെട്ടി പായ്ക്കു ചെയ്തു. ഊണു കഴിഞ്ഞതും ഷറഫ് പോകാൻ തിടുക്കം കൂട്ടി. ഒരു ബന്ധുവിന്റെ കാറിലായിരുന്നു വന്നത്. കുട്ടികൾ യാത്ര ചോദിച്ചപ്പോൾ വല്ലാത്ത പൊറുതികേടു തോന്നി. അവരെപ്പിരിഞ്ഞ് ഇതുവരെ നിന്നിട്ടില്ല. മോനുവിനെ മാറോടടുക്കി നെറ്റിയിൽ ഉമ്മവെച്ചപ്പോൾ അവന്റെ കണ്ണും നിറഞ്ഞു.

"ഉമ്മ എപ്പളാ വര്വാ?"

"ഉമ്മാമക്ക് ലേശമൊന്നു മാറിയാ ഉമ്മയെത്തും. വികൃതിയൊന്നും കാണിക്കരുത്. ബാപ്പയെ ശല്യം ചെയ്യരുത്. ഹാരീ നീ വേണം മോനുവിനെ നോക്കാൻ."

"ഓക്കെ. സീൻ കഴിഞ്ഞോ?"

അവൻ ചോദിച്ചതു കേട്ട് സലാമ്ക്കയുടെ മുഖം കറുത്തു.

"ഉമ്മാമാനോട് ചോദിച്ചിട്ട് ഇറങ്ങിക്കോ."

അവരെ കണ്ടതും ഉമ്മ കൈകൾ ഉയർത്താൻ ഒരു ശ്രമം നടത്തി. വയ്യാഞ്ഞപ്പോൾ കണ്ണുനിറഞ്ഞു. മോനു കുനിഞ്ഞ് ഉമ്മാമയുടെ നെറ്റിയിൽ മുത്തി. ഹാരി അനങ്ങാതെ നിന്നതേയുള്ളൂ.

"ഇറങ്ങട്ടേ?"

ഷറഫ് യാത്ര ചോദിച്ചു.

"ഒരാഴ്ച കയിഞ്ഞാ ഇബളെ അഷറഫിന്റെ കൂടെ അങ്ങോട്ടയക്കാം."

"തിരക്കില്ല."

പുറത്തിറങ്ങിക്കൊണ്ടാണ് ഷറഫ് പറഞ്ഞത്.

അവരുടെ കാർ അകന്നുപോകുന്നതു കണ്ടപ്പോൾ വല്ലാത്ത ശ്വാസംമുട്ടൽ. അവളെ ഒറ്റക്കാക്കി അവരെവിടയോ പോകുന്നു എന്നൊരു തോന്നൽ. വെറുതേ ഓരോന്നാലോചിച്ച് തലപുണ്ണാക്കാനല്ലല്ലോ ഇവിടെ നിന്നത്. ഉമ്മയ്ക്ക് താങ്ങും തണലുമായി കൂടെ നില്ക്കുകയാണ് വേണ്ടത്. നേരാംവണ്ണം നോക്കിയാൽ പെട്ടെന്നു ഭേദമാകുമെന്ന് ഡോക്ടറും പറഞ്ഞിട്ടുണ്ട്. രണ്ടു ദിവസം കൊണ്ടുതന്നെ നല്ല മാറ്റം കാണാനുണ്ട്. ഉമ്മയുടെ മുറിയിലേക്കു ചെന്നു. അവർ മച്ചിൽ കണ്ണുംനട്ടു കിടക്കുകയാണ്.

"ആയുർവ്വേദം കൂടി നോക്കുന്നതിൽ തെറ്റില്ലാന്നാ ഡോക്ടർ പറയുന്നത്. എണ്ണയും കുഴമ്പുമൊക്കെ പുരട്ടി ഉഴിഞ്ഞാൽ പെട്ടെന്നു ഭേദമാകുമത്രേ."

സലാമ്ക്ക പറഞ്ഞു.

ഉടൻ അഷറഫ് നാണുവൈദ്യർക്ക് ആളയച്ചു. വൈദ്യർ കഷായ

ത്തിനും തൈലത്തിലും ഓല എഴുതി. അവളും പാത്തൂത്തയുംകൂടി എല്ലാം വീട്ടിൽത്തന്നെ ഉണ്ടാക്കി. ഒരാഴ്ചത്തെ തേച്ചുകുളിയും മറ്റുമായപ്പോൾ ഉമ്മയുടെ കൈകൾ അനങ്ങിത്തുടങ്ങി. ഉമ്മയ്ക്ക് വേണ്ടതെല്ലാം ചെയ്തുകൊടുക്കുന്നതിനിടയിലും മനസ്സ് ചിലപ്പോൾ പിടിവിട്ടുപോകും. ചെന്നിട്ട് ഒരെഴുത്തുപോലും ആരും അയച്ചില്ല. മക്കളും അവളെ മറന്നോ? ഷറഫിന്റെ ഉമ്മയെക്കൂടാതെ മറ്റൊരു സ്ത്രീകൂടെ ട്രെയിനിലുണ്ടായിരുന്നെന്ന് അഷറഫ് യാത്ര അയപ്പു കഴിഞ്ഞ് വന്നപ്പോൾ പറഞ്ഞിരുന്നു. ഉമ്മയ്ക്ക് സഹായത്തിന് ആരെയെങ്കിലും കൂടെ കൊണ്ടുപോയതാകും. എന്നാലും അക്കാര്യം അവളോടൊന്ന് സൂചിപ്പിച്ചതുപോലുമില്ലല്ലോ. ഉമ്മയ്ക്ക് സഹായത്തിന് ആളെ കൊണ്ടുപോകുന്നത് അവൾ തടയുമോ? ഉമ്മയ്ക്ക് അവളെ ഒട്ടും ഇഷ്ടമല്ല. കല്യാണം കഴിഞ്ഞിട്ട് ഒരു തവണ മാത്രമാണ് അവൾ ആ വീട്ടിൽ താമസിച്ചത്. അന്നും മുഖം കറുപ്പിച്ചാണ് ഉമ്മ അവളോടു പെരുമാറിയത്. അവൾ രണ്ടു പ്രസവിച്ചിട്ടും അവിടന്നാരും വന്നുനോക്കുകയോ നാട്ടുനടപ്പുകൾ നടത്തുകയോ ചെയ്തിട്ടില്ല. അതൊന്നും പായാരമായി അവൾ പറയാറുമില്ല. പക്ഷേ, ഇപ്പോൾ വല്ലാത്ത നോവു തോന്നുന്നു. ഒറ്റപ്പെട്ടതുപോലെ.

സലാമ്ക്ക ഒരാഴ്ച കഴിഞ്ഞു തിരിച്ചുപോയി. അഷറഫും മടങ്ങിയതോടെ വല്ലാത്ത ഏകാന്തത. ഉമ്മ അധികസമയവും മയക്കത്തിലായിരിക്കും.

“നീ എത്തറ ദിവസമെന്നു പറഞ്ഞാ ഇവിടെ തങ്ങുന്നത്? പിയ്യാപ്ല കത്തൊന്നും അയച്ചില്ലേ? അഷറഫിനോട് നിന്നെ കൊണ്ടാക്കിത്തരാൻ പറ.”

ഉമ്മ ഇടയ്ക്കിടെ പറയും.

“ഉമ്മ എണീറ്റിരിക്കാറാകട്ടെ.”

“അപ്പൂതിയൊന്നും ഇനി മാണ്ട. എനക്ക് പാത്തു ഉണ്ടല്ലോ.”

അപ്പോഴൊക്കെ ഒന്നും മിണ്ടാതിരിക്കുകയാണ് പതിവ്.

രണ്ടാഴ്ച കഴിഞ്ഞിട്ടും വിവരമൊന്നുമില്ലാതായപ്പോൾ അഷറഫിന്റെ വീട്ടിൽച്ചെന്നു ഫോൺ ചെയ്തു. ഉമ്മയെ ആണ് കിട്ടിയത്.

“ഓനിവിടില്ല.”

“മോനുവില്ലേ?”

“ഇല്ല.”

കടുത്ത സ്വരം.

രാത്രി ഏഴുമണിക്കാണ് വിളിച്ചത്. എല്ലാവരും വീട്ടിലുണ്ടാകേണ്ടതാണ്. അവളെ ഇവിടെ നിർത്തിയിട്ടുപോയതിൽ എന്തോ ചതിയുണ്ടെന്ന് അപ്പോഴാണ് തോന്നിയത്. സൂക്ഷ്മദർശിനി വെച്ച് അവളെ പരിശോധിക്കുന്ന ആൾ ഇത്രയും ദിവസം ഇവിടെ ഒറ്റയ്ക്കു താമസിക്കാൻ അനുവദിക്കുക! വിശ്വസിക്കാനാവുന്നില്ല. കൂടെപ്പോയ സ്ത്രീ ആരായിരിക്കും? വെറുതേ വേവലാതിപ്പെടുന്നതെന്തിന്? ഷറഫിന്റെ ഉമ്മയില്ലേ കൂടെ? കണ്ട പെണ്ണുങ്ങളെ കൂടെ പാർപ്പിക്കാൻ അവർ അനുവ

ദിക്കുമോ? ഓഫീസിൽ നിന്ന് നേരത്തെ എത്തുന്നുണ്ടാകുമോ? ഉമ്മ കൂടെ ഉള്ളതുകൊണ്ട് മദ്യപാനമൊക്കെ കുറച്ചിരിക്കും. അതോടെ മനസ്സ് തണുക്കും.

"അടുത്ത ആഴ്ച ബോംബേക്കു പോയാലോന്ന് ആലോചിക്ക്യാ?"

ആ ആഴ്ച ഇക്കാക്ക എത്തിയപ്പോൾ പറഞ്ഞു.

"പോകാതെ പറ്റില്ലല്ലോ. ഇവിടന്നു പോരാൻ ഉമ്മ കൂട്ടാക്കില്ല. അടുത്താഴ്ച മോക്കു കുറച്ചുദിവസം ലീവുണ്ട്. ബുഷ്റ ഇവിടെ നിക്കട്ടെ. അപ്പോഴേക്കും ഷരീഫ എത്തും. അഷറഫ് കൊണ്ടാക്കിത്തരും നിന്നെ."

"ഞാനൊറ്റക്ക് പോയിക്കോളാം."

"അതുവേണ്ട. ടിക്കറ്റ് ബുക്കുചെയ്തിട്ട് പുതിയാപ്ലയെ വിവരമറിയിക്കാം."

ഇക്കാക്ക പോകുമ്പോൾ പറഞ്ഞിരുന്നു. ഇക്കാക്കയുടെ മറുപടി കാത്തിരിക്കുകയായിരുന്നു അവൾ.

ഒന്നരാടം ദിവസങ്ങളിൽ ഉമ്മയെ തൈലംതേച്ചു കുളിപ്പിക്കും. തൈലംപുരട്ടി അരമണിക്കൂർ കഴിയുമ്പോഴാണ് കുളി. ഇപ്പോൾ ഉമ്മയ്ക്ക് പിടിച്ച് കുളിമുറിയോളം നടക്കാം. അവളും പാത്തൂത്തയും കൂടി കുളിപ്പിച്ച് തുവർത്തി കഴിഞ്ഞപ്പോൾ ഉമ്മയ്ക്ക് വല്ലാത്ത തളർച്ച. വാരിയെടുത്ത് ഒരുവിധം കട്ടിലിൽ എത്തിച്ചു. കിടത്തിയിട്ടാണ് തുണിമാറ്റിയത്. ചൂടുള്ള പാൽ കുറേശ്ശയായി വായിലൊഴിച്ചുകൊടുക്കുമ്പോഴാണ് ഇത്താത്താ എന്നു വിളിച്ചുകൊണ്ട് അഷറഫ് എത്തിയത്. അവൻ സമയം കിട്ടുമ്പോഴൊക്കെ വരാറുണ്ട്.

"ഇവിടിരിക്യാ? പോസ്റ്റുമാൻ വിളിക്കുന്നു. രജിസ്റ്ററുണ്ടത്രേ."

"എടാ ഉമ്മയ്ക്കിന്ന് കുളിപ്പിക്കുമ്പോൾ ഒരു തളർച്ചപോലെ. നീ ആ നാണു വൈദ്യരെ ഒന്നു വിളിപ്പിക്ക്."

"വിളിക്കാം. നിങ്ങളതുപോയി ഒപ്പിട്ട് വാങ്ങ്."

"ഇതാരാപ്പാ രജിസ്റ്ററ് കത്തയക്കാൻ? ചെലപ്പോ അളിയന്റെ ഡ്രാഫ്റ്റായിരിക്കും. നീ ഈ പാല് ഉമ്മാക്ക് കൊടുക്ക്. ഞാനിതാ വന്നു."

പതിനാല്

കവർ ഒപ്പിട്ടു വാങ്ങിയിട്ടും പോസ്റ്റുമാൻ കുശലം പറഞ്ഞു കൊണ്ട് മുറ്റത്തുതന്നെ നിന്നു. ഏറെ കാലമായി അറിയുന്ന ആളാണ്. പതിവ് മാമൂൽ പ്രതീക്ഷിച്ചാണ് നില്പ്. ഡ്രാഫ്റ്റാണെന്ന് അയാളും കരുതുന്നുണ്ടാകും.

"ഇപ്പ വരാട്ടോ."

അകത്തേക്കു നടക്കുമ്പോൾ പറഞ്ഞു. അഞ്ചുറുപ്പിക കൈയിൽ വെച്ചു കൊടുത്തപ്പോൾ അയാളുടെ മുഖം തെളിഞ്ഞു. യാത്രചോദിച്ച് ഇറങ്ങുകയും ചെയ്തു. കവർ തിരിച്ചും മറിച്ചും നോക്കി. അഡ്രസ്സ് ടൈപ്പ് ചെയ്തിരിക്കയാണ്. ഷറഫിന്റേതായിരിക്കും. അല്ലാതാരാ കത്ത യക്കാനുള്ളത്. പോകാൻനേരം കാശൊന്നും തന്നില്ല. കൊണ്ടുവന്ന തെല്ലാം തീർന്നു, ചെന്നിട്ട് അയച്ചുതരാം പണം ചോദിച്ചപ്പോൾ പറഞ്ഞി രുന്നു. നന്നായി. ടിക്കറ്റിനു കൊടുക്കാൻപോലും പണമില്ലായിരുന്നു.

"ആരയച്ചതാ?"

അഷറഫ് ചോദിച്ചു.

"അളിയൻ അയച്ചതായിരിക്കും. ഉമ്മാക്കെങ്ങനെയുണ്ട്?"

"ക്ഷീണമുണ്ട് കേട്ടോ. പാലുകുടിച്ചതും ഉറങ്ങി."

കവർ പൊട്ടിക്കുമ്പോൾ ആകാംക്ഷ ഒട്ടുമില്ലായിരുന്നു. കത്ത് പുറ ത്തെടുത്ത് വീണ്ടും പരിശോധിച്ചു. ഡ്രാഫ്റ്റൊന്നും അതിലില്ലായിരുന്നു.

"ഇതാരാണപ്പാ റജിസ്റ്റർ കത്തയിച്ചിരിക്കുന്നത്?"

തന്നത്താൻ പറഞ്ഞുകൊണ്ടാണ് കത്തു തുറന്നത്.

ആരോ ആർക്കോ അയച്ച കത്ത് വിലാസം മാറി കൈയിൽ കിട്ടിയ ഭാവത്തിലാണ് കത്തു വായിച്ചത്.

‘‘ഞാൻ തെക്കണ്ടി ഉസ്മാന്റെ മകൻ ഷറഫുദ്ദീൻ കോയക്കുട്ടിയുടെ മകൾ ഫാത്തിമയെ മൊഴി മൂന്നും ചൊല്ലിയിരിക്കുന്നു. തലാഖ് ചെയ്തിരിക്കുന്നു.”

അടിയിൽ ഷറഫ് പേരെഴുതി ഒപ്പിട്ടിരിക്കുന്നു കൂടാതെ രണ്ടു സാക്ഷികളുടെ ഒപ്പുമുണ്ട്. അവൾക്ക് ഒന്നും മനസ്സിലായില്ല. ആകെ അമ്പരന്ന് കത്ത് തിരിച്ചും മറിച്ചും നോക്കുന്നതുകണ്ട് അഷറഫ് അതു പിടിച്ചുവാങ്ങി വായിച്ചു.

“ആരോ കളിപ്പിക്കാൻ ചെയ്തതായിരിക്കും അല്ലേ?”

ഫാത്തിമയുടെ തളർന്ന വാക്കുകൾ.

“ഇത്താത്താ......അയാൾ എന്താ ഈ കാണിച്ചത്?”

ഫാത്തിമയുടെ മുഖം വിളറി. ചുണ്ടു വരണ്ടു. അഷറഫിനു താങ്ങാൻ കഴിയുന്നതിനുമുമ്പ് അവൾ പിടഞ്ഞു താഴെ വീണു. അവൻ ഇത്താത്തയെ കോരിയെടുത്ത് അകത്തേ മുറിയിലെ കട്ടിലിൽ കിടത്തി. ബഹളം കേട്ട് പാത്തൂത്ത ഓടി എത്തിയിരുന്നു.

“പാത്തൂത്താ, വെള്ളം.”

വെള്ളം മുഖത്തു തളിച്ചപ്പോൾ ഫാത്തിമ കണ്ണുതുറന്നു.

“എനിക്കിപ്പോ പോണം......ഇതു ഞാൻ സമ്മതിക്കില്ല....... എന്റെ മക്കൾ.....”

ഫാത്തിമ സമനിലതെറ്റിയതുപോലെ കൈകാലിട്ടടിച്ചു നിലവിളിച്ചു. എന്തുചെയ്യണമെന്നറിയാതെ അഷറഫ് പകച്ചു. കരച്ചിൽ ഉച്ചത്തിലാവുകയും അടുത്ത മുറിയിൽ കിടന്ന ഉമ്മ എന്തൊക്കെയോ വിളിച്ചു ചോദിക്കുകയും ചെയ്യുന്നത് കേട്ടപ്പോൾ അഷറഫ് ഇത്താത്തയെ ബലമായി പിടിച്ചിരുത്തി.

“ഇത്താത്ത ഇങ്ങനെ ഒച്ചവെച്ചാൽ ഉമ്മ അറിയും. ഇനിയുമൊരു അടി താങ്ങാനുള്ള കരുത്ത് നമ്മുടെ ഉമ്മയ്ക്കില്ല. ഇത്താത്ത എത്ര പണിപ്പെട്ടാണ് ഉമ്മയെ ഇങ്ങനെ ആക്കിയതെന്ന് മറന്നോ? ഇനിയൊരു ട്രാജഡികൂടി കാണാൻ........”

“മോനേ........ഇല്ല ഉമ്മ അറിയരുത്. ഞാൻ ബഹളം കൂട്ടില്ല.”

അവൾ സ്വയം നിയന്ത്രിച്ചു. കണ്ണ് അമർത്തിത്തുടച്ചു. അപ്പോഴേക്കും ഉമ്മ ക്ഷമകെട്ട് ഉറക്കെ വിളി തുടങ്ങിയിരുന്നു.

“തല്ക്കാലം നീ അങ്ങോട്ട് ചെല്ല്.”

“എന്താടാ?”

അഷറഫിനെ കണ്ടതും ഉമ്മ ചോദിച്ചു.

“അതുപിന്നെ......ഇത്താത്താ.....”

അഷറഫ് പരുങ്ങി.

“പെട്ടെന്ന് ഫാത്തിമാക്കൊരു തലമിന്നൽ. ഞാള് പേടിച്ചുപോയി. ഇപ്പം മാറി ലേശം കെടന്നോട്ടെ.”

പാത്തൂത്ത പറഞ്ഞതു കേട്ട് അഷറഫിന് ആശ്വാസമായി.

ഉമ്മ സംശയം തീർക്കാനെന്നോണം അഷറഫിനെ നോക്കി.

"തന്നുമ്മാ. ഇത്താത്താക്ക് ഈയിടെയായി നല്ല ക്ഷീണമുണ്ട്."

"ഡോട്ടരെ കാണിക്കണ്ടേ?"

"കാണിക്കാം."

അഷറഫ് വീണ്ടും ഇത്താത്ത കിടക്കുന്ന മുറിയിൽ ചെന്നു. കത്ത് കൈയിൽപിടിച്ച് വിങ്ങിപ്പൊട്ടി ഇരിക്കുകയായിരുന്നു അവൾ.

"ഒരുകാരണവുമില്ലാതെ പെട്ടെന്നിങ്ങനെ...സന്തോഷത്തിലാണല്ലോ പോയത്....."

അഷറഫിന്റെ ചോദ്യം കേട്ട് ഫാത്തിമ അവനെ കെട്ടിപ്പിടിച്ച് ഒച്ചയില്ലാതെ കരഞ്ഞു.

"ഒന്നും മനസ്സിലാകുന്നില്ല...ആ ഉമ്മ കൂടെ പോയപ്പോഴേ എന്റെ മനസ്സു പിടച്ചതാ. എനക്കിപ്പോ പോണം. എന്നാലും ഇങ്ങനെ......നീ ചെന്ന് ടിക്കറ്റുണ്ടോന്നു നോക്ക്....."

"അതിപ്പം.....അയാൾ മൊഴി അയച്ച സ്ഥിതിക്ക് അങ്ങോട്ടു പോകുന്നത് ശരിയാണോ?"

"നീ പോടാ. ശരിയും തെറ്റും നോക്കുന്ന സമയമിതല്ല. ഇന്നത്തെ വണ്ടിക്കുതന്നെ ഞാൻ പോകും. ആവുമെങ്കിൽ നീ കൂടെ വന്നാമതി."

"ഇക്കാക്കയെ ഒന്നു ഫോൺ വിളിച്ചു നോക്കട്ടെ."

അഷറഫ് എഴുന്നേറ്റു.

"അതിനൊന്നും നേരമില്ല. നീ ചെന്ന് ഒരു കാറ് പിടിക്ക്. നമുക്ക് ഉടനെ ഇക്കാക്കയുടെ വീട്ടിലേക്കു പോകാം."

ഫാത്തിമ ധൃതി കൂട്ടി.

"അപ്പോൾ ഉമ്മ........"

"നേരാ.,.........എന്റെ സങ്കടത്തിനിടയിൽ ഞാൻ ഉമ്മയെ മറന്നു. പാത്തൂത്ത ഒറ്റയ്ക്ക് മതിയാവ്വോ?"

"ഞാൻ ചെന്ന് ജമീലയെ വിളിച്ചുകൊണ്ടുവരാം. അപ്പളേക്ക് ഇത്താത്ത റെഡിയായിക്കോ. ഉമ്മയെ ഇത്താത്ത തന്നെ പറഞ്ഞു സമാധാനിപ്പിക്കണം."

അഷറഫ് പോയപ്പോൾ ഫാത്തിമ ചെന്ന് പെട്ടി പായ്ക്കുചെയ്തു. ബോംബെക്കു കൊണ്ടുപോകാനുള്ള സാധനങ്ങളൊന്നും എടുത്തുവെയ്ക്കാൻ മറന്നില്ല. കുളികഴിഞ്ഞിട്ടാണ് ഉമ്മയുടെ മുറിയിൽ ചെന്നത്. ഉമ്മ മയക്കത്തിലായിരുന്നു. അവൾ അവരുടെ കാലുതടവിക്കൊണ്ട് കട്ടിലിലിരുന്നു. പാത്തൂത്ത ഏറെ നിർബന്ധിച്ചപ്പോൾ ഊണു കഴിച്ചെന്നു വരുത്തി. അപ്പോഴേക്കും ഉമ്മ ഉണർന്നു.

"എന്തേനും നിനിക്ക്? കണ്ണും മോറും ആകെ കടുത്തിരിക്കുന്നു."

"എന്താന്ന് അറിയില്ല. വല്ലാത്ത തലവേദന. ഡോക്ടറെ ഒന്നു കണ്ടാലോ? അഷറഫ് ജമീലയെ വിളിക്കാൻ പോയിട്ടുണ്ട്. അവര്

വന്നിട്ട് ഇക്കാക്കയുടെ വീട്ടിലോളം ഒന്നു പോയാലോന്ന് ആലോചിക്യാ. അവിടത്തെ ഡോക്ടറെയാ ഞാൻ കാണിക്കല്."

"അതു മതി. എനക്കൊന്നൂല്ലാ. പാത്തു നോയിക്കോളും."

"ചോറു തരട്ടേ?"

ഉമ്മയ്ക്ക് ചോറു കൊടുത്തുകൊണ്ടിരുന്നപ്പോഴാണ് അഷറഫെത്തിയത്. ഉമ്മയ്ക്കു കൊടുക്കാനുള്ള ഗുളികയുടെ സമയവും മറ്റും ജമീലയ്ക്ക് പറഞ്ഞുകൊടുത്തു. അപ്പോൾ കൊടുക്കാനുള്ള ഗുളിക വായിലിട്ട് വെള്ളവും കൊടുത്തു. ഉമ്മയെ നേരെ കിടത്തി പുതപ്പിക്കുമ്പോൾ ആ കാലിൽ അറിയാതെ പിടിമുറുകി.

"ഊം?"

ഉമ്മയുടെ മുഖത്ത് സംശയം.

"ഒന്നുല്ലാ എല്ലാം നേരെയാകാൻ ഉമ്മ ദ്വാഎരക്ക്."

"ഇത്താത്താ ടാക്സി വെയിറ്റു ചെയ്യുന്നു."

അഷറഫ് ആവശ്യമില്ലാതെ തിരക്കുകൂട്ടി.

ഉമ്മയുടെ മുറിക്കു പുറത്തു കടന്നതും അവൾ ജമീലയുടെ തോളിൽ പിടിച്ച് വിങ്ങിപ്പൊട്ടി.

"മോളെ....ഉമ്മ ഒന്നും അറിയണ്ട."

അവൾ വെറുതെ തലയാട്ടി.

സലാമ്ക്ക ഇപ്പോൾ കോഴിക്കോട്ടാണ് താമസം. മുക്കാൽമണിക്കൂറുകൊണ്ട് അങ്ങെത്താം. കാറിന് ഒട്ടും വേഗത പോരെന്നു തോന്നി. സീറ്റിൽ ചാരിയിരുന്നപ്പോൾ നെഞ്ചിനകം വിങ്ങി. ശ്വാസതടസ്സം തോന്നുകയും ചെയ്തു. കണ്ണുകൾ നിറഞ്ഞൊഴുകി. ഡ്രൈവർ മിററിൽകൂടി ശ്രദ്ധിക്കുന്നതു കണ്ടാകണം അഷറഫ് പറഞ്ഞു:

"ഉമ്മയെ ഈ കോലത്തിൽ കണ്ടിട്ടു പോകുന്നതിലാ ഇത്താത്തയ്ക്ക് സങ്കടം."

"എന്നുവെച്ച് പോകാതാവുമോ? ഓലാടെ എടങ്ങരാവൂലേ?"

ഡ്രൈവർ അഷറഫിന്റെ പരിചയക്കാരനാണ്.

കണ്ണടച്ചു കിടന്നു. ആരോ തോളത്തു തട്ടിയപ്പോഴാണ് കണ്ണുതുറന്നത്. അഷറഫ് ഡോർ തുറന്നുപിടിച്ച് തോളിൽ തട്ടുന്നു. ഒന്നു മയങ്ങിയോ? കോലായിൽ ഉലാത്തുന്ന ഇക്കാക്കയെ ഇറങ്ങുമ്പോഴേ കണ്ടു. അഷറഫ് കാശുകൊടുത്ത് ടാക്സി പറഞ്ഞയച്ചു. കാറ് ഓടി നീങ്ങുന്നതും നോക്കി കുറേനേരം മുറ്റത്തുതന്നെ നിന്നു.

"ഫാത്തിമാ"

ഇക്കാക്ക വിളിക്കുന്നത്കേട്ട് ധൃതിയിൽ പടികയറി. ഇക്കാക്കയുടെ വിളറിയ മുഖം അപ്പോഴാണ് ശരിയ്ക്കും കണ്ടത്. അപ്പോൾ വിവരം ഇക്കാക്കയും അറിഞ്ഞെന്നോ? വിചാരിച്ചതുപോലെ ആരോകളിപ്പിക്കാൻ ഒപ്പിച്ച പണിയല്ലേ? ഇക്കാക്ക ഒന്നും പറയാതെ അവളെയും പിടിച്ചുകൊണ്ട് അകത്തേ മുറിയിലെത്തി.

"എനിക്കൊന്നും മനസ്സിലാകുന്നില്ല. മൊഴിയുടെ കോപ്പി എനിക്കും അയച്ചിരിക്കുന്നു. ഞാനുടനെ ഫോൺ വിളിച്ചു......"

"എന്നിട്ടെന്തു പറഞ്ഞു?"

ഫാത്തിമ ആകാംക്ഷയോടെ ചോദിച്ചു.

"വായിൽത്തോന്നിയത് പറഞ്ഞു. നിന്റെ ഗുണാവതാരങ്ങൾ അക്കമിട്ട് നിരത്തി. അബ്ദുള്ളയെ കാണാനായിട്ടാണത്രേ നീ ഇത്തവണ നാട്ടിൽ വന്നത്. എല്ലാം മുൻകൂട്ടിയുള്ള പരിപാടിയാണെന്നാണ് അയാൾ തറപ്പിച്ചു പറയുന്നത്."

"അത് കളവാണ്. അയാളിപ്പോൾ എനിക്കാരുമല്ല. ഞാൻ ഒരു വാക്ക് മിണ്ടിയതുപോലുമില്ല. ഇക്കാക്ക ഉമ്മയോട് ചോദിച്ചുനോക്ക്...."

ഫാത്തിമ സാലാമിന്റെ കാലിൽ വീണ് പൊട്ടിക്കരഞ്ഞു.

"'ഒച്ചവെച്ച് നാട്ടുകാരെ അറിയിച്ചിട്ട് ഇനി കാര്യമില്ല. അവന് നിന്നെ മടുത്തു. ഒഴിവാക്കാൻ ഒരു വഴിയും കണ്ടെത്തി. ഉപ്പു തിന്നവർ വെള്ളം കുടിക്കുകതന്നെ ചെയ്യും."

"ഇക്കാക്കാ......"

ഫാത്തിമ ദയനീയമായി വിളിച്ചു. സലാം ഒന്നും മിണ്ടാതെ നിന്നതേയുള്ളൂ.

"ഞാൻ നേരിട്ടു ചെന്നു പറഞ്ഞാൽ ഒരു പക്ഷേ........"

"'ഇപ്പോൾ പ്രശ്നം നമ്മുടെ കൈപ്പിടിയിൽ ഒതുങ്ങാതായിരിക്കുന്നു. തലാഖ് ചൊല്ലിയതോടെ അയാൾ നിനക്ക് അന്യനായില്ലേ? ഇനി അവിടെ......."

"വെറും മൂന്നു വാക്കുൾകൊണ്ട് ഇത്രയുംകാലത്തെ ബന്ധം അറുത്തെറിയുകയോ? ഞാൻ സമ്മതിക്കില്ല."

"നീ ഒന്നടങ്ങ്. ഞാൻ വിവരമുള്ള ആരെയെങ്കിലും വിളിച്ചൊന്നു ചോദിക്കട്ടെ."

ഫാത്തിമക്കെങ്ങനെ അടക്കം കിട്ടും? നാടും വീടും നൊന്തു പെറ്റമകനെപ്പോലും ഉപേക്ഷിച്ചിട്ടാണ് അയാളുടെകൂടെ ഇറങ്ങിയത്. സ്വന്തം ബാപ്പയുടെ മയ്യത്തുകാണാൻപോലും സാധിച്ചില്ല. ആട്ടും തുപ്പും എല്ലാം കേട്ടില്ലെന്നുവെച്ച് അള്ളിപ്പിടിച്ചു നിന്നു. എന്നിട്ടിപ്പോ.....

അവൾ തല ചുമരിലിടിച്ച് ഉറക്കെ കരഞ്ഞു. എന്റെ മക്കൾ.....ഒന്നിനെ അവൾക്കു നഷ്ടപ്പെട്ടു. ഇവരും........മക്കളെ കാണാൻകൂടി ഷറഫ് അനുവദിച്ചെന്നു വരില്ല. ഹാരിസ് ഡാഡിയെപ്പോലെയാണ്. ഡാഡി പറയുന്നതു കേട്ടാകണം അവന് ഉമ്മയെപ്പറ്റി നല്ല അഭിപ്രായമല്ല. എന്നാലും അവൾക്കവനെ ഉയിരാണ്. പാവം മോനു. അവന് ഉമ്മയെ പിരിഞ്ഞിരിക്കാൻ ആവില്ല. എന്തിനും അവന് ഉമ്മ വേണം. മോനു വിളിക്കുന്നതായി തോന്നി അവൾക്ക്. അവളുടെ വയറെരിഞ്ഞു. ശ്വാസം മുട്ടി. കട്ടിലിൽ തലയിട്ടടിച്ച് ഉറക്കെ കരയുന്നതു കേട്ടാകണം ബുഷറ എത്തി.

"എന്താ ഫാത്തിമാ ഇക്കാണിക്കുന്നത്? അവനവന്റെ തടികേടാക്കിയിട്ട് എന്താ കാര്യം? തന്റേടത്തോടെ നിന്ന് അയാളോട് പകരം വീട്ടുകയാണ് വേണ്ടത്."

ബുഷറ അവളെ ബലമായി പിടിച്ചുവെച്ചു.

"ഞാൻ എന്തു ചെയ്യണമെന്നാ ബുഷറത്താ പറയുന്നത്? എന്തുണ്ടിനി ചെയ്യാൻ? എന്റെ മോനു........?"

"നീ അവനെയൊന്ന് ഫോൺ ചെയ്തു നോക്ക്. സംഗതി അറിയാമല്ലോ."

പിടിവള്ളി കിട്ടിയതുപോലെ തോന്നി ഫാത്തിമയ്ക്ക്. അവൾ ഉടനെ ഫോൺ കറക്കി. കുറേനേരത്തെ കാത്തിരിപ്പിനുശേഷമാണ് ലൈൻ കിട്ടിയത്. മോനൂവിന്റെ സ്വരം കേട്ടപ്പോൾ സങ്കടവും സന്തോഷവും ഒന്നിച്ചുണ്ടായി.

തേങ്ങലടക്കിക്കൊണ്ട് ചോദിച്ചു:

"മോനേ മമ്മിയെ മറന്നോ?"

"മമ്മീ? ഹൗ ആർ യൂ?"

"നിന്റെ ഡാഡി അവിടില്ലേ?"

"ഉണ്ട്. ഡാഡീ........."

അവൻ വിളിച്ചത് അവൾ കേട്ടു.

"മമ്മീ ഐ തിങ്ക് ഡാഡി ഈസ് ഇൻ ദ ബാത്തറൂം. മമ്മീ. ഡാഡിക്ക് പുതിയ വൈഫുണ്ട്."

"വാട്ട്?"

"ഒരു ലേഡി നാട്ടിന്ന് വന്നിരുന്നു. വല്ലിമ്മാ സെയിസ് ഷീ ഈസ് ഔവർ ന്യൂ മമ്മി. ആണോ മമ്മീ?"

"അല്ലാ, അല്ല കുട്ടാ, ഞാനാ നിന്റെ മമ്മി."

അപ്പോഴേക്കും ഫോൺ കട്ടായി. കട്ടാക്കിയതായിരിക്കും.

"ഇല്ല.....ഞാൻ സമ്മതിക്കില്ല. ഞാൻ ജീവിച്ചിരിക്കുമ്പോ എന്റെ മക്കൾക്ക് വേറെ ഉമ്മയോ?"

അവൾ വീണ്ടും ഫോൺ കറക്കി.

ഇക്കാക്ക വന്നു തടഞ്ഞു.

"ഇക്കാക്കാ, മോനു പറയുന്നു അവന്റെ ഡാഡിക്ക് വേറെ ഭാര്യയുണ്ടെന്ന്..... മുഴുവൻ പറയാൻ സമ്മതിച്ചില്ല. ആരോ ഫോൺ പിടിച്ചു വാങ്ങി. ഇക്കാക്ക വിളിച്ചുനോക്ക്. എനിക്കറിയണം......"

"വിളിക്കാം. നീയൊന്നടങ്ങ്. അവർ വളരെ ആലോചിച്ചാണ് കരുക്കൾ നീക്കിയിരിക്കുന്നത്. നീ പൊട്ടി. ഒന്നിനും പോരാത്ത മണ്ടക്കഴുത."

സലാം അരിശപ്പെട്ടു.

"അവളെ കുറ്റം പറഞ്ഞിരിക്കുന്ന സമയംകൊണ്ട് അയാളെ വിളിച്ച്

നാല് ചോദിക്ക്. ഇതെന്താ വെള്ളരിക്കാപ്പട്ടണമാണോ? തോന്നുമ്പോൾ വേണ്ടെന്നു പറയാൻ ഇവളയാളുടെ പട്ടിയാ?"

"മിണ്ടരുത്.....കുരുത്തക്കേടുകൾ കാണിച്ചിട്ട് കിടന്ന് ആർക്കുന്നത് കണ്ടില്ലേ?"

"എനിക്കിപ്പോ പോണം. എല്ലാം നേരിട്ട് ചോദിക്കണം. ഞാൻ ചെന്നു പറഞ്ഞാൽ അയാൾ അവളെ ഉപേക്ഷിക്കും......."

ഫാത്തിമ ഭ്രാന്തിയെപ്പോലെ പുലമ്പി.

"ചെല്ല്. ആട്ടിപ്പുറത്താക്കും."

സലാം അലറി.

തലയിട്ടടിച്ചു കരയുന്ന ഫാത്തിമയെ എങ്ങനെ സമാധാനിപ്പിക്കണമെന്നറിയാതെ ബുഷറ അന്തംവിട്ടു. അഷറഫ് എല്ലാം കണ്ട് മിണ്ടാതെ നിന്നതേയുള്ളൂ.

പതിനഞ്ച്

തലയ്ക്കകത്തു പാറ്റകൾ അരിച്ചു നടക്കുകയാണോ? ഇരിക്കാനും കിടക്കാനും കഴിയാത്ത അവസ്ഥ. എഴുന്നേറ്റു നടക്കുമ്പോൾ തലചുറ്റി വീഴാൻ പോകുന്നു. നെഞ്ചിനകത്ത് കടന്നലുകുത്തിയതുപോലെ. എല്ലാ വേദനയും ഒന്നവസാനിച്ചെങ്കിൽ. ആശിച്ചുപോകുന്നു.

ബോംബെയിലെത്തിയിട്ട് ആഴ്ച ഒന്നു കഴിഞ്ഞു. സന്തോഷമുള്ള ഒരു വാർത്തപോലും ഇതുവരെ കേട്ടില്ല. മക്കളെ ഒന്നു കാണാനൊത്താലും മതിയായിരുന്നു.

ഫാത്തിമയുടെ ഒരു ചെറിയ തെറ്റിനു ഇത്രയും കടുത്ത ശിക്ഷയോ റബ്ബേ?

കൈയ് മേലോട്ടുയർത്തി ഫാത്തിം ചോദിച്ചു. ഇപ്പോൾ എല്ലാ ചോദ്യവും എറിയുന്നത് അങ്ങോട്ടേക്കാണ്. നാട്ടുകാരും വീട്ടുകാരും അവളെയാണ് കുറ്റപ്പെടുത്തുന്നത്. മനസ്സറിഞ്ഞൊന്നു മിണ്ടാൻപോലും അവൾക്കാരുമില്ല. ഖുറ്ആൻ കൈയിലെടുത്തു നോക്കി. ഒരക്ഷരം വായിക്കാൻ സാധിക്കുന്നില്ല. പത്രംപോലും അവൾക്കിപ്പോൾ വായിക്കാനാവുന്നില്ല. തല മരവിച്ചതുപോലെ. നാട്ടിൽ നിന്നും യാത്ര തിരിച്ചപ്പോൾ മനസ്സിനു നല്ല ബലമുണ്ടായിരുന്നു. എന്തും നേരിടാനുള്ള കരുത്തുമായിട്ടാണ് പോന്നത്. ചെന്ന ഉടനെ മക്കളെ വിളിപ്പിക്കണം. അവർ കൂടെ നില്ക്കാതിരിക്കില്ല. ഹാരിസിന്റെ കാര്യത്തിൽ സംശയമുണ്ടായിരുന്നു. പക്ഷേ, മോനു വരുമെന്നുതന്നെ ഉറച്ചു വിശ്വസിച്ചു. അവരെ ഒന്നു കാണാൻപോലും അനുവദിച്ചില്ല. അതോർത്താണിപ്പോൾ ദുഃഖം.

വ്യാമോഹങ്ങളൊന്നും വേണ്ട. മനസ്സുറപ്പിച്ചു നിന്നോളണം. ഇക്കാക്ക ഉപദേശിച്ചപ്പോഴൊക്കെയും മനസ്സിന്റെ കോണിലെവിടേയോ ആശാകിരണങ്ങൾ ബാക്കിയുണ്ടായിരുന്നു. ഇവിടെ വന്നു കഥകൾ

ഓരോന്നും കേട്ടുതുടങ്ങിയപ്പോൾ മനസ്സ് കരിഞ്ഞു. അവൾകൂടെ ഉണ്ടായിരുന്നപ്പോഴാണ് അയാളുടെ രണ്ടാം വിവാഹം നടന്നത്.

"ഇത്താത്ത വല്ലാത്തൊരു പൊട്ടത്തിതന്നെ. കഴിഞ്ഞകൊല്ലം നാട്ടിൽചെന്നപ്പളാത്രേ അയാൾ രണ്ടാമതും വിവാഹം കഴിച്ചത്." അതൊന്നു മണത്തറിയാൻപോലും ഇത്താത്തയ്ക്ക് കഴിഞ്ഞില്ലാലോ. അതെങ്ങനാ, അയാൾ ഇത്താത്താക്ക് രക്ഷകനായിരുന്നില്ലേ? ഞാൻ സൂചന തന്നപ്പോളൊക്കെ എന്റെ മേക്കിട്ട് കയറാൻ വന്നില്ലേ? സമദ്ക്ക പറഞ്ഞിട്ടാ ഞാനോരോന്നറിഞ്ഞത്. അയാളുടെ ഒരു നാട്ടുകാരൻ മൂപ്പരെ ആഫീസിലുണ്ട്."

"എന്നാലും ഇങ്ങനെ ചെയ്യുമെന്ന്........"

"ഇപ്പോ അറിഞ്ഞില്ലേ. ഇനി പട്ടിണികിടന്നും നിലവിളികൂട്ടിയും അവനവന്റെ തടി കേടാക്കാതെ ധൈര്യമായിട്ട് നിക്ക്."

വേണമെന്നുവെച്ചാണോ പട്ടിണി കിടക്കുന്നത്? ആഹാരം കാണുമ്പോൾ മടുപ്പ്. ഉറക്കംവരണമെങ്കിൽ ഗുളിക തിന്നണമെന്നായിരിക്കുന്നു. കഴിഞ്ഞതവണ ഉമ്മയ്ക്കു സുഖമില്ലെന്നു പറഞ്ഞ് ഷറഫ് ഒരാഴ്ചത്തേക്ക് നാട്ടിൽ പോയിരുന്നു. തിരിച്ചെത്തിയപ്പോൾ ആഴ്ച രണ്ടു കഴിഞ്ഞു. ഉമ്മ ആശ്പത്രിയിലാണ് വരാൻ വൈകുമെന്നു വിളിച്ചു പറഞ്ഞതുകൊണ്ട് മറ്റൊന്നും നിനച്ചതുമില്ല. മൊഴി കൈയിൽ കിട്ടിയതിനേക്കാൾ ഞടുങ്ങിയത് വിവാഹകാര്യം കേട്ടപ്പോഴാണ്. ഈ പെണ്ണിന്റെ പേരും പറഞ്ഞാണ് ദുബായിൽവെച്ചു കുറച്ചുകാലം കള്ളിൽ മുങ്ങി ബോധംകെട്ടു നടന്നത്. എന്തൊക്കെ കുറ്റമായിരുന്നു അപ്പോൾ പറഞ്ഞത്. അഹങ്കാരി. കറുമ്പി, കോങ്കണ്ണി, അവളെ ഭാര്യയായി സങ്കല്പ്പിക്കാൻപോലും വയ്യ. ഉമ്മ നിർബന്ധിച്ചു നിക്കാഹ് ചെയ്യിച്ചതാണ്. ഓരോ കാരണങ്ങൾ പറഞ്ഞ് കല്യാണം നീട്ടിവെച്ചിരിക്കയാണ്. ഫാത്തിമ ഒരു വാക്കുമൂളിയാൽ ഞാനവളെ തലാഖ് ചെയ്യാം.

അന്തംവിട്ടു. അരിശപ്പെട്ടു. എന്നിട്ടും ഉളുപ്പില്ലാതെ പിന്നാലെ നടന്നു. അതൊക്കെ ഭർത്താവിനോട് തുറന്നു പറയാൻ കഴിഞ്ഞില്ല. അതായിരുന്നു ആദ്യത്തെ തെറ്റ്. ഇപ്പഴും അതേ. മനസ്സിലുള്ളത് ആരോടും തുറന്നു പറയാൻ സാധിക്കുന്നില്ല. ഷറഫിന്റെ കൂടെ കഴിയുമ്പോഴും ഇതുതന്നെ ആയിരുന്നു സ്ഥിതി. പറയാൻ വിചാരിക്കുന്നത് പലതും വിഴുങ്ങുമ്പോൾ വിചാരിക്കാത്തതെല്ലാം സംഭവിക്കുന്നു. ഷക്കീല സ്വന്തം അമ്മാവന്റെ മകളാണ്. ഷറഫ് ഫാത്തിമയെ വിവാഹം ചെയ്തതറിഞ്ഞ മാമ അവളെ നിർബന്ധിച്ച് മറ്റൊരാൾക്ക് വിവാഹം ചെയ്തുകൊടുത്തു. അവൾക്കാ ബന്ധം ഒട്ടും ഇഷ്ടമുണ്ടായിരുന്നില്ല. ഒരു കൊല്ലം തികയുന്നതിനുമുമ്പ് അയാൾ മരിച്ചു. ആത്മഹത്യ ചെയ്തതാണെന്നും കേൾവിയുണ്ട്. ഇതൊക്കെ ഷറഫ് പറഞ്ഞാണ് അവൾ അറിഞ്ഞത്. ആദ്യകാലത്ത് എല്ലാ കാര്യങ്ങളും ഷറഫ് അവളോടു പറഞ്ഞിരുന്നു. ഉമ്മയുടെ കത്തുകൾ വായിക്കാൻ കൊടുക്കാറുമുണ്ടായിരുന്നു. മക്കളൊക്കെ ആയപ്പോഴാണല്ലോ അകൽച്ച തുടങ്ങിയത്? എങ്ങനെ ആയിരുന്നു തുടക്കം എന്നാലോചിച്ചാൽ ഒരെത്തും പിടിയുമില്ല.

പെട്ടെന്ന് ഒരു ദിവസംകൊണ്ട് അകന്നതല്ല.

അടുത്തടുത്ത പ്രസവമായിരുന്നു. കുട്ടികൾതമ്മിൽ ഒന്നരവയസ്സിനുള്ള വ്യത്യാസമേയുള്ളൂ. രണ്ടു മക്കളെ നോക്കലും വീട്ടുഭരണവും ഒക്കെ ആയപ്പോൾ തിരക്കേറി. ഷറഫിനെ വേണ്ടതുപോലെ ശ്രദ്ധിക്കുന്നില്ലെന്ന പരാതി ഏറിവന്നു. അയാൾക്ക് അവളെന്നും കാമുകിയായിരുന്നു. അതിൽ നിന്ന് ഭാര്യയിലേക്കും ഉമ്മയിലേക്കുമുള്ള മാറ്റം അംഗീകരിക്കാൻ മനസ്സു കൂട്ടാക്കിയിട്ടുണ്ടാവില്ല. കണ്ടോ, ഇപ്പോഴും മനസ്സ് അയാളുടെ വശമാണ് ചാരുന്നത്. അവൾക്കയാളെ വെറുക്കാനാവുന്നില്ലല്ലോ എന്നാണ് ഇപ്പോഴത്തെ സങ്കടം. എത്ര കണ്ടാലും കൊണ്ടാലും ഇത്താത്ത പഠിക്കില്ല എന്ന് ഷരീഫ പറയുന്നത് വെറുതേയല്ല. അവളെ ഒന്നു പേടിപ്പിക്കാനുള്ള അയാളുടെ അടവായിരിക്കും മൊഴി എന്നായിരുന്നു നാട്ടിൽനിന്ന് പോരുമ്പോൾ കരുതിയത്. അവൾ വന്ന് രണ്ട് നല്ല വാക്കുകൾ പറയുമ്പോൾ അയാൾ വിട്ടു വീഴ്ചയ്ക്ക് തയ്യാറാകും. അതോടെ എല്ലാം ഒത്തുതീർപ്പാക്കാം എന്നൊക്കെയായിരുന്നു കണക്കുകൂട്ടൽ. രേഖാമൂലമോ വാക്കാലോ മൊഴിചൊല്ലിക്കഴിഞ്ഞാൽ ചെല്ലിയ ആൾ വിചാരിച്ചാലും ഭാര്യയെ തിരിച്ചെടുക്കാനാവില്ലെന്ന് ഇവിടെ എത്തി ഷരീഫ പറഞ്ഞപ്പോഴാണ് അറിഞ്ഞത്. അവർക്കു വീണ്ടും ഭാര്യ ഭർത്താക്കന്മാരായി ജീവിക്കണമെങ്കിൽ ചില ചടങ്ങുകളും നിയമങ്ങളുമൊക്കെ ഉണ്ടത്രെ.

കേട്ടപ്പോൾ സ്തംഭിച്ചുപോയി. അതുകൊണ്ടാണല്ലോ തലാഖ് ചൊല്ലൽ ഖുറ്ആനിൽ എളുപ്പമല്ലാതാക്കിയത്. ഭാര്യാഭർത്താക്കന്മാർ പിണങ്ങിയാൽ ആദ്യം മദ്ധ്യസ്ഥന്മാർ ഇടപെട്ട് അവരെ ഇണക്കാൻ ശ്രമിക്കണം. അതിൽ ഒത്തുതീർന്നില്ലെങ്കിൽ ഒരേ വീട്ടിൽ കുറച്ചുനാൾ ഒന്നിച്ചു കഴിയണം. എന്നിട്ടും സാദ്ധ്യമല്ലെങ്കിലേ തലാഖിനെക്കുറിച്ചു ചിന്തിക്കാവൂ. അതിനും ചിലനിയമങ്ങളും കാലപരിമിതികളുമൊക്കെയുണ്ട്. ഇതൊക്കെ ഖുറ്ആനിൽ പലതവണ തെളിച്ചു പറഞ്ഞിട്ടുണ്ട്. ഖുറ്ആനിൽ സ്ത്രീക്ക് മാന്യമായ സ്ഥാനം നല്കിയിട്ടുണ്ടെന്നാണ് പഠിച്ചത്. സ്ത്രീയുടെ അറിവോടും സമ്മതത്തോടും കൂടിയേ അവളെ ഒഴിവാക്കാനാവൂ എന്നൊക്കെയാണ് അവൾ കേട്ടുപഠിച്ചത്? എന്നിട്ടിപ്പോൾ എവിടെ ആ മാന്യത? പുരുഷനു വേണ്ടെന്നുതോന്നുമ്പോൾ വലിച്ചെറിയാനുള്ള കളിപ്പണ്ടമാണോ സ്ത്രീ? ആരാണവൾക്ക് ഇതിനൊക്കെ ഉത്തരം നൽകുക? എങ്ങനെ സഹിക്കും? ആരാണ് ഇവിടെ നിയമങ്ങളൊക്കെ ഇങ്ങനെ മാറ്റി മറിച്ചത്? ഉള്ളം പുകയുന്നു.

അവളെപ്പറ്റി അയാൾ പറഞ്ഞുപരത്തിയ കഥകൾ കേട്ടാൽ ജീവിച്ചിരിക്കാൻ തോന്നില്ല. അയാൾ ഓഫീസിലേക്കിറങ്ങിയാൽ അവൾ പലരേയും ഫോൺവിളിച്ചു വരുത്തുന്നു. അടുത്ത ഫ്ളാറ്റിലെ ചെറുപ്പക്കാരനെ വലവീശിപ്പിടിക്കാൻ വേണ്ടി ബാൽക്കണിയിൽ ചെന്ന് കൈകാൽ കാണിക്കുന്നു. ഷറഫിനെ ഒട്ടും വിലവെയ്ക്കുന്നില്ല. വായതുറന്നാൽ തറുതലയേ പറയൂ. അയാൾക്കും കുട്ടികൾക്കും ആഹാരമുണ്ടാക്കിക്കൊടുക്കാതെ അസുഖം നടിച്ച് കിടക്കുന്നു. ഹാരീസിന് ഉമ്മയെ വെറു

പ്പാണ്. മോനുവിനും ഡാഡി മതി. കുട്ടികൾ പറഞ്ഞാണ് അവളുടെ താന്തോന്നിത്തരങ്ങൾ അയാളറിഞ്ഞത്. മുൻഭർത്താവിനെയാണ് അവൾക്കിപ്പോഴും പത്ഥ്യം. അയാളുമായി അവൾക്ക് കത്തിടപാടുണ്ടായിരുന്നു. അതുകൊണ്ടാണ് അവൾ നാട്ടിലുള്ള സമയം നോക്കി അയാളെത്തിയത്. അന്നവിടെ തങ്ങുകയും ചെയ്തു. അതറിഞ്ഞ് നാട്ടിൽ എത്തിയപ്പോൾ ഉമ്മ അവശനിലയിൽ കിടക്കുന്നു. അതാണ് ഒന്നും മിണ്ടാതെ പോന്നത്. ഇനിയും ഒന്നിച്ചു കഴിഞ്ഞാൽ കൊലപാതകം നടന്നേക്കും. ആരോപണങ്ങളുടെ പട്ടിക കേട്ടപ്പോൾ നെഞ്ചു പിളർന്നു. ഭൂമി പിളർന്ന് പാതാളത്തിലെവിടെയെങ്കിലും ഒളിക്കാൻ സാധിച്ചെങ്കിൽ എന്നുപോലും തോന്നി.

ഇക്കാക്ക പറഞ്ഞതുകേട്ട് തലയിട്ടടിച്ചു കരയുന്നതു കണ്ട് ഷരീഫയ്ക്ക് കലിയിളകി.

“ഇത്താത്താക്കെന്താ വട്ടുണ്ടോ? മതിയാക്കരുതോ ഈ ഒപ്പാരി. അയാൾക്ക് നിങ്ങളോടുള്ള ,സ്നേഹത്തിന്റെ ആഴവും വീതിയുമൊക്കെ ഇപ്പോ അറിഞ്ഞില്ലേ? അയാൾ നിങ്ങൾക്കുവേണ്ടി എന്തോ ത്യാഗമൊക്കെ ചെയ്തെന്നും പറഞ്ഞ് മിമ്പറയിൽ ഇരുത്തിയിരിക്കുകയായിരുന്നില്ലേ? കുട്ടികളെ വിട്ടുതരാൻ അയാൾക്കു സമ്മതമില്ലെങ്കിൽ വളർത്തട്ടെ. എന്തിന് ആവശ്യമില്ലാത്ത ഭാരം തലയിൽ കയറ്റുന്നു? അവർ വളർന്ന് ഉമ്മയെ വേണമെന്നു തോന്നുകയാണെങ്കിൽ തീർച്ചായായും വരും. ഇതിലും കടുപ്പം കാണിച്ചിട്ടും അഫ്സൽ വരുന്നില്ലേ?”

അവൾ സമാധാനിപ്പിക്കാൻവേണ്ടി പറഞ്ഞതാണെങ്കിലും ഓരോ വാക്കും മനസ്സ് കീറിമുറിക്കുകയായിരുന്നു.

അയാൾ അറിഞ്ഞോ അറിയാതെയോ ഒരു തെറ്റു ചെയ്തു. അതു തിരുത്താൻവേണ്ടി മാത്രമാണ് അന്നയാൾ നിങ്ങളെ സ്വീകരിച്ചത്. അന്നത് ചെയ്തില്ലായിരുന്നെങ്കിൽ നിങ്ങൾ പെരുവഴിയിലാകുമായിരുന്നു. അതിനുള്ള നന്ദിപോലും നിങ്ങൾ കാണിച്ചില്ല. മാത്രമല്ല ഒരു ഭാരമായി മാറുകയും ചെയ്തു. പഴയതോർത്ത് കരയാനും പരിതപിക്കാനുമേ നിങ്ങൾക്കു നേരമുണ്ടായിരുന്നുള്ളൂ.

ഏറെക്കാലമായി സഹിക്കുന്നു. ഇനി വയ്യ. എന്നൊക്കെയാണ് അയാൾ എന്നോട് ഫോണിൽ പറഞ്ഞത്.

സമദ് പറഞ്ഞതു കേട്ട് കല്ലുപോലെ ഇരുന്നു. പ്രതികരണശേഷി നഷ്ടപ്പെട്ടതുപോലെ.

നൊന്തുപെറ്റ് ഊണും ഉറക്കവുമൊഴിഞ്ഞ് നോക്കിവളർത്തിയ മക്കൾ ഉമ്മയെ വെറുക്കുന്നെന്നു പറയുക. അതും അവളുടെ ദുർവൃത്തികൾ കണ്ടു സഹിക്കാതെ, ഇതിൽപരം അപമാനം ഒരു സ്ത്രീക്ക് മറ്റെന്തുണ്ട്? ഉമ്മയെ അവർക്ക് ഇനി ഒരിക്കലും കാണണ്ടെന്ന്. ഇക്കാക്കയോട് അങ്ങനെയാണ് അയാൾ പറഞ്ഞത്. കഴിഞ്ഞ ദിവസം അയാൾ പറഞ്ഞ ഹോട്ടലിൽ ചെന്ന് ഇക്കാക്ക അയാളെ കണ്ടിരുന്നു. മക്കൾ സ്വന്തം മനസ്സാലെ പറഞ്ഞതായാലും ശരി, അയാൾ പറയിച്ചതാ

യാലും ശരി, അവരങ്ങനെ പറഞ്ഞില്ലേ? അവളിതെങ്ങനെ സഹിക്കും?

ഉമ്മയെയും സഹോദരങ്ങളെയും കാണാനോ, കത്തിടപാടുനടത്താനോ അനുവാദമുണ്ടായിരുന്നില്ല. സ്വന്തം സഹോദരിയെ കാണാൻ പോയാൽപോലും അപമാനം. അസുഖം വന്നാൽ അതും അവളുടെ കുറ്റം. അസുഖം വന്നാലും അയാളുടെയും കുട്ടികളുടെയും കാര്യത്തിന് കുറവൊന്നും വരുത്താറില്ല. നാട്ടിൽ പോകുന്നതിനു കുറച്ചു മുമ്പ് മനസ്സു വല്ലാതെ മടുത്തപ്പോൾ ദുർമ്മുഖം കാട്ടിയിരുന്നത് നേരാണ്. പെട്ടെന്ന് തെറ്റുതിരുത്തുകയും ചെയ്തു. ആ ഫ്ളാറ്റിനകത്ത് വാസ്തവം പറഞ്ഞാൽ കുറേക്കാലമായി അവൾ തടവുപുള്ളിയെപ്പോലെയാണ് കഴിഞ്ഞത്. എന്തിനുവേണ്ടി, ആർക്കുവേണ്ടി, എന്ന് ഇപ്പോഴാണ് തോന്നുന്നത്. കുറച്ച് കരുത്തും തന്റേടവും കാണിച്ചിരുന്നെങ്കിൽ കറിവേപ്പിലപോലെ അയാളിങ്ങനെ വലിച്ചെറിയുമായിരുന്നോ? മൂന്നേമൂന്നു വാക്കുകൾ എഴുതി പിരിച്ചയക്കാൻ മാത്രം കെട്ടുറപ്പേ ആ ബന്ധത്തിനുണ്ടായിരുന്നുള്ളൂ? അല്ല, പക്ഷേ, അവളുടെ ഏറ്റു പറച്ചിൽ കേൾക്കാൻ ആരുണ്ട്?

മക്കൾക്കു വേണ്ടെന്നു പറഞ്ഞാലും അവൾക്കു മക്കളെ വേണ്ടെന്നു വെയ്ക്കാൻ കഴിയുമോ? എല്ലാ കുറ്റങ്ങളും ചുമത്തി ഷറഫ് അവളെ പതിതയായി മുദ്ര കുത്തുമ്പോഴും അയാളെ ഒരിക്കൽക്കൂടി കണ്ണാൻ കൊതിക്കുകയാണ് അവളുടെ കണ്ണുകൾ. ഒന്നു കണ്ടാൽ മതി. കേൾക്കുമ്പോൾ വീട്ടുകാർക്ക് അരിശം. അവരെങ്ങനെ അരിശപ്പെടാതിരിക്കുക? നാട്ടുകാരുടെ മുന്നിൽ നിന്നെ താറടിച്ചു കാണിച്ചിട്ടും മതിയായില്ലേ എന്നാണ് ചോദ്യം. അയാളെ മറക്കാനും വെറുക്കാനും മോഹമുണ്ട്. ശ്രമിക്കുന്നുമുണ്ട്. സാധിക്കണ്ടേ? എന്തിന് ഒരു പെണ്ണായി പിറന്നു? മനസ്സ് എന്തുകൊണ്ടു കല്ലാകുന്നില്ല? ഒരിക്കൽ നീ മനസ്സ് കല്ലാക്കിയില്ലേ ഫാത്തിമാ? ഉള്ളിൽ നിന്ന് ആരോ ചോദിക്കുന്നു? അത് അഭിനയമായിരുന്നു. അഫ്സലും അവന്റെ ബാപ്പയും ഇന്നും അവളുടെ ഉള്ളിന്റെ ഉള്ളീലുണ്ട്. അന്ന് ചെറുപ്രായം. ചോരതിളയ്ക്കുന്ന സമയം. തെറ്റൊന്നും ചെയ്യാതെ ശിക്ഷിച്ചപ്പോൾ സമനിലവിട്ടു. എടുത്തു ചാടി. തെറ്റുകളുടെ തുടക്കം അവിടെയായിരുന്നു. അഭിമാനം വ്രണപ്പെട്ടപ്പോൾ എന്തൊക്കെയോ കാട്ടിക്കൂട്ടി. ഷറഫ് കൂടെയുണ്ടെന്ന വിശ്വാസം ധൈര്യമേറ്റി. ഇന്ന് വേറൊരാൾ താങ്ങാനുണ്ടായിരുന്നെങ്കിൽ പഴയത് ആവർത്തിക്കുമെന്നാണോ ഫാത്തിമാ നീ പറയുന്നത്? മനസ്സാക്ഷി കുറ്റപ്പെടുത്തി.

ചിന്ത കാടുകയറുകയാണോ? അവൾ മാത്രമല്ലല്ലോ തെറ്റു ചെയ്തത്. സുഹൃത്തിനെ അമിതമായി വിശ്വസിക്കരുതെന്ന് താക്കീതു ചെയ്തപ്പോൾ അത് വെറും വാക്കായി കരുതി ഒരാൾ. ഭർത്താവിനെ ചതിക്കാൻ കൂട്ടുനില്ക്കില്ലെന്നു പറഞ്ഞപ്പോൾ മറ്റൊരാൾ മുഴുക്കുടിയനായി ജീവിതം നശിപ്പിക്കാൻ ഒരുമ്പെട്ടു. എല്ലാറ്റിനും ശിക്ഷ അനുഭവിക്കാൻ അവളൊരുത്തി മാത്രം. പുരുഷനും സ്ത്രീക്കും എന്നും ഇവിടെ വെവ്വേറെ നീതിയായിരുന്നല്ലോ. പുരുഷൻ ചെയ്യുന്നത് നീതി. കഷ്ടപ്പാ

ടനുഭവിക്കേണ്ടത് സ്ത്രീകൾ. ഇതൊക്കെ മനസ്സിലാക്കിയപ്പോൾ വൈകിപ്പോയെന്നോ?

തലവേദന സഹിക്കാനാവുന്നില്ല. മൂർദ്ധാവിൽനിന്നു തുടങ്ങി തല മുഴുവൻ പടരുന്ന വേദന കുറച്ചു കഴിയുമ്പോൾ ദേഹം മുഴുവൻ വ്യാപിക്കുന്നു. ഈ വേദന ഇനി ഏറുകയല്ലാതെ കുറയില്ല. തലയിൽ ഒരു തോർത്തുമുണ്ടുകൊണ്ട് മുറുക്കിക്കെട്ടി. അപ്പോൾ അല്പം ആശ്വാസം തോന്നി. വേദനയ്ക്കുള്ള ഒരു ഗുളിക വായിലിട്ട് വെള്ളം കുടിച്ചു. ഇക്കാക്കയും സമദും വേറെ ചിലരും അവസാന ഒത്തു തീർപ്പിനു പോയിട്ടുണ്ട്. രണ്ടാലൊന്ന് ഇന്നറിയാം. എന്നിട്ടോ? അപ്പോഴേക്കും നെഞ്ചു തുളയ്ക്കുന്ന വേദന. അവൾ തലയണ മാറോടടുക്കി കണ്ണടച്ചു കിടന്നു.

പതിനാറ്

വെറുതെ കണ്ണുമടച്ചു കിടന്നു. ഇനി ഒന്നും ആലോചിക്കില്ല. കാര്യങ്ങൾ വിധിക്കു വിട്ട് മിണ്ടാതിരിക്കുക. സംഭവിക്കാനുള്ളത് സംഭവിക്കുകതന്നെ ചെയ്യും. അതു നേരിടാനുള്ള കരുത്തു നേടുകയാണ് വേണ്ടത്. കുട്ടികൾക്ക് അവളെ വേണ്ടെങ്കിൽ അവൾക്ക് അവരേയും വേണ്ട. അവൾ ജീവിക്കാനുള്ള വക ബാപ്പ ഉണ്ടാക്കിയിട്ടിട്ടുണ്ട്. ഇനി ഉമ്മയെയും നോക്കി ഉള്ളകാലം നാട്ടിൽ കഴിയാം. ഉമ്മയെക്കുറിച്ച് ഇവിടെ വന്നതിനുശേഷം ഓർത്തതുപോലുമില്ല. അസുഖം ഏറാഞ്ഞാൽ മതിയായിരുന്നു.

"തലവേദന വീണ്ടും ഏറിയോ? കുടിക്കാനെന്തെങ്കിലും തരട്ടേ?"

ഷരീഫയുടെ ചോദ്യം കേട്ട് കണ്ണുതുറന്നു.

"കടുപ്പത്തിൽ കുറച്ചു കാപ്പി തരൂ."

"ഇപ്പം കൊണ്ടരാം. ഈ മൂവന്തി നേരത്ത് കയറി കിടക്കാതെ മഗരിബ് നിസ്കരിക്കരുതോ?"

പോകുമ്പോൾ ഷരീഫ ചോദിച്ചതു കേട്ട് എണീറ്റ് കുളിമുറിയിലേക്കു നടന്നു. നിസ്കാരം കഴിഞ്ഞ് മുസഅബ് കൈയിലെടുത്തതും മനസ്സ് വീണ്ടും കലങ്ങി. എന്റെ മക്കളെ എനിക്കെങ്ങനെ മറക്കാൻ കഴിയും പടച്ചവനേ? ഉമ്മയെ ഇഷ്ടമില്ലെന്ന് ഹാരീസ് ചിലപ്പോൾ പറഞ്ഞിരിക്കാം.മോനു ഒരിക്കലും അങ്ങനെ പറയില്ല. മമ്മി എപ്പഴാ വരികയെന്ന് ഫോൺ വിളിക്കുമ്പോഴെല്ലാം അവൻ ചോദിക്കാറുണ്ട്. അവരെ സ്വന്തം മക്കളായി കരുതാൻ ഷക്കീല തയാറാകുമോ? ഷറഫും ഷക്കീലയും ഒന്നായാൽ എന്റെ മക്കൾ അനാഥരാവില്ലേ? അത് മക്കളും ഓർക്കേണ്ടേ? അവർ ചെറുപ്പമല്ലേ? ആലോചനാശേഷിയുണ്ടോ അവർക്ക്? ഷറഫ് ഷക്കീലയോടൊത്ത് സുഖമായി ജീവിച്ചോട്ടെ.

മക്കളെ വിട്ടുതന്നേക്കട്ടെ. അവരേയുംകൊണ്ട് നാട്ടിൽച്ചെന്നു ജീവിച്ചോളാം. സഹോദരങ്ങൾ തുണയ്ക്കാതിരിക്കുമോ? ഇതൊക്കെ ആരോടാ പറയേണ്ടത്? യുദ്ധത്തിൽ തോറ്റ പടയാളിയെപ്പോലെ പകരം വീട്ടാൻ നടക്കുന്ന ഷറഫിന് ഇതു വല്ലതും പറഞ്ഞാൽ മനസ്സിലാകുമോ? ഫാത്തിമ ഇപ്പോൾ അയാളുടെ ശത്രുവാണ്. ഏതടവും പയറ്റി വിജയിക്കുക. അതുമാത്രമാണ് അയാളുടെ ഇപ്പോഴത്തെ ചിന്ത. അതുപോലെ ചിന്തിക്കാനുള്ള കഴിവെങ്കിലും എനിക്കു താ റബ്ബേ.

"ഇത്താത്ത ആരോടാ വർത്തമാനം പറയുന്നത്?"

കാപ്പിയുമായി എത്തിയ ഷരീഫ ചോദിച്ചു. വെറുതേ അവളുടെ മുഖത്തേക്ക് ഉറ്റുനോക്കി ഇരുന്നതേയുള്ളൂ.

"മണി ഏഴു കഴിഞ്ഞു. ടി.വി. ഓഫാക്കി പഠിക്കാൻ നോക്ക്. ബാപ്പ വരാറായി കേട്ടോ."

ഷരീഫ കുട്ടികളെ ശാസിക്കുന്നതു കേട്ടു. അതോടെ ടി. വിയുടെ ശബ്ദം നിലച്ചു. ഹാരിസും ഇങ്ങനെതന്നെ. ഓർമ്മിപ്പിച്ചില്ലെങ്കിൽ ടി.വിയുടെ മുന്നിൽ ഒരേ ഇരിപ്പാണ്. ഇനി ആരാണവനെ നിർബന്ധിച്ച് പഠിക്കാനിരുത്തുക? ഒരു പ്രത്യേക സ്വഭാവക്കാരനാണ് അവൻ. സ്നേഹിച്ചു പറഞ്ഞാലേ അനുസരിക്കൂ. അരിശപ്പെട്ടാൽ തറുതലയേ പറയൂ. അവൾ ക്ഷമിക്കുന്നതുപോലെ ഷക്കീലയ്ക്കാകുമോ? ആലോചിക്കുന്തോറും മനസ്സ് വേവുകയാണ്. കോടതിയെങ്കിൽ കോടതി. അവളും വിട്ടുകൊടുക്കില്ല. ഇടയ്ക്ക് ഉറച്ച തീരുമാനത്തിലെത്തും. അപ്പോഴാണ് കോടതിയിൽ ചെന്നാലുള്ള വിപത്തുകളെക്കുറിച്ച് ഇക്കാക്ക വിവരിക്കുക.

"കൂട്ടിൽ കയറ്റി നിർത്തി നിന്നോട് അനാവശ്യമായ ചോദ്യങ്ങൾ ചോദിക്കും. ഇല്ലാത്ത തെളിവുകൾ ഉണ്ടാക്കാനും അയാൾ മടിക്കില്ല. നീ ദുർന്നടപ്പുകാരിയാണെന്ന് സ്ഥാപിക്കുന്നത് കാണാൻ എനിക്കേതായാലും കെല്പില്ല."

പറയുമ്പോൾ ഇക്കാക്കയുടെ സ്വരം ഇടറും. ആരുടെ മുന്നിലും തലകുനിക്കാത്ത ഇക്കാക്ക അവൾക്കുവേണ്ടി അയാളോടു കേണുകൊണ്ട് നടക്കുകയാണ്.ഒരാളെയെങ്കിലും അവൾക്കു വിട്ടു കൊടുക്കൂ. മനുഷ്യത്വത്തിന്റെ പേരിൽ. ഇല്ലെങ്കിൽ അവൾ തളർന്നുപോകും.

പലവട്ടം കെഞ്ചിയിട്ടും അയാൾക്കു കൂസലില്ലത്രെ. ഫാത്തിമ മരിച്ചാൽ അത്രയും സൗകര്യം എന്നു കരുതുന്ന സ്വാർഥനാണ് അയാൾ. അതുകൊണ്ടാണല്ലോ അവളുടെ ആഭരണങ്ങൾ വിട്ടുകൊടുക്കാതെ പിടിച്ചുവെച്ചിരിക്കുന്നത്? നാട്ടിൽ പോകുമ്പോൾ എല്ലാം ലോക്കറിൽ വെച്ചിട്ടാണ് പോയത്. അത്യാവശ്യം മാത്രമേ കൈയിലെടുത്തുള്ളൂ. ഇപ്പോൾ പറയുന്നു അവൾ വേണ്ടതു കൊണ്ടു പോയിട്ടുണ്ടെന്ന്. ഈ സ്വാർഥനുവേണ്ടിയാണല്ലോ നല്ലൊരു കുടുംബജീവിതം കുരുതി കൊടുത്തത്? മകനെ ഉപേക്ഷിച്ചത്? ഓർക്കുമ്പോൾ ലജ്ജയാണ് തോന്നുന്നത്.

കോളിംഗ് ബെൽ മുഴങ്ങുന്നതു കേട്ടപ്പോൾ നെഞ്ചിടിച്ചു. അവരായിരിക്കും. ചുണ്ടോടടുപ്പിച്ച കാപ്പിഗ്ലാസ്സ് കൈയിലിരുന്നു വിറച്ചു. പതുക്കെ എണീറ്റ് വാതിൽ മറഞ്ഞു നിന്നു.

"എന്തായി?"

ഷരീഫയുടെ ആകാംക്ഷ നിറഞ്ഞ ചോദ്യം.

"എന്താവാൻ ആ ബോറൻ കുട്ടികളെ എന്തൊക്കെയോ പറഞ്ഞു പഠിപ്പിച്ചുവെച്ചിരിക്കുന്നു. ഭീഷണിപ്പെടുത്തിയിട്ടുണ്ടെന്നാ തോന്നുന്നത്."

അവരെന്താ പറഞ്ഞേ? മോനു കൂടെ വന്നില്ലേ? അവനു സമ്മതമാണെങ്കിൽ അയക്കാമെന്നായിരുന്നല്ലോ വ്യവസ്ഥ"

"അതൊക്കെ അവന്റെ അടവല്ലേ?"

സമദാണ് ഉത്തരം പറഞ്ഞുകൊണ്ടിരുന്നത്. ഇക്കാക്കയുടെ അനക്കമില്ല. ഇക്കാക്കയുടെ വാക്കുകൾക്കായി അവൾ ചെവികൂർപ്പിച്ചു.

"എന്തുണ്ടായി ഇക്കാക്കാ?"

ഷരീഫ വേവലാതിയോടെ ചോദിച്ചു.

"എനിക്കത് പറയാൻ കഴീന്നില്ല കുട്ടീ. ഇത്തിരിപ്പോന്ന ചെക്കൻ എന്തൊക്കെയാ പറഞ്ഞത്? മോനു എന്നു പറഞ്ഞ് ചാവാൻ നിൽക്കുന്ന അവളോട് ഞാനെങ്ങനെ അതൊക്കെ പറയും? അവന്റെ ഡാഡിയെ ചീറ്റുചെയ്ത മമ്മിയെ അവനു വേണ്ട. മൂത്തവനും വേണ്ട."

ഗ്ലാസ്സ് താഴെവീണു പൊട്ടിച്ചിതറുന്ന ഒച്ച കേട്ട് എല്ലാവരും അന്തംവിട്ടു തിരിഞ്ഞുനോക്കി. ഫാത്തിമ അനക്കമറ്റ് താഴെ കിടക്കുന്നു. ചുറ്റും ചിതറിയ കുപ്പിച്ചില്ലുകൾ.

www.ingramcontent.com/pod-product-compliance
Lightning Source LLC
LaVergne TN
LVHW090409051026
849518LV00006B/2299